மாபெரும் சூதாட்டம்

மாபெரும் சூதாட்டம்

சுரேஷ்குமார இந்திரஜித் (பி. 1953)

பெற்றோர் வைத்த பெயர் சுரேஷ்சந்திர குமார். அலுவலகப் பெயர் சுரேஷ்குமார். படிப்பு எம்.ஏ. (அரசியல்). சொந்த ஊர் ராமேஸ்வரம். மதுரை வருவாய்த் துறையில் சிரஸ்தாராகப் பணிபுரிந்து ஓய்வுபெற்றுள்ளார். மனைவி : மல்லிகா, மகள்கள் : அபிநயா, ஸ்ரீஜனனி. இது அவருடைய ஐந்தாவது சிறுகதைத் தொகுப்பு.

தொடர்புக்கு: sureshkumaraindrajith@gmail.com.

சுரேஷ்குமார இந்திரஜித்

மாபெரும் சூதாட்டம்

காலச்சுவடு பதிப்பகம்

மாபெரும் சூதாட்டம் • சிறுகதைகள் • சுரேஷ்குமார இந்திரஜித் •

• முதல் பதிப்பு: டிசம்பர் 2005, ஐந்தாம் (குறும்) பதிப்பு: ஆகஸ்ட் 2018 • வெளியீடு: காலச்சுவடு பப்ளிகேஷன்ஸ் (பி) லிட்., 669 கே. பி. சாலை, நாகர்கோவில் 629001

maaperum cuutaaTTam • Short Stories • Sureshkumara Indrajith •

• Language: Tamil • First Edition: December 2005, Fifth (Short) Edition: August 2018

Published by Kalachuvadu Publications Pvt. Ltd., 669 K.P. Road, Nagercoil 629001, India • Phone: 91-4652-278525 • e-mail: publications @kalachuvadu.com • Cover Design: Santhosh

ISBN: 978- 81-89359-16-9

08/2018/S.No.198, kcp 2124, 18.6 (5) RN

நண்பர் சுந்தர ராமசாமிக்கு

பொருளடக்கம்

முன்னுரை

இத்தொகுப்பில் 39 கதைகள் உள்ளன. 1982இல் வெளியான 'அலையும் சிறகுகள்', 1993இல் வெளியான 'மறைந்து திரியும் கிழவன்' தொகுப்புகளில் உள்ள கதைகளையும் புத்தக வடிவம் பெறாத கதைகளையும் சேர்த்தே இந்த எண்ணிக்கை. சுரேஷ்குமார் என்ற பெயரில் ஆரம்பத்தில் எழுதிய கதைகளையும் சுரேஷ்குமார இந்திரஜித் என்ற பெயரில் எழுதிய இரண்டு கதைகளையும் இத்தொகுப்பில் சேர்க்கவில்லை. புதிய கதைகள் எழுதித் தருகிறேன் என்று கூறி நீண்ட காலம் எடுத்துக்கொண்டும் என்னால் அவ்வாறு தர இயலவில்லை.

இக்கதைகளில் நான்கு மட்டுமே கற்பனையான தேசத்தில் நடப்பதாக உருவாக்கப்பட்டவை. ஐந்து கதைகள் மட்டுமே பிறன்மனை உறவுச்சிக்கல்கள் தொடர்பானவை. என்னை இவ்வாறாகக் கதை எழுதுபவன் என்று நினைப்பவர்களுக்காக இவ்விவரம்.

ஒரு எழுத்தாளனின் மொத்தக் கதைகளை மொந்தையாகப் பார்ப்பது அலுப்பாகவே இருக்கிறது. உதிரியாகப் படிக்கும்போது பிடித்த கதைகள் மனத்தில் அதிகமாகத் தங்கும். மொத்தமாகப்

படிக்கும்போது பிடித்த கதைகள், பிடிக்காத கதைகள் ஆகியவற்றின் கலப்பு ஏற்படுத்தும் மாறுதலுக்கு மனம் தயங்குகிறது. அதுவும் ஒரு எழுத்தாளனின் முதல் கதையிலிருந்து ஆரம்பித்து ஏறுவரிசைக் கிரமமாகப் படிப்பது மேலும் சிக்கல். எனவே மொத்தத் தொகுப்பு எனில், கடைசியாக எழுதியிருந்த கதையிலிருந்து ஆரம்பித்து, இறங்குவரிசையாக ஆரம்பக் கதையை அடைவதுதான் நேர்த்தியான முறை. இப்போது எழுதும் நிலையைத் தெரிய இறுதிக் கதைக்குச் செல்ல வேண்டியதில்லை. முதல் கதையே அந்நிலையைத் தெரிவிக்கும். அந்த முறையில் இதில் இறங்குவரிசையில் கதைகள் அமைக்கப்பட்டுள்ளன.

○

இலக்கியம் தாட்சண்யமற்றது. நல்லது, கெட்டது என்ற சமூக விதிகளை ஊடுருவிப் பார்ப்பது. பொதுவிதிகளையும் விதிவிலக்குகளையும் பொருட்படுத்தாதது. சமூக நிலைகளும் சமூகக் கண்ணோட்டங்களும், பொதுவிதிகளையும் விதிவிலக்குகளையும் உருவாக்குகின்றன. பொதுச் சமூகக் கண்ணோட்டத்திற்கு மாறான ஒரு நிலையின் உண்மையை எழுதும் சூழல் இங்கு இருக்கிறதா, இல்லையா என்ற கேள்வி முக்கியமானது. இக்கேள்வி பல கதவுகளைத் திறக்கக்கூடியது. சமூகக் கண்ணோட்டங்கள் சமயங்களில் யதார்த்த நிலையைப் பின்புலமாகக் கொள்ளாமல் கற்பிதங்களைக் கொண்டதாகவும் இருக்கும். பெண் தெய்வ வழிபாடு, கற்புநிலை போல.

ஆக, கற்பிதத்திரையை விலக்கிப் பார்க்கும் பார்வையும், பொது விதிகளையும் விதிவிலக்குகளையும் ஊடுருவிப் பார்க்கும் பார்வையும் கலைஞனுக்கு அவசியம்.

○

இத்தொகுப்பில் உள்ள சிறுகதைகளைப் பிரசுரித்த பத்திரிகை ஆசிரியர்களுக்கும், இத்தொகுப்பைப் பிரசுரிக்கும் காலச்சுவடு பதிப்பகத்திற்கும் என் நன்றிகள்.

சுந்தர ராமசாமி தொடர்புடைய நினைவுகளும், காட்சிகளும் தன்னிச்சையாக மனதில் தோன்றிக்கொண்டிருக்கும் காலம் இது.

இத்தொகுப்பை நண்பர் சுந்தர ராமசாமிக்கு சமர்ப்பணம் செய்கிறேன்.

மதுரை
21.11.05

சுரேஷ்குமார இந்திரஜித்

ஓர் இடத்திற்குப் பல வரைபடங்கள் ஒரு காலத்திற்குப் பல சரித்திரங்கள்

சில நாட்களாகவே அவளைப் பார்க்க வேண்டும் என்று அம்மையப்பனுக்குத் தோன்றிக் கொண்டேயிருந்தது. மனைவி, பையன்களுடனான பிரச்சினைகள், தாங்க முடியாத மன உளைச் சலை அவனுக்கு ஏற்படுத்தியிருந்தன. இந்தத் திருவிழாக் காலத்தில் சாமி சுற்றி வரும் தெருவில் அவள் வீடு இருப்பதால், சாமி வரும் சமயத்தில் வெளியூரிலிருந்து திருவிழாவுக்காக வரும் அவளைப் பார்க்க முடியும். ஒரு நாள் வந்தபோது சாமி ஏற்கனவே சென்றிருந்தது. இன்னொரு நாள் வந்த பிறகுதான் தெரிந்தது, அன்று சாமி வராத நாள் என்று.

இன்று மதியத்திற்கு மேல் ஆரம்பித்த சண்டை, பெருங்கூச்சல், அழுகைகளுடன் முடிந்தது. அம் மையப்பனுக்குச் சுயபச்சாதாபமும் அவமானமும் ஏற்பட்டன. பிறந்ததிலிருந்து உறவுகள் எதுவும் சரியாக அமையாமல் ஏன் இவ்வாறு துயரங்கள் ஏற்படுகின்றன என்பது அவனுக்குப் புதிராக இருந்தது. வீட்டிலிருந்து கிளம்பியவன் பார்க் ஹோட்டலுக்குச் சென்றான். அங்கு சுவரில் ஒரு பெண், குழந்தையைத் தூக்கி வைத்திருக்கும் பெரிய வண்ணப்படம் இருக்கிறது. அந்தப் படத்தில்

குழந்தை அனுபவிக்கும் ஆதரவும் தாய்மை உணர்வும் அவனுக்கு மனச்சாந்தியை அளிப்பதாக இருக்கும். சர்வரிடம் டீ கொண்டுவரச் சொன்னான். அவன் அந்தப் படத்தையே பார்த்துக்கொண்டிருந்தான். அவனுடைய கண்கள் கலங்கின.

அம்மையப்பனின் தந்தை அவனுக்கு நினைவு தெரியும் முன்னரே விபத்தில் இறந்துவிட்டார். பாட்டி, தாயார், சகோதரிகளுடன் வாழ்வு. தாயாரை நினைத்தால் அவனுக்கு மனத்தொந்தரவும் பயமும் இரக்கமும்தான் ஏற்படுகின்றன. அவனுக்கு நினைவு தெரிந்த நாளில் அவரை மனநோயாளி யாக அறிந்தான். சிறுவனாக இருக்கும்போது மந்திரவாதிகள் வீட்டிற்கு வந்து கொண்டிருந்தார்கள். சில நாட்களில் கழுத்து அறுபட்ட சேவல்கள் வீட்டு வாசலில் கிடக்கும். சில நாட் களில் இரவில் சத்தம் கேட்டு விழித்துப் பார்த்தால், பாட்டி, குச்சியால் அவனுடைய தாயாரை அடித்துக்கொண்டிருப்பாள்.

அவன் ஹோட்டலைவிட்டு வெளியே வந்தான். இன்று எப்படியும் அவளைப் பார்த்துவிட வேண்டும் என்று தோன்றி யது. நகரத்திலுள்ள கோபாலசுவாமி கோயிலுக்குச் சென்றான். இக்கோயிலுக்குள் நுழைந்து முப்பது வருடங்களாகின்றன. முப்பது வருடங்களுக்கு முன் இந்தக் கோயிலில்தான் அவள் திருமணம் நடந்தது. கோயிலைப் புதிதாகப் பார்ப்பதுபோல் இருந்தது. எந்த இடத்தில் மேடை போடப்பட்டுத் திருமணம் நடந்தது என்பதை அம்மையப்பனால் அறிய முடியவில்லை. மேடை போடப்பட்டு அவளுக்குத் திருமணம் நடந்த இடம் ஒரு மாயம்போல் காணாமல் போயிருந்தது அவனுக்குப் பதற்றத்தை ஏற்படுத்தியது. கடைசியாக அவளை அம்மையப் பன் பார்த்தது அவளுடைய மகள் திருமணத்தில். அப்போதும் நேருக்கு நேர் சந்தித்துப் பேசவில்லை. அவளை நேருக்கு நேர் சந்தித்துப் பேச அவனுக்குச் சக்தி இல்லை. சற்று தூரத்தில் அவளைப் பார்த்ததோடு சரி. அவள் சிரிப்புத் தோற்றம் மனத்தில் தோன்றிக்கொண்டேயிருந்தது. முப்பது வருடங்கள் மறைந்து உடலில் திடீரெனப் பரவச நிலை ஏற்பட்டது. அவள் தோற்றத்தை அணைத்துக் கொண்டான்.

கோயிலை விட்டு வெளியே வந்தான். இருள் உறைத்தது. அங்கிருந்து வழக்கமாக முடிவெட்டிக் கொள்ளும் கடைக்குச் சென்றான். முடிவெட்டிக் கொண்டான். சாமி எப்போது அந்தக் குறிப்பிட்ட வீதிக்கு வரும் என்று முடிவெட்டுபவனைக் கேட்டான். "இரவு ஒன்பதரை மணிக்கு வரும்" என்றான். மணி அப்போது 7:45 ஆகியிருந்தது. யோசனை செய்தான். ஹோட்டல் கார்டனில் உள்ள பாருக்குச் செல்லலாம் என்று தோன்றியது. இதுவரை அந்த பாருக்கு அவன் சென்றதில்லை.

அந்த பாரின் பெயர் ‘டிரம்’. அதற்கேற்றாற்போல் அந்த பாரில் டிரம் ஒலி கலந்த மேற்கத்திய இசை கேட்டுக்கொண்டிருந்தது. டிரம் ஒலி மனதிலும் உடலிலும் பரபரப்பை ஏற்படுத்தியது. அம்மையப்பன் அமர்ந்திருந்த மேஜையில் எட்டு நபர்கள் உட்காரலாம். அவன் மட்டும் அமர்ந்திருந்தான். ஐந்து இளைஞர்கள் வந்து அந்த மேஜையில் அமர்ந்தார்கள். செல்ஃபோனில் ஒருவன் பேசினான். அந்த செல்ஃபோன் மற்ற இளைஞர்களிடமும் சுற்றி வந்தது. அனைவரும் மறுமுனையில் உள்ள குரலுடன் பேசினார்கள். அனைவரும் மகிழ்ச்சியாக இருந்தார்கள். அவர்கள் மகிழ்ச்சியாக இருந்தது இவனுக்கும் மகிழ்ச்சியை ஏற்படுத்தியது. அம்மையப்பனுக்குப் போதை ஏறிக்கொண்டிருந்தது. இசைக்கேற்ப மனமும் தலையும் அசைந்தன. அவளைத் திருமணம் செய்துகொண்டான். மலைப் பிரதேசங்களுக்குச் சென்று வந்தான். படுக்கையைப் பகிர்ந்துகொண்டான். குழந்தை பிறந்து வளர்ந்து பள்ளியில் சேர்க்கிறான். எடுத்த காரியத்தில் அவள் துணை நிற்கிறாள். இடையிடையே அந்த மேஜைக்குரிய சர்வர் வந்து சென்றுகொண்டிருந்தான். மணியைப் பார்த்தான். 9:20. அவசரமாகப் பாரைவிட்டுக் கிளம்பினான்.

பையன்போல ஆர்வம் கொண்டு சென்றுகொண்டிருப்பது அம்மையப்பனுக்கு மனக்கூச்சத்தை ஏற்படுத்திக்கொண்டிருந்தது. சாலையின் இருபுறத்திலும் மக்கள் சாமி பார்க்கக் கூடியிருந்தார்கள். அவள் வீடு இருந்த பிளாட்பாரத்திற்கு எதிர் பிளாட்பாரத்தில் மக்களுடன் நின்றுகொண்டான். இந்த வீடு அவள் பிறந்த வீடு. அவள் இப்போது எந்த ஊரில் வசிக்கிறாள் என்பது தெரியவில்லை. ஆனால் திருவிழாக் காலங்களில் அவள் வருவது வழக்கம். சாமி வரும் நேரம் நெருங்கிக்கொண்டிருந்தது. காளை மாட்டில் அமர்ந்து ஒரு பையன் தமுக்கடித்துச் சென்றுகொண்டிருந்தான். இரண்டு ஒட்டகங்கள் சென்றன. பெரிய உண்டியல்கள் தள்ளுவண்டியில் சென்றன. இரண்டு யானைகள் சென்றன. அவள் வீட்டு மாடிப்படியிலிருந்து ஆட்கள் இறங்கி வந்துகொண்டிருந்தார்கள். செண்டை வாத்தியக்காரர்கள் அதிர அதிர வாசித்துக்கொண்டிருந்தார்கள். அவளின் தாயார், சகோதரன் உருமாறி மாடிப் படியிலிருந்து இறங்கிக்கொண்டிருந்தார்கள். செண்டை வாத்தியங்கள் அதிர அதிர முழங்கின. ஒரு கணத்தில் காலம் எப்படிப் பின்னுக்குச் சென்றதெனக் குழப்பம் ஏற்பட்டது. அவளைக் காணோம். தீப ஒளியில் வலப்பக்கம் மூக்குத்தி மின்ன அவள் முகம் ஜொலித்தது. இதென்ன சோதனை? ஜென்மாந்தரமாக அவள் முகம் தொடருமா? எங்கே அவள்? இருந்து, இல்லாதது போல் மாயம் கொண்டிருக்கிறாளா?

II

அம்மையப்பன் மருத்துவமனைப் படுக்கையில் இருந்தான். நெற்றியில் கட்டுப் போடப்பட்டிருந்தது. செண்டை வாத்தியக்காரர்கள் அதிர அதிர வாசித்துக் கொண்டு சென்ற பின்னர், நெற்றியில் காவித் துணி கட்டியிருந்த ஒரு குழு "இந்திய நாடு இந்துக்களுக்கே" என்று கோஷமிட்டுச் சென்றது. அதன் பின்னர் நாதஸ்வரக் குழு வாசித்துச் சென்றது. அதன் பின்னர் சாமி வந்தது. சாமி சென்ற பின்னர் கூட்டம் கலைந்தது. அவன் சாமி பின்னால் சென்றான். திடீரென்று சாமி நின்றது. நாதஸ்வர ஓசையும் நின்றது. அம்மையப்பன் கூட்டத்தினூடே புகுந்து பார்த்தான். நடைபாதையில் ஒரு குழு "இந்திய நாடு இந்தியருக்கே" என்று கோஷமிட்டுக் கொண்டிருந்தது. இரு குழுக்களைச் சேர்ந்தவர்களுக்கிடையே வாய்ச்சண்டை ஏற்பட்டது. கூட்டம் ஓட ஆரம்பித்தது. என்ன நடந்ததென்று தெரியவில்லை. ஒரு கல் தலையைத் தாக்கியது.

போலீஸ் அதிகாரி, அம்மையப்பனின் முன் நின்றுகொண்டிருந்தார். "நீ எந்த குருப்?" என்றார். "வேடிக்கை பார்க்க வந்தவன்" என்றான். "எந்த குரூப்பிற்கு சப்போர்ட்" என்றார் போலீஸ் அதிகாரி. "இல்லை, நான் சாமி கும்பிட வந்தவன்" என்றான்.

போலீஸ் அதிகாரி கடுப்புடன் கீழ் அதிகாரிகளைப் பார்த்தார். "என்னய்யா, எல்லாத்தையும் ஒரே இடத்துலே போட்டு வைச்சிருக்கிறே? அந்த குரூப்பைச் சேர்ந்தவங்களையும் இந்த குரூப்பைச் சேர்ந்தவங்களையும் பிரிங்க. சப்போர்ட்டர்களையும் பிரிங்க. அப்பாவிகளைத் தனியாப் பிரிங்க. அந்தந்த குரூப்பைச் சேர்ந்தவங்களைப் பாக்க வரும் கட்சிக் காரங்களுக்கு மாத்தி காமிச்சிராதீங்க. புதுச் சிக்கலை உருவாக்கிராதிங்க" என்றார். அப்போது சாமியாரின் தலைமையில் ஒரு கூட்டம் வந்தது. அடிபட்டுக் கிடந்தவர்களில் சிலர் எதிர்த்துக் கோஷமிட்டார்கள். போலீஸ்காரர்கள் பதற்றமடைந்தார்கள்.

ரத்தம் அதிகமாக வெளியேறியதே தவிர, அம்மையப்பனுக்குப் பெரிய காயமில்லை. மருத்துவமனையை விட்டு வெளியேறுவதைப் பற்றி யோசித்தான்.

அம்மையப்பனின் மனைவி, மகனுடன் நுழைந்தாள். அவனருகில் வந்தவள், "என்ன ஆச்சு?" என்றாள். அவன் ஒன்றும் பேசாமல் இருந்தான். மகனைப் பார்த்து, "இப்படித் தாண்டா ஏதாவது பிரச்சினையிலே மாட்டிக் கிட்டேயிருக் காரு. என்னத்துக்கு அங்கே போய் அடிபடணும்" என்றாள்.

மகன் வயதுக்கு மீறிக் குண்டாக இருந்தான். “வெளியே விடுவாங்களா?” என்றான்.

இருவரும் அங்கிருந்த போலீஸாரிடம் சென்றார்கள். போலீஸார் டி.எஸ்.பி.யைப் பார்க்கச் சொன்னார்கள். அவள் டி.எஸ்.பி.யிடம் சென்று, “ஒன்றிய மகளிர் அணித் தலைவி” என்றாள். இரண்டு நாட்களுக்கு முன் எம்.எல்.ஏ.வை யும் நான்கு நாட்களுக்கு முன் எம்.பி.யையும் அவர்கள் பகுதியில் சாலைகள் அமைப்பதற்காகப் பார்த்ததாகத் தெரி வித்தாள். டி.எஸ்.பி., “சரோஜா கண்ணபிரானைத் தெரியுமா?” என்று கேட்டார். அவள் “தெரியும்” என்றாள்.

அவர் போலீஸாரைப் பார்த்து, “ரேஷன் கார்டு ஜெராக்ஸ் காப்பி வாங்கிட்டு ஒரு வெள்ளைப் பேப்பரில் எப்ப விசாரணைக்குக் கூப்பிட்டாலும் வருவேன்னு எழுதி வாங்கிக்கிட்டு விட்டுருங்க” என்றார்.

III

அம்மையப்பனுக்கு மனம் குழம்பியிருந்தது. பெரிய சுவரொட்டிகள் அழைத்துக்கொண்டிருந்தன. மக்கள் சென்று கொண்டிருந்தார்கள். அம்மையப்பன் பேருந்திலிருந்து இறங்கி, திறந்திருந்த பெரிய கேட் வழியே நுழைந்தான். வழியில் பக்திப் புத்தகங்களை விற்றுக்கொண்டிருந்தார்கள். மகா குருவும் சிறிய குருவும் நின்றுகொண்டிருக்கும் பெரிய படங்கள் ஒட்டப்பட்ட தட்டிகள் வைக்கப்பட்டிருந்தன. ஒரு வங்கியி லிருந்து மகா குருவுக்குப் பூஜை செய்யும் நிகழ்ச்சி. பெரிய வெற்றிடத்தில் ஒரு பகுதியில் பந்தல் போடப்பட்டிருந்தது. பந்தலுக்கருகே விழுதுகளுடன் பெரிய ஆலமரம் இருந்தது. பந்தலில் போடப்பட்டிருந்த நாற்காலிகள் ஆண்களாலும் பெண்களாலும் நிரம்பியிருந்தன. பந்தலை ஒட்டி நின்றிருந்த கூட்டத்துடன் சேர்ந்து நின்றுகொண்டான். வலப்பக்கம் நின்றிருந்த பெண், அம்மையப்பனைப் பார்த்தாள். அவன் அவள் கண்களைச் சந்தித்தான். அவள் கண்களை விலக்கிக் கொண்டு மேடையைப் பார்த்தாள். மேடையில் போடப்பட் டிருந்த ஒரே நாற்காலியில் மகா குரு அமர்ந்திருந்தார். கீழே பலகையில் சிறிய குரு அமர்ந்திருந்தார். மேலே வெற் றுடம்புடன ஒரு பெரியவர், மைக்கில் சிவகுருநாதன் என்னும் சிவனடியாரைப் பூஜைக்குத் தலைமை தாங்க வருமாறு அழைத்தார். சிவனடியார் காவி வேட்டி, காவி ஜிப்பா சகிதம் கூட்டத்திலிருந்து எழுந்து வந்தார். தாடி வளர்த் திருந்தார். மேடையில் ஏறி மக்களுக்கு வணக்கம் தெரிவித்து, நாற்காலியில் அமர்ந்திருந்த மகா குருவின் பாதத்தைப் பணிந்து காலடியில் அமர்ந்தார்.

“பூஜை தொடங்குகிறது” எனப் பெரியவர் பரவசமாக அறிவித்தார். சிவனடியாரைத் தவிர மேடையில் மகா குருவிற்குப் பின்னால் நின்றிருந்த அனைவரும் மேல் சட்டையில்லாமல் வெற்றுடம்போடு இருந்தனர். தாம்பாளத்தைச் சிறிய குருவிடம் கொடுக்க அவர் எழுந்து வாங்கி மகா குருவின் பாதத்திற்கு அடியில் வைத்தார். சிறிய குரு வெள்ளிச் செம்பிலிருந்து நீரையூற்றிப் பாதங்களைக் கழுவினார். மைக்கில் கோஷங்கள் எழுப்பப்பட்டன. சிறிய குரு பக்தியுடன் மகா குருவின் கால்களைக் கழுவுவதைச் சிவனடியார் பார்த்துக் கொண்டிருந்தார்.

பெரிய மாலையைச் சுமந்துகொண்டு இருவர் வந்தார்கள். பின்னர் மலர்க் கூடைகளைச் சுமந்துகொண்டு சிலர் வந்தார்கள். சிறிய குரு மாலையைப் பிறர் துணையோடு நாற்காலியில் அமர்ந்திருந்த மகா குருவிற்கு அணிவித்தார். மகா குரு நாற்காலியில் வசதியாக அமர்ந்துகொண்டார். ஒருவர் மலர்க் கிரீடங்களை எடுத்துவந்தார். சிறிய குரு, மகா குருவின் தலையில் மலர்க் கிரீடத்தை வைத்தார். மைக்கில் கோஷங்கள் உக்கிரமாக எழுந்தன. மலர்க் கிரீடத்திற்கு மேல் இன்னொரு மலர்க் கிரீடத்தைச் சிறிய குரு வைத்தார். மகா குரு சலனமில்லாமல் நாற்காலியில் அமர்ந்திருந்தார். கூடையில் கொண்டுவந்திருந்த மலர்களைச் சிறிய குரு, மகா குருவின் தலையில் கொட்டினார். மகா குரு உடலை அசைக்காமல் உட்கார்ந்திருந்தார். சிறிய குரு கொட்டிக் கொண்டே இருந்தார். ஏழு கூடை மலர்கள் கொட்டப்பட்டன. மகா குருவின் உடல் மலர்களால் மூடப்பட்டது. தலையில் கிரீடங்களுடன் கழுத்தில் மாலையுடன் மலர்கள் உடலை மூடியிருக்கக் கண்களை மூடி நித்திரையில் இருப்பவர்போல் அசையாதிருந்தார். தலை லேசாகச் சாய்ந்திருந்தது. மகா குரு கைகளை அசைத்தார். மலர்கள் கீழே விழுந்தன. மார்பில் நிரம்பியிருந்த மலர்களையும் கையிடுக்குகளில் இருந்த மலர்களையும் தள்ளிவிட்டார். மகாகுருவின் முன்பு வாழைப் பழங்கள், ஆப்பிள்கள், ஆரஞ்சுப் பழங்கள், பேரீச்சம் பழங்கள் தனித்தனியே பெரிய கூடைகளில் வைக்கப்பட்டன. சிறிய குரு பலகையின் மீது அமர்ந்தார். மைக்கில் கோஷங்கள் நிறுத்தப்பட்டன. தேவாரப் பாடல்கள் பாடப்படும் என்றும் அதன்பின் நாலாயிர திவ்வியப் பிரபந்தத்திலிருந்து பாடல்கள் பாடப்படும் என்றும் தெரிவிக்கப்பட்டது. பந்தலுக்கு முன் பாகத் தரையில் உட்கார்ந்திருந்த ஒருவர் வயர் இல்லாத மைக்கில் தேவாரப் பாடல்களைப் பாட ஆரம்பித்தார். மகா குரு தலையை ஆட்டினார். பின்னர் கண்களை மூடியபடி இருந்தார். அவரிடமிருந்து கொட்டாவி வந்தது. சிறிது நேரத்

தில் சிறிய குருவிடமிருந்து கொட்டாவி வந்தது. பிறகு மகாகுருவிடமிருந்து கொட்டாவி வந்தது. இருவரும் மாறி மாறிச் சற்று இடைவெளியுடன் கொட்டாவி விட்டனர். தேவாரம் ஒலித்துக்கொண்டிருந்தது.

அம்மையப்பனுக்கு அலுப்பாக இருந்தது. மகாகுரு வலது கையைப் பின்னுக்குக் கொண்டு சென்று முதுகில் ஒட்டி யிருந்த மலர் இதழ்களைத் தள்ளிவிட்டுக் கொண்டிருந்தார். மனக்குழப்பம் கூடியது போலிருந்தது. கூட்டத்திலிருந்து வெளியே வந்தான்.

IV

அப்போது அம்மையப்பன் பள்ளியில் படித்துக் கொண் டிருந்தான். மேட்டிலிருந்து தாவிக் கோயிலின் மேல்தளத்தில் ஏறினான் அம்மையப்பன். காற்று வேகமாக வீசியது. முக்கியக் கோபுரங்கள் அல்லாத சிறு கோபுரங்களில் ஒன்றை நோக்கி நடந்தான். அந்தக் கோபுரத்தில் மூன்று வாயில்கள் இருந்தன. இரண்டாம் வாயில்தான் இவர்களுடைய ஜாகை. காற்று நுழைந்து செல்லக்கூடிய இடமாகையால் தரை சுத்தமாக இருந்தது. காற்று வெள்ளம்போல வந்துகொண்டிருந்தது. அங்கே தம்பிரான் கால்மேல் கால்போட்டுப் படுத்திருந்தான். இவனைக் கண்டதும் எழுந்து உட்கார்ந்து, “சிகரெட் வாங்கி வந்தாயா?” என்றான். அம்மையப்பன் வாங்கிவந்திருந்த பாஸிங் ஷோ சிகரெட்டைக் கொடுத்தான். அங்கேயே ஓரிடத்தில் வைத்திருந்த தீப்பெட்டியை எடுத்து சிகரெட்டைப் பற்றவைத்தார்கள். இன்று மாலை நான்கு மணிக்குப் பள்ளி மைதானத்தில் உள்ள மரத்தடிக்கு அசோகனும் தாசனும் வரச் சொல்லியிருப்பதாக அவர்கள் கூறினார்கள். ஐந்து மணிக்குத் தகடூர் ராஜபால சாஸ்திரிகள் மாணவர்களைச் சந்திக்க வரச் சொல்லியிருப்பதால் அங்கு சந்தித்து அனை வரும் செல்ல ஏற்பாடு என்றார்கள். தகடூர் ராஜபால சாஸ் திரிகள் கம்யூனிஸ்ட் கட்சியைச் சேர்ந்தவர். “அவர் இந்தி ஆதரவாளரா?” என்றான் தம்பிரான். ஜான்சனின் அப்பா கம்யூனிஸ்ட். வார்டு மெம்பர். “பாட்டாளிவர்க்கப் போராட் டத்தைத் திசை திருப்பும் செயல்னு அப்பா சொல்றாரு. இந்தியைப் படிச்சுப் பாத்தாத்தானே தெரியும் எவ்வளவு கஷ்டம்னு” என்றான் ஜான்சன். “ரூபாய் நோட்டிலே இந்தி எழுத்து இருக்கே, அதை ஏன் அழிக்காமல் இருக்கிறாங்கன்னு கேட்டால் என்ன பதில் சொல்வது” என்ற சிந்தனையில் அம்மையப்பன் ஆழ்ந்திருந்தான். தம்பிரான் அணைத்துப் போட்ட சிகரெட்டைத் தேடி எடுத்து பற்ற வைத்துக் கொண்டான்.

அன்று சாயந்திரம் பள்ளி மைதான மரத்தடியில் கூடி னார்கள். தாசன், "இன்னும் அசோகனைக் காணோமே" என்று கூறிக்கொண்டேயிருந்தான். தூரத்தே அசோகன் வந்துகொண்டிருந்தான். அசோகன் அருகே வந்ததும், "தமிழ் வாத்தியார் காம்பவுண்டு சுவர்கிட்டே நிக்கிறாரு, பாத்துட்டுப் போகச் சொல்றாரு" என்றான். அனைவரும் கிளம்பினார்கள். தமிழ் ஆசிரியர் சைக்கிளுடன் நின்றிருந்தார். "என்னைப் பாத்ததா வெளியிலே சொல்ல வேண்டாம். எந்தக் கட்சியிலே இருந்தாலும் பார்ப்பானை நம்பாதே. உங்களை மாத்தி விட்டு விடுவான். பாவேந்தர் பாரதிதாசன் சொன்னதை ஞாபகம் வைச்சுக்கோங்க. பொங்கு தமிழர்க்கின்னல் விளைத்தால் சங்காரம் நிஜமெனச் சங்கே முழங்கு. நான் வாரேன்" என்று கூறிவிட்டுத் தமிழ் ஆசிரியர் சைக்கிளில் ஏறிச் சென்றார்.

அனைவரும் சாஸ்திரிகள் வீட்டிற்குச் செல்ல ஐந்தேகால் மணியாகிவிட்டது. சாஸ்திரிகள் பெரிய திண்ணையில் பாய் விரித்து வெற்றிலைப் பெட்டியுடன் இவர்களை எதிர்பார்த்து அமர்ந்திருந்தார்.

அனைவரும் டீக்கடையில் டீ அருந்திக்கொண்டிருந் தார்கள். சாஸ்திரிகள் அவர்களிடம் வாதம் செய்வார் என்று நினைத்த அவர்களுக்குப் பெரிய ஏமாற்றம். அவர்களை ஊக்குவிக்கும் வகையில் அவர் பேசினார். அவர் சார்ந்துள்ள கட்சியின் லட்சியம் வேறு என்பதால் இத்தகைய ஆதர வினைத்தான் வழங்க இயலும் என்று கூறினார். டீக்கடை யிலிருந்து அசோகன் உண்டியல்களை எடுத்து வந்தான். ஒரு உண்டியலுக்கு இரண்டு நபர்கள். உண்டியல் பூட்டுப் போடப் பட்டிருந்தது. அம்மையப்பனுக்கும் ஜான்சனுக்கும் ஒரு உண்டியல். அனைவரும் உண்டியல் எடுத்துக்கொண்டு கடை வீதிக்குள் நுழைந்தார்கள். உண்டியலை வசூல் முடிந்ததும் அனைவரும் காந்தி சிலைமுன் கூடினார்கள். தாசன் டீக்கடை யிலிருந்து சாவிக் கொத்தை வாங்கி வந்து உண்டியல்களின் பூட்டுகளை அனைவர் முன்பாகவும் திறந்தான். உண்டியல் களிலிருந்த நாணயங்கள் எண்ணப்பட்டு, ஒரு நோட்டுப் புத்தகத்தில் கணக்கு வரவு வைக்கப்பட்டது. மாணவர் தலைவன் மகுடேஸ்வரனை வைத்துப் பொதுக்கூட்டம் நடத்துவதற்காக உண்டியல் வசூல்செய்வதாக தாசன் அனை வருக்கும் கேட்கும்படியாகக் கூறினான்.

அடுத்த நாள் பக்கத்து ஊரில் உண்டியல் வசூல். ரயில் ஏறித்தான் அடுத்த ஊருக்குச் செல்ல வேண்டும். அனைவரும் ரயிலில் உண்டியலுடன் ஏறி அமர்ந்தார்கள். டிக்கெட் பரிசோதகர் வந்தபோது ஜான்சன், "இந்தி எதிர்ப்பு ஸ்டூ

டன்ஸ்" என்றான். அவர் புன்னகைத்துத் தலையாட்டிச் சென்றுவிட்டார். அந்த ஊரில் நல்ல வரவேற்பு. நல்ல உண்டியல் வசூல். அம்மையப்பனுக்கும் தம்பிரானுக்கும் ஒரு உண்டியல் கொடுத்திருந்தார்கள். அனைவரும் சந்திக்கும் இடத்தை நோக்கி வரும் வழியில் தம்பிரான் உண்டியலைக் கைகளால் நெம்பிக்கொண்டேயிருந்தான். சின்ன இடைவெளி ஏற்பட்டது. யாரும் இல்லாத இடத்தில் கொட்டினான். கைகளில் நாணயங்கள் நிறைந்தன. டிரவுசர் பையில் போட்டுக்கொண்டான். திரும்பவும் நாணயங்களைக் கொட்டி அம்மையப்பனிடம் கொடுத்தான். அம்மையப்பனும் டிரவுசர் பையில் போட்டுக்கொண்டான். "வசூல் ஏன் குறைஞ்சு போச்சுன்னு கேட்டா என்னடா சொல்றது?" என்றான் அம்மையப்பன். "அவ்வளவுதான் வசூல்னு சொல்ல வேண்டியதுதான்" என்றான் தம்பிரான். பரோட்டாக் கடையைப் பார்த்ததும் தம்பிரான், "பசிக்குது, வாடா சாப்பிடலாம்" என்று அம்மையப்பனையும் கூட்டிக்கொண்டு நுழைந்தான். பரோட்டாவும் சுக்கா வறுவலும் சாப்பிட்டார்கள். டிரவுசர் பாக்கெட்டிலிருந்த சில்லறையை எடுத்துக் கொடுத்தார்கள். பெட்டிக் கடையில் பாஸிங் ஷோ சிகரெட் வாங்கிப் புகைத்தார்கள்.

சந்திக்கும் இடத்தில் இவர்களைத் தவிர அனைவரும் ஏற்கனவே வந்திருந்தனர். தாசன், அவர்கள் இருவரையும் தனியே அழைத்துச் சென்று, "பரோட்டாக் கடையில் சில்லறைக் காசைக் கொடுத்துச் சாப்பிட்டது, உண்டியல் காசை எடுத்துத்தானா?" என்றான். இருவரும் பதில் சொல்லாமல் இருந்தார்கள். "நீங்க உண்டியல் காசை எடுத்துச் சாப்பிட்டதாகச் சொல்லி ஒரு வீட்லே காசு கொடுக்க மாட்டேன்னு சொல்லிட்டாங்க" என்றான் தாசன். ஜான்சன் இவர்களை நோக்கி வந்தான். "ஊர்லே போய்ப் பேசிக்குவோம்" என்றான் தாசன். ரயிலில் வரும்போது ஜான்சன் திடீரென எழுந்து, "பொதுக் காசுலே பரோட்டா திங்கறியாடா" என்று தம்பிரானின் சட்டையைப் பிடித்துச் சண்டை போட்டான். "பசிக்கும்னு எங்க அம்மா சேத்துவைச்ச சில்லறைக் காசைக் கொடுத்துச்சு" என்றான் தம்பிரான். அம்மையப்பன் மெதுவாக எழுந்து கழிவறைக்குச் சென்று டிரவுசர் பையிலிருந்த நாணயங்களைக் கழிவறைத் துவாரங்களில் போட்டான்.

ஒரு நாள் அம்மையப்பன் மொபட்டில் சென்றுகொண்டிருக்கும்போது, ஒரு அம்பாஸிடர் கார் அருகில் நெருங்கி வந்துகொண்டிருப்பதையும் அதனுள்ளிருந்து ஒருவர் கை அசைப்பதையும் பார்த்து மொபட்டை நிறுத்தினான். நிறுத்தப்

பட்ட காரிலிருந்து தம்பிரான் இறங்கி வந்தான். விலையுயர்ந்த பேண்ட், சட்டை அணிந்திருந்தான். பணக்காரக் களையுடன் இருந்தான். காரிலிருந்து இறங்கியவுடன் கிங்ஸ் பில்டர் சிகரெட்டைப் பற்ற வைத்துக்கொண்டான். சேலத்தில் இன் சூரன்ஸ் கம்பெனியில் வேலையில் இருப்பதாகத் தெரிவித்து விசிட்டிங் கார்டைக் கொடுத்தான். அம்மையப்பனின் முக வரியைக் கேட்கவில்லை. அவனுடைய மனைவி கூலிங்கிளாஸ் அணிந்திருந்தாள். அவள் டாக்டராக இருப்பதாகத் தெரிவித் தான். அவள் காரைவிட்டு இறங்கவில்லை. தொலைபேசியில் தெரிவித்துவிட்டு சேலம் வருமாறு கூறினான்.

தொடர்பு அறுந்துபோன ஊருக்குச் சென்றிருந்த போது ஜான்சனைச் சந்தித்தான். அவன் டீக்கடை உரிமையாளராக இருந்தான். மார்க்ஸிஸ்ட் கம்யூனிஸ்ட் கட்சியில் பொறுப்பில் இருப்பதாகத் தெரிவித்தான். டீக்கடைக்கு ‘வெண்மணி டீக்கடை’ என்று பெயர் வைத்திருந்தான். “இன்னும் திருமணம் செய்துகொள்ளவில்லை” என்று சிரித்துக்கொண்டே கூறினான்.

தாசனைக் கண்டுபிடிப்பதற்கு மிகவும் சிரமப்பட வேண் டியிருந்தது. மீனவக் கிராமத்திற்குச் சென்று விசாரித்தபோது அந்தப் பெயரில் வேறு சிலரும் இருந்ததால் கண்டுபிடிக்கச் சிரமமாக இருந்தது. இந்தி எதிர்ப்புப் போராட்டத்தில் மாண வர் தலைவராக இருந்தான் என்று சொன்னது எவருக்கும் ஒரு அடையாளமாகத் தெரியவில்லை. அம்மையப்பன் சொன்ன வேறு அடையாளங்களின்படி அவன் கருவாட்டுக் கடை தாசனாக இருக்கக்கூடும் என்று ஒருவர் யூகமாகக் கூறினார். அவன் சென்ற சமயம் தேவாலயத்திலிருந்து ஆட்கள் வந்துகொண்டிருந்தனர். யூகம் பண்ணியவர் கையைக் காட்டினார். அவனேதான். வயதுக்கு மீறிய முதுமை. லுங்கி கட்டியிருந்தான். தோளில் துண்டு போட்டிருந்தான். அவன் மனத்தில் அம்மையப்பன் பற்றிய நினைவுகள் பெரும்பாலும் அழிந்திருந்தன. அவனுக்கு நான்கு மகள்கள். ஒருத்திக்கு மட்டும் திருமணம் முடித்திருந்தான். மூன்று பெண்கள் திருமணமாகாமல் இருக்கின்றனர். மனைவி இறந்து இரண்டு வருடங்களாகின்றன. கருவாட்டு வியாபாரம் செய்துகொண் டிருக்கிறான். அசோகனைப்பற்றி விசாரித்தபோது கடலில் மீன் பிடிக்கச் சென்றபோது சிறீலங்கா ஆர்மிக்காரர்களால் சுடப்பட்டு இறந்துவிட்டதாகத் தெரிவித்தான்.

V

தம்பிரானின் இருப்பிடம் பெரிய பங்களாவாக இருந்தது. உள்ளே நுழைவதற்கு அம்மையப்பனுக்குக் கூச்சமாக இருந்தது.

பள்ளியில் படிக்கும்போது தம்பிரானின் அப்பா ஒரு கடையில் கணக்கு எழுதிக்கொண்டிருந்தார். அவனுடைய அம்மா முறுக்குச் சுட்டுக் கடைகளில் கொடுத்துக்கொண்டிருந்தாள். அம்மையப்பன் வேலையில் இருந்தபோதுகூடத் தம்பிரான் ஒரு மிக்சர் கடையில் பொட்டலம் மடித்துக்கொண்டிருந்தான். அவனுடைய வளர்ச்சி அதிசயமாக இருந்தது.

அழைப்பு மணியை அழுத்தினான். கதவு திறந்தது. வேலைக்காரி நின்றுகொண்டிருந்தாள். "நான் தம்பிரானின் ப்ரெண்ட்" என்றான். அவள் உள்ளே சென்றாள். அவன் நின்றுகொண்டிருந்தான். தம்பிரானின் மனைவி செல்ஃபோனில் பேசிக்கொண்டே வந்தாள். அவன் அருகில் வந்தும் சற்று நேரம் பேசிக்கொண்டிருந்தாள். "யார்?" என்றாள். "நான் தம்பிரானின் ப்ரெண்ட்" என்றான். அவள் திரும்பவும் உள்ளே சென்றாள். சற்று நேரத்தில் தம்பிரான் வந்தான். "எப்ப ஊருக்கு வந்தே? எங்கே தங்கியிருக்கே?" என்று கேட்டபடி உள்ளே அழைத்தான். அம்மையப்பன் சோபாவில் அமர்ந்தான். வீட்டின் அமைப்பு, பொருள்கள் பணக்காரத்தனமாக இருந்தன. அந்தச் சூழ்நிலையில் அன்னியனாக உணர்ந்தான். தம்பிரானின் மனைவி அவர்களைக் கடக்கும்போது, அவன் அம்மையப்பனைக் காண்பித்து, "ஸ்கூல்ல க்ளாஸ்மேட்" என்றான். அவள் தயாரிப்புப் புன்னகையைக் காண்பித்துக் கடந்து சென்றாள். "நான் டிரஸ் மாற்றி வருகிறேன். நம்ம ரெஸ்ட்ஹவுசுக்குப் போவோம்" என்றான் தம்பிரான்.

காரைத் தம்பிரான் ஓட்டிக்கொண்டு வந்தான். அம்மையப்பன் அருகில் அமர்ந்திருந்தான். இருவருக்கும் பால்யகால நினைவுகள் வந்தன. அந்த நினைவுகளே ஒரு சுமையாகத் தோன்றின. தம்பிரானுக்குக் காலத்தில் பின்னோக்கிச் செல்வது சஞ்சலத்தை ஏற்படுத்தியது.

ரெஸ்ட்ஹவுஸ் அழகான, அமைதியான சூழலில் எளிமையாக, வசதியாக அமைந்திருந்தது. தம்பிரான் அயல்நாட்டு மதுவகையை உள்அறைக்குள் நுழைந்து எடுத்து வந்தான். சம்பிரதாயமாகப் பேசிக்கொண்ட பின்னர், பேசுவதற்கு எதுவுமே இல்லாதது போல் தோன்றியது. மௌனம் அவர்களுக்கிடையே பெரும் சங்கடத்தை ஏற்படுத்திக்கொண்டிருந்தது.

இருவருக்குமிடையே நிலவும் மௌனத்தின் உள்ளே நுழைந்தான் அம்மையப்பன். தம்பிரானின் மனைவி சாப்பிட்டுக்கொண்டிருந்தாள். அம்மையப்பனைச் சோபாவில் அமரச் சொன்னாள். "நான் தம்பிரானின் ப்ரெண்ட்" என்றான். "சாப்பிட்டு முடியுங்க" என்று அவன் சொன்னதையும் கேட்காமல் சாப்பாட்டை அப்படியே வைத்துவிட்டுக் கை

கழுவி வந்தாள். வந்தவள், தரையில் வலது காலை மடக்கி இடது காலைக் குத்திட்டு அமர்ந்தாள். மூச்சு இரைத்துக் கொண்டிருந்தது. "உங்க ப்ரெண்ட் பணக்காரனான கதை தெரியுமா? அவன் டாக்டர். அவரு சிகிச்சைக்குப் போனாரு. ஒரு பெண்ணை இடம் பொருள் பார்த்து ஆண் தொட்டால், ஒன்று அவள் பணிந்துவிடுவாள் அல்லது செருப்படி கொடுப் பாள். ஒரு கணம்தான். இப்படியும் ஆகும். அப்படியும் ஆகும். அவள் பணிந்தாள். அவர் பணக்காரனாயிட்டாரு. என்னையும்தான் தொட்டார். நானும் பணிந்தேன். ஆனா எங்கிட்டே பணமா இருக்கு. தரித்திரம்தான் இருக்கு. இரண்டு பிள்ளைகள் இருக்கு. காரு, பங்களா எல்லாம் அவள் பேர்ல தான் இருக்கு. அவரு கடைசிக் காலத்திலே என்கிட்டேதான் வரணும்" என்றாள். மூச்சு இரைப்பில் அவள் உடல் ஆடிக் கொண்டிருந்தது.

VI

நம்பிராஜனைப் பற்றி விசாரித்தபோது அவன் சென்னை யில் உள்ள புரசைவாக்கம் செயிண்ட் ஆண்ட்ரூ கல்லூரியில் உளவியல் துறைப் பேராசிரியராக இருப்பதாக அம்மையப்ப னுக்குத் தெரியவந்தது. அந்தக் கல்லூரியை அடைந்து அவனைப் பற்றி விசாரித்தான். ஜவஹர்லால் நேரு பல்கலைக்கழகத்தில் நடைபெறும் ஒரு கருத்தரங்கிற்காக அவன் தில்லி சென்றிருப்ப தாகத் தெரிவித்தார்கள். அவனைச் சந்திக்க முடியாதது அம்மையப்பனுக்கு ஏமாற்றமாக இருந்தது. பஸ் நிலையத் திற்குச் சென்றான். என்ன செய்வது என்று தெரியாமல் திருப்பறம்பு என்னும் ஊருக்குச் செல்லும் பஸ்ஸில் ஏறினான்.

ஜன்னலோர இருக்கை. கொண்டுவந்திருந்த ஆங்கிலப் பத்திரிகையை வாசிக்க மனம் செல்லவில்லை. ஜன்னல் வழியாகப் பார்த்துக்கொண்டிருந்தான். ஏதோ ஒரு நிறுத்தத் தில் ஏறிய ஒரு முதியவர் அவன் அருகே அமர்ந்தார். மெலிந்த தேகம். கண்ணாடி அணிந்திருந்தார். ஒரு நிறுத்தத்தில் பக்தர்கள் கூட்டம் பஸ்ஸில் ஏறியது. அவரை இடித்துக் கொண்டு ஒரு பக்தர் நின்றார். அவர் எழுந்து அந்த பக்தரை அமரச் சொன்னார். அவர் பார்த்துக்கொண்டிருக்கையிலேயே கூட்டத்தினூடே சென்றுகொண்டிருந்தவர், காணாமல் போனார்.

முதியவர் அவனிடம் கூறிக்கொண்டிருந்தார், "கும்பிட றது ரொம்ப சுலபம். கும்பிட்டுக்கிட்டே இருப்பது ரொம்ப ரொம்ப சுலபம். எல்லோருக்கும் துயரங்கள் இருக்கு. காரணங் கள் அறிய முடியாத துயரங்கள். பீச்சுக்குப் போறமாதிரி, பார்க்குக்குப் போறமாதிரி, வழிபாட்டு இடத்துக்கும் போக லாம். மந்தையிலே ஒருத்தனா இருந்தால் என்ன செய்யறது?"

ஒரு நிறுத்தத்தில் பக்தர்கள் கூட்டம் இறங்கியது. ஒரு விளம்பரப் பலகையில் ஊரின் பெயர் திருக்காட்டுவாசல் என்று இருந்தது. அம்மையப்பன் இறங்கினான். பக்தர்கள் செல்லும் வழியில் சென்றான். “மந்தையிலே ஒருத்தனா இருந்தால் என்ன செய்யறது?” என்ற வாசகம் ஒலித்துக் கொண்டிருந்தது.

உலகளந்த பெருமாள் கோயில் அழைத்துக்கொண்டிருந்தது. பெரிய கோயில். பெரிய கதவு. அகன்ற திறந்த வெளிப் பிரகாரங்கள். உலகளந்த பெருமாள் பிரம்மாண்டமாக இருந்தார். இவ்வளவு பிரம்மாண்டத்தை அவன் பார்த்ததேயில்லை. அர்ச்சகர் கருவறையில் நின்று மணியடித்துத் தமிழில் தோத்திரம் சொல்லிக்கொண்டிருந்தார். “உலகளந்த பெருமாள் ஒரு காலினால் உலகத்தை அளந்தார் . . .” அப்போது உலகளந்த பெருமாளின் கையிடுக்கில் இருந்து ஒரு கரப்பான் பூச்சி வந்து அவர் மார்பில் ஊர்ந்தது. அம்மையப்பனுக்குத் திகிலாக இருந்தது.

அவன் கோயிலுக்கு வெளியே, சாலைக்கு வெளியே, திறந்த வெளியில் விழுந்தான். உடல் சக்தியற்று இருந்தது. ஒரு தொடுகையை உணர்ந்து விழித்தான். ஒரு பெண். பார்க் ஹோட்டல் வண்ணப் படத்திலிருந்து உயிர் பெற்று வந்த அந்தப் பெண், அவனை எடுத்து மடியில் கிடத்தினாள். தலை முடியைக் கோதிவிட்டாள். அவன் குழந்தைபோல் சுருண்டு கிடந்தான்.

காலச்சுவடு 61, ஜனவரி 2005

★

திருமண வரவேற்பு

‘குடும்பம் மகிழ்ச்சியாக இருக்க என்ன செய்ய வேண்டும்?’ என்ற கேள்வியை எழுப்பி, அதற்கான யோசனைகளைத் தெரிவிக்கும்படி, தன் மகன்கள் இருவரிடமும், மனைவியிடமும், அவன் கூறியிருந்தான். அவன் இருக்கும் ஊரில் கடற்கரை இல்லாததால் உட்கார்ந்து பேசுவதற் கான இடத்தைத் தேர்வு செய்வது கடினமானதாக இருந்தது. பிறகு, மீனாட்சியம்மன் கோயில் ஆடி வீதியில் இருக்கும் அரச மரத்தின் கீழ் அமர்ந்து பேசலாம் என்று நினைத்தான். குடியிருக்கும் இடத்திலிருந்து கோயிலுக்குச் செல்வதில் அசௌ கரியம் ஏற்பட்டு, அதனால் காரியம் கெட்டு விடும் எனத் தோன்றியதால், கார் அமர்த்தினான். காரில் சென்றுகொண்டிருக்கும்போது, நண்பர் உறங்காப்புலியின் கடைக்குச் சென்று, அவருடைய மகன் திருமண வரவேற்புக்குச் செல்லாததால், குடும்பத்தினருடன் அவரைச் சந்திக்கலாம் என்று நினைத்தான். பரிசுப் பொருள் வாங்க வேண்டும் என்ற எண்ணமும் இருந்தது. காரில் சென்று கொண்டிருந்தபோது, குடும்பத்தினருடன் பேச வேண்டிய விஷயங்கள் குறித்து யோசனை ஏதும் இல்லை. காரை நிறுத்துவதற்கான இடம் கோயிலி

லிருந்து தூரமாக இருந்தது. கோயிலுக்குள் செல்லும் நுழை வாயிலில் அவன் கூடப் படித்த ஜான் குப்புசாமியின் தேங்காய் – பழக்கடை இருந்தது. நல்லவேளையாக அவன் கடையில் இல்லை. இருந்திருந்தால், சம்பிரதாயமாகப் பேசிக் கொள்வதில் சலிப்பு ஏற்பட்டிருக்கும். வழிக்குழப்பத்தைச் சரி செய்து ஆடி வீதியில் பிச்சைக்காரர்களைக் கடந்துகொண் டிருக்கும்போது, நாதஸ்வர இசை கேட்டது. இடது பக்கம் திரும்பியதும், தங்கத்தேர் நின்று கொண்டிருக்க, நாதஸ்வர வாசிப்பு நடந்துகொண்டிருந்தது. எவ்வளவு பணம் கட்டினால், தங்கத்தேரை இழுக்க அனுமதி என்று தெரியவில்லை.

குடும்பத்தினருடன் முக்கியமான விஷயம் பேச வந்து கொண்டிருக்கையில், தங்கத்தேர் உற்சவர் எதிரே வருவது நல்ல சகுனம் என்ற எண்ணம் அனைவருக்கும் ஏற்படும் என்று நினைத்தான். வந்த காரியம் சுபமாக முடிந்தால், தங்கத்தேர் எதிரில் வந்ததினாலேயே சுபமாக முடிந்தது என்ற எண்ணம் ஏற்படுமே என்ற கவலையும் ஏற்பட்டது. தங்கத்தேரின் அருகில் குடும்பத்தினருடன் சென்றான். ஆச்சரி யமாக இருந்தது. தங்கத்தேரை இழுப்பதற்கு நுகத்தடி இருந்தது. வடமும் இருந்தது. நுகத்தடியை வெளிநாட்டவர்கள் தாங்கி யிருந்தனர். நுகத்தடியைக் கஷ்டப்பட்டு, சுமந்து இழுத்தார்கள். தேர் கடந்து சென்றது. அரச மரத்தின் கீழ் அமர்ந்தார்கள். குடும்பத்தினருடன் பேசிக்கொண்டிருக்கும் போதே, சற்றுத் தள்ளி அமைந்திருந்த இசைத் தூண்களை யாரோ தட்டியதால் ஏற்பட்ட ஓசை கேட்டது. முதல் ஓசையில் இடையூறெனத் தோன்றினாலும், பின்னர் விட்டுவிட்டு ஏற்பட்ட ஓசை, காற் றில் ஏற்படும் இயற்கை ஓசைபோல ஒலித்துக்கொண்டிருந்தது.

கோயிலுக்கு வெளியே வந்தார்கள். பிச்சைக்காரர்கள் கூட்டத்திற்கிடையே, தேர் இழுத்த வெளிநாட்டவர்கள் சிக்கியிருந்தனர். போலீஸ்காரர் பிச்சைக்காரர்களை விரட்டிக் கொண்டிருந்தார். உறங்காப்புலியின் கடைக்குச் செல்வதற்கு முன்னர், பரிசுப் பொருள் வாங்கச் சில கடைகளுக்குச் சென்றனர். ஒன்றும் அமையவில்லை. உறங்காபுலியின் கடை யில் ஒரு விசேஷம் என்னவென்றால், விதவிதமான கத்திகளை யும், அரிவாள்களையும் அங்கு பார்க்கலாம்.

உறங்காப்புலி கல்லாவில் இருந்துகொண்டே சிகரெட் புகைப்பவன். சிகரெட் புகைத்துக் கொண்டிருந்தவன், அவர் களைக் கண்டதும் சிகரெட்டை எறிந்துவிட்டு, எழுந்துநின்று வரவேற்றான். டைபாய்டு காய்ச்சலில் இருந்ததால், அவரு டைய மகன் திருமணத்திற்கு வரமுடியவில்லை என்றான். காபி குடித்துவிட்டு விடைபெற்றுக் கொண்டனர்.

○

அன்று மதியம் மீன் சாப்பாடு சாப்பிட்டு, தூங்கி எழுந்து, சாயந்திரம் எங்கு செல்வது என்ற யோசித்துக் கொண்டிருக்கும்போது உறங்காப்புலியின் மகன் திருமண வரவேற்பு இருப்பது நினைவிற்கு வந்தது. உள்ளதிலேயே நல்ல ஆடைகளை அணிந்துகொண்டான். ஆட்டோவை வரச் சொல்லி, திருமண மண்டபத்திற்குப் போகச் சொன்னான். வழியில் பரிசுப் பொருளை வாங்கிக் கொண்டான். திருமண மண்டபத்தை நெருங்கும்போது, நிகழ்ச்சி நடைபெறுவதற்கான தடயம் ஏதும் திருமண மண்டபத்தில் தெரியாததால், யோசனை ஏற்பட்டது. ஆட்டோ திருமண மண்டபம் அருகே நின்றது. ஆட்டோ டிரைவரிடம் "இன்று என்ன கிழமை?" என்று கேட்டான். டிரைவர் "திங்கட்கிழமை" என்றான். விடுப்பில் இருந்ததால் அவனுக்கு, இன்று ஞாயிற்றுக்கிழமை என்று மயக்கம் ஏற்பட்டுவிட்டது. நேற்று நடைபெற்ற வரவேற்பைத் தவற விட்டதற்கு வருத்தம் அடைந்தான்.

○

காப்ரியல் கார்ஸியா மார்க்வெஸ், பில் கிளிண்டனைச் சந்தித்த பகுதியைப் படித்துக்கொண்டிருக்கும்போது, அவர்களுக்கிடையே வில்லியம் பாக்னரைப் பற்றி நடந்த உரையாடல், அவனுக்கு ஆச்சரியத்தை ஏற்படுத்தியது. வில்லியம் பாக்னர் என்ற பெயரைக் கேட்கும்போதும், படிக்கும் போதும், அவனுக்கு உறங்காப்புலியின் நினைவு ஏற்படுகிறது. அவன் அப்போது பக்கத்து ஊரில் பணிபுரிந்து கொண்டிருந்தான். உறங்காப்புலியை ஒருநாள் சந்தித்தபோது, அவன் பணிபுரியும் ஊரில் உள்ள ஒருவரிடம் சேர்ப்பித்துவிடுமாறு ஒரு காசோலையைக் கொடுத்தார். பணிபுரியும் ஊருக்கு அவன் வழக்கமாக ரயிலில் சென்று கொண்டிருந்தான். அந்தக் காசோலையை, அன்று ரயிலில் படிப்பதற்கு எடுத்துச் சென்ற வில்லியம் பாக்னரின் புத்தகத்தில் வைத்திருந்தான். ரயிலில் செல்லும்போது, அன்று கூட்டமாக இருந்ததனால் புத்தகத்தை ரயிலில் பொருட்கள் வைக்கும், ஆட்கள் படுத்துறங்கும் காலியான மேல் தட்டில் வைத்துவிட்டு நின்றான். ரயில் நிலையத்திலிருந்து சென்று கொண்டிருக்கும்போது, வில்லியம் பாக்னரின் புத்தகத்தை எடுக்காமல் மறதி ஏற்பட்டது நினைவுக்கு வந்தது. அதில் செக் இருந்ததனால், அவனுக்குப் பதற்றம் ஏற்பட்டது. உடனே உறங்காப்புலிக்குத் தொலைபேசியில் தொடர்பு கொண்டு, அவர் வங்கிக்குப் பேசி, அந்தப் பிரச்சினைக்கு முடிவு ஏற்பட்டது. அதிலிருந்து வில்லியம் பாக்னர் என்றாலே உறங்காப்புலியின் நினைவு அவனுக்கு வந்துவிடுகிறது.

இப்போது காப்ரியல் கார்ஸியோ மார்க்வெஸ், பில் கிளிண்டனைச் சந்தித்த பகுதியில் வில்லியம் பாக்னரைப் பற்றி அவர்களுக்கிடையே நடந்த உரையாடலை வாசித்துக் கொண்டிருக்கும்போது, உறங்காப்புலியின் நினைவும், அவருடைய மகன் திருமண வரவேற்பும் நினைவுக்கு வந்தது. திருமண அழைப்பிதழை எடுத்துப் பார்த்தான். நிகழ்ச்சிக்கு இன்னும் பல நாட்கள் இருந்தன. தவறாது செல்ல வேண்டும் என்று அப்போது நினைத்தான்.

குமுதம் தீராநதி, செப்டம்பர் 2003

✶

நள்ளிரவில் சூரியன்

பதிப்பாளர்கள், பத்திரிகையாளர்கள் தந்த நெருக்கடியிலிருந்து தப்பிக்க நேற்று இரவு இராமேஸ்வரம் வந்தேன். நான் நிஜ உலகில் இருக்கிறேனா என்ற சந்தேகம் எனக்கு அடிக்கடி ஏற்பட்டுக்கொண்டிருக்கிறது. நான் வேறு ஒரு ஆளாகத் தோற்றம் கொண்டிருக்கிறேன் என்று சில சமயமும், மக்கள் எப்படி இப்படி மாற்றம் கொண்டனர் என்று சில சமயமும் தோன்றுகிறது. அன்று சென்னை கிறிஸ்தவக் கல்லூரியில் கூட்டம் முடிந்து மேடையை விட்டு இறங்கும்போது, ஆட்டோகிராப் வாங்க வந்தவர்களின் கூட்டத்தில் சிக்கிக்கொண்டபோது எனக்குப் படபடப்பும், தலைக் கிறுகிறுப்பும் ஏற்பட்டன. ஒரு நாவல் எப்படி மனிதக் கூட்டத்தை என்னை நோக்கித் திரும்பிப் பார்க்கும்படி செய்யும் மந்திரத்தைக் கொண்டிருக்கிறது என்ற ரகசியம் மர்மமாகவே இருக்கிறது.

நான் வேலைக்கான போட்டித் தேர்வுகளில் கலந்து கொண்டிருந்த காலத்தில், ‘நள்ளிரவில் சூரியன் உதிக்கும் நாடு – நார்வே’ எனப் படித்திருந்தேன். அப்போது எனக்கு இந்தப் பெயர் ஆவலைத் தூண்டுவதாக இருந்தது. கற்பனைகளைத் தூண்

டிய இந்தப் பெயர் 'நள்ளிரவில் சூரியன்' என்ற சொற்களாக மாறியபோது, நான் இதையே என் நாவலுக்குத் தலைப்பாக்கி னேன். 'நள்ளிரவில் சூரியன்' என்ற பெயர் பல கதவுகளைத் திறந்துகொண்டே சென்றது. திறந்த கதவுகளின் வழியே செல்லச் செல்ல நாவல் உருவாகியது.

இந்த நாவல், இவ்வளவு வாசகர்களை ஈர்க்கும் என்று நான் ஒருபோதும் நினைக்கவேயில்லை. மந்திரம் போல இந்த நாவல் மாறி வாசகர்களை ஈர்த்த விதத்தை என்னால் விளங்கிக் கொள்ள முடியவில்லை. நான் ஒரு மந்திரக்கார னாக மாறிவிட்டேனா என்றும் எனக்குத் தெரியவில்லை. என் முதல் சிறுகதைத் தொகுப்பு எத்தனை பிரதிகள் தயாரா னது என எனக்குத் தெரியவில்லை. அவை தற்போது கிடைக்க வில்லை. இரண்டாவது சிறுகதைத் தொகுப்பு ஆயிரம் பிரதி கள் தயாரிக்கப்பட்டு ஐந்து ஆண்டுகளுக்குப் பின்னும் கடை களில் கிடைத்துக் கொண்டிருந்தது. 'நள்ளிரவில் சூரியன்' நாவலும் முதலில் ஆயிரம் பிரதிகள்தான் தயாரிக்கப்பட்டது. பின்னர் அந்நாவலுக்கான தேவை அதிகரிக்க, கொஞ்சம் கொஞ்சமாகப் பெருகி ஒரு லட்சம் பிரதிகள் தயாரிக்கப்பட்டு விற்பனை நடந்து கொண்டிருக்கிறது.

பதிப்பாளர்கள் என்னிடம் முன்பணம் கொடுத்து ஒப்பந் தம் செய்ய வந்தனர். பிரபல பத்திரிகைகளைச் சேர்ந்தவர்கள் வாரம் ஒரு பக்கம் எழுதச் சொல்லிக் கேட்டனர். தொலை பேசி மூலம் வரும் தொந்தரவுகளைத் தாங்க முடியாமல் ரிசீவரை எடுத்துக் கீழே வைத்துவிட்டேன். ஒரு பத்திரிகை யாளர், கல்லூரியில் படிக்கும் என் மகளை அதே கல்லூரியில் படிக்கும் அவர் மகள் மூலமாக அணுக, என் மகளும் அந்தப் பத்திரிகையாளருக்காகச் சிபாரிசு செய்தாள். இந்நிலையில் 'நள்ளிரவில் சூரியன்' பதிப்பாளரிடம் அடுத்த நாவலுக்கான முன்பணம் வாங்கிவிட்டேன்.

அவரிடமிருந்து தப்பிப்பதற்காகத்தான் நான் இராமேஸ் வரம் வந்து தங்கியிருக்கிறேன். ஜன்னல் வழியே கடல் அலை கள் கொந்தளித்து உருவாவதைப் பார்த்துக் கொண்டிருந்தேன். ரூம் பாய் என்னைப் பார்த்ததும் சற்று திகைத்து நின்றான். 'நீங்கள் நள்ளிரவில் சூரியன் எழுதியவர்தானே? போட்டோ வில் பார்த்தது போலவே இருக்கிறீர்களே...!' என்றான். நான் புன்னகைத்தேன். டீ கொண்டு வரச்சொன்னேன். நேற்று இரவு பஸ்ஸில் வந்தபோது கண்டக்டர் என்னை அடையாளம் கண்டு பணம் வாங்க மறுத்து டிக்கெட் கொடுத்தார்.

அறையைவிட்டு வெளியே வந்தேன். ரிசப்ஷனில் இருந் தவன் அருகில் வந்து, 'ஸார் நேற்று இரவு உங்களை அடை

யாளம் தெரியவில்லை. இந்த ரூபாய் நோட்டில் உங்கள் கையெழுத்தைப் போட்டுக் கொடுங்கள். என் மனைவி உங்கள் ரசிகை' என்றான். கையெழுத்திட்டு விட்டு, ஹோட்டலிலிருந்து வெளியே வந்தேன். கடற்கரையில் நின்றேன். காற்று வேகமாக வீசிக்கொண்டிருந்தது. நான் தங்கியிருக்கும் ஹோட்டல் இருந்த நிலத்தில் முன்பு நிறைய பனைமரங்களும் சோழி சங்குகள் விற்கப்படும் சிறு மண்டபமும் இருந்திருந்தன. பல்லாங்குழியில் விளையாட அக்காவிற்குச் சோழிகள் வாங்கிச் சென்றது நினைவிற்கு வந்தது.

கடற்கரையிலிருந்து விலகி தெருக்கள் பக்கம் வந்தேன். என் முன்னால் தெரியும் இத்தெருவிற்குப் பெயர் வடக்குத் தெரு. இதில் சென்று இடது பக்கம் பிரியும் இரண்டாவது தெருவில் சென்றால், அங்கு ஒரு பிள்ளையார் கோயில் இருக்கும். நான் அதை நோக்கிச் சென்றேன். எனக்கு இருதயத் துடிப்பு கூடியது. பிள்ளையார் கோயிலை நோக்கிச் செல்ல வேண்டாம் என்று தோன்றியது.

அப்பா, அக்கா, நான் மூவரும் பிள்ளையார் கோயில் உள் பிரகாரத்தைச் சுற்றி வருகிறோம். 'பிள்ளையாரப்பா . . . எடுத்த காரியம் விக்கினம் இல்லாமல் முடியணும்ப்பா' என்று அப்பா வாய்விட்டுக் கூறுகிறார். கோயிலை விட்டு வெளியே வருகிறோம். அக்கா, அப்பா கையைப் பிடித்துக் கொண்டிருக்கிறாள். வேன் வந்து நிற்பதை நான் பார்த்தேன். அதிலிருந்தவர்கள் கத்திக்கொண்டே கையில் ஆயுதத்துடன் ஓடி வந்தனர். என்ன நடந்தது என்று தெரியவில்லை. அக்கா, அப்பா காலைக் கட்டிக்கொண்டு கத்தினாள். அக்காவை உதறிவிட்டு அப்பா இங்கும் அங்கும் ஓட, அடுத்த பார்வையில் அப்பா தரையில் ரத்தத்துடன் துடித்துக் கொண்டிருந்தார். சற்றுத் தள்ளி அக்கா ரத்தத்துடன் கிடந்தாள். நான் தேங்காய் – பழக் கடைக்குள் இருந்தேன். கடையில் இருந்தவர்கள் கடையை அடைப்பதிலேயே முனைப்பாக இருந்தனர். நான் அழுதுகொண்டிருந்தேன். வந்தவர்கள் கூச்சலுடன் வேனில் ஏறிச்சென்றனர். கடைக்காரர்களும் பூ விற்பவர்களும் பரபரப்புடன் கடைகளை அடைத்துக்கொண்டிருந்தார்கள். என் முன்னால் இரண்டு பிணங்கள்.

கோயிலை நெருங்கும்போது, நாதஸ்வர ஓசை கேட்டது. 'தத்வமறிய தரமா' என்ற அப்பாடலுடன் என் மனம் சஞ்சரித்தது. கோயிலும், தெருவிலுள்ள வீடுகளும் சுற்றுப்புறங்களும் மாறியிருந்தன. கோயில் வாசலில் நின்றேன். எந்த இடத்தில் இரண்டு பிணங்கள் கிடந்தன; இங்கேயா, அங்கேயா, அங்கேயில்லை இங்கேயா என்று மாறி மாறித் தோன்றியது.

சற்று நேரம் அஞ்சலி செலுத்துவது போல் மௌனமாக நின்றேன். கடைக்காரர் என்னை வணங்கி தேங்காய் – பழத் தட்டைக் கொடுத்தார். 'நள்ளிரவில் சூரியன் படித்திருக்கிறேன் ஸார், தனியாக வந்திருக்கிறீர்களா? வாங்கிக் கொள்ளுங்கள்' என்றார். நான் மறுத்து விட்டேன். அன்று ஒண்டி நின்ற கடை எது என்று யோசித்தேன். ஏற்பட்டிருந்த மாறுதலில் தெரியவில்லை.

கோயிலினுள் சென்றேன். ஒரு முதியவர் தனியாக நாதஸ் வரம் வாசித்துக்கொண்டிருந்தார். நான் பிள்ளையாரைப் பார்த்துவிட்டு, கோயிலைச் சுற்றி வந்தேன். நாதஸ்வரம் வாசிக்கிறவரைப் பார்க்கிற மாதிரி ஒரு இடத்தில் உட்கார்ந் தேன். வாசித்த பாடலை முடித்ததும், நாதஸ்வரத்தை நட்டக் குத்தலாக வைத்தார். நான் அவரிடம் சென்று, 'கல்யாண வசந்தம் – நாதலோலுடை வாசிக்க முடியுமா' என்று கேட் டேன். அவர் கண்களைச் சுருக்கி என்னைப் பார்த்தார். நான், 'ரீதிகௌளை நன்றாக வாசித்தீர்கள்' என்றேன். உடனே அவர் நாதஸ்வரத்தை எடுத்து ஆலாபனையை ஆரம்பித்தார்.

என்னைப் பற்றி விசாரித்தார். நான் 'கதை எழுதுகிறவன்' என்றேன். 'சினிமாவுக்கா?' என்றார். நான் அவரைக் குழப்ப வேண்டாம் என்று 'ஆமாம்' என்றேன். 'மெட்ராஸ் வந்தால் ஷூட்டிங் பார்க்கலாமா?' என்றார்.

தெருவில் சென்று கொண்டிருந்தபோது, கயிறறுந்து வானில் மிதக்கும் பலூன் படிமம் தோன்றியது. ஞாபகத்தில் இருந்ததற்குச் சம்பந்தமில்லாத, மாறியிருந்த தெருவில் சென்று கொண்டிருந்தேன். சமீப காலமாக, என்னைத் தெரிந்து பார்க்கிறார்களா தெரியாமல் பார்க்கிறார்களா, என்னைத் தெரிந்து பேசுகிறார்களா தெரியாமல் பேசுகிறார்களா என்று அறிய இயலாத நிலையில் இருக்கிறேன்.

பெட்டிக் கடைக்குச் சென்று சிகரெட் வாங்கிப் பற்ற வைத்தேன். அருகே ஸ்டூலில், ராணுவ உடையில் இளைஞு னின் மார்பளவு பிரேம் பண்ணிய படம் வைக்கப்பட்டிருந்தது. அதன் முன் வைக்கப்பட்ட வாழைப் பழத்தில் சொருகப்பட் டிருந்த ஊதுபத்திகளின் புகை படத்தின் மேல் அலைந்து கொண்டிருந்தது. அருகே 'கார்கில் போரில் வீரமரணம் அடைந்த கேப்டன் சந்திரபோஸ் வாழ்க' என்று தட்டியில் எழுதி வைக்கப்பட்டிருந்தது. நான் கேப்டன் சந்திரபோஸைப் பற்றி விசாரித்தேன். பெட்டிக்கடைக்காரர், உற்சாகமாக, கேப்டன் சந்திரபோஸ் இந்தத் தெருவைச் சேர்ந்த சுகு என்ற சுகந்தியின் மகன் என்றும், திருச்சிராப்பள்ளியில் அவளைக்

கட்டிக் கொடுத்தார்கள் என்றும், அவருடைய ஒரே மகன் என்றும் தெரிவித்தார்.

சுகு என்ற சுகந்தி பேரழகி. அவளைப் பார்த்திருந்த சுற்றுத் தெருவிலுள்ளவர்கள் கற்பனைகளையும், காமத்தையும், மனதின் தவிப்புகளையும் வளர்த்துக்கொண்டிருந்தார்கள். அவளுக்கு என் அக்கா வயது அல்லது சற்றுக் கூட இருக்க லாம். அவள் அழகைக் கண்டு பயந்த பெற்றோர் படிப்பைப் பாதியிலேயே நிறுத்திவிட்டார்கள். அவளை வெளியில் பார்ப்பது அரிதான விஷயமாகிவிட்டது. நான் அவளைச் சில விசேஷங்களில் பார்த்திருக்கிறேன். அவள் அழகின் பிர காசத்தைக் கண்டு பிரமிப்பு ஏற்பட்டிருக்கிறது. கூட இருக்கிற வர்களை, பார்ப்பவர்கள் பொருட்படுத்தாது மறைத்துவிடும் அழகு. இருக்கும் இடத்தில் இவளே பிரதானம்.

என் அப்பா ஒரு வாளை உறையிட்டு வைத்திருந்தார். விசேஷ நாட்களில் பூஜையின்போது வாளை உறையிலிருந்து எடுப்பார். பளபளப்பும் கூர்மையும் கலந்து மின்னும் அந்த வாளைப் போலிருந்தாள் அவள்.

நான் பெட்டிக்கடைக்காரனிடம் கேப்டன் சந்திரபோஸின் பெற்றோர்களைப்பற்றிக் கேட்டேன். அவரின் தந்தை கேன்ஸரில் இறந்து பலகாலமாகிவிட்டது என்றும், தாயார் திருச்சிராப்பள்ளியிலும் இங்குமாகவும் இருப்பார் என்றும் கூறினார். திடீரென சாவி முடுக்கப்பட்ட பொம்மைபோல 'அதோ சுகு வர்றாங்க' என்றார். தலைமுடி முழுவதும் வெள்ளையாக நரைத்து, புருவங்களும் வெள்ளையாக நரைத்து கடுமை தொனிக்கும் சூனியக் கிழவி போல் தோன்றிய அவள் கடையை நோக்கி வந்துகொண்டிருந்தாள். கடைக்கு வந்து அங்குவிலாஸ் புகையிலையும் கொட்டப்பாக்கும் வெற்றிலையும் கேட்டாள்.

நான் ஹோட்டலுக்குத் திரும்பிக் கொண்டிருந்தேன். வானில் பலூன் அலைந்து கொண்டிருக்கும் படிமம் தோன்றிக் கொண்டேயிருந்தது. இந்தத் தெரு வழியே வந்தபோது, ஒரு காலத்தில் முன்புறம் பூவரசு மரம் நின்றிருந்த அந்த வீட்டைக் கவனமாகச் சற்று நேரம் நின்று பார்த்து நடந்தேன். மனம் கலங்கியது. அனுமார் தீர்த்தம் என்ற இடத்தை நோக்கி நடந்தேன். குளமும், சுற்றி மரங்களும் சிறு விக்கிரகங்கள் உள்ள சிறு கோயில்களும் உள்ள அழகான இடம் அது. அந்த இடத்தைத் தற்போது நெருங்கும்போது காய்ந்த இலை கள் தரையை மறைத்து நிரம்பியிருந்தன. நடக்கும்போது சரசரவென சப்தம் பரவியது. உதிர்வதற்காகவே இலைகள் முளைப்பது போல் அவ்வளவு இலைகள் கீழே கிடந்தன.

குளம் பாசி படர்ந்திருந்தது. ஒரு மரத்தினடியில் ஒரு பெண் அழுக்கான துணி மூட்டையுடன், வெறித்த பார்வையுடன் சாய்ந்து உட்கார்ந்திருந்தாள்.

அந்த மரத்தில் மட்டுமல்லாது சுற்றியுள்ள மரங்களிலும் பல இடங்களில் மூர்த்தி என்ற பெயர் கல்லினால் செதுக்கப் பட்டிருந்ததைப் பார்த்தேன்.

நான் மீண்டும் கடற்கரைக்கு வந்தேன். நிறுத்தி வைத் திருந்த செல்போனை இயக்கி டயல் செய்தேன். பதிப்பாளர் ஜூலியஸ் பால் கரிகாலனிடம் பேசினேன். என்னைத் தேடிக் கொண்டிருப்பதாகக் கூறினார். ‘என்னைத் தேட வேண்டாம். நான் இங்கிருந்து திருவனந்தபுரம் சென்று மனமாறுதலுக்காக மாலத்தீவுகளுக்குச் செல்ல இருக்கிறேன். திரும்பி வரும்போது உங்களுக்கு நாவல் தயாராக இருக்கும்’ என்றேன்.

ஹோட்டலுக்குத் திரும்பினேன். என்னைக் கடந்து சென்ற ரிசப்ஷனிஸ்ட் ‘நள்ளிரவில் சூரியன்’ எனக் கூறிக் கையசைத்துச் சென்றான். வானில் பலூன் பறந்துகொண் டிருந்தது.

குமுதம் தீபாவளி மலர், 26.10.2000

✶

புனைவுகளின் உரையாடல்

நானும் நண்பர் கிளாடியஸ் குலோத்துங் கனும், அந்த ஹோட்டலின் மொட்டை மாடியில் அமர்ந்திருந்தோம். குளிர் சாதன வசதி செய்யப் பட்ட அறைக்குள் மது அருந்துவதைக் காட்டிலும், உயரமான மொட்டை மாடியில் மது அருந்து வதே பிரியந்தரக்கூடியதாக உள்ளது.

நண்பர் நகரிலுள்ள ஸ்டார் ஹோட்டல் ஒன்றின் நிர்வாக இயக்குநர். தெருவோரக் கடை களில் உணவு சாப்பிடுவதும் இதைப்போன்ற இடங்களில் மது அருந்துவதுமே அவருக்கு உண் மையில் பிடிக்கும். ஸ்டார் ஹோட்டலின் உடை மையாளர், இப்படி சாப்பிடுவதிலும் மது அருந்து வதிலும் உள்ள பிரச்சினை காரணமாக அதைத் தவிர்த்து விடுவது வழக்கம். வெளியூர் என்றால் பிரச்சினை இல்லை. நண்பர் எனக்காக வந்திருந் தார். தவிர புறாத்தோப்பிலுள்ள இந்த ஹோட்ட லில் உள்ளவர்களுக்கு அவரைத் தெரியவும் செய் யாது. ஊழியர்களை நிர்வகிப்பதில் அவருக்குள்ள உளவியல் பிரச்சினைகள் பற்றியும் ஆங்கிலோ இந்திய ரிசப்ஷனிஸ்ட் பெண்ணின் பாவனைகள் பற்றியும் பேசிக்கொண்டிருந்தார். நான் அவரு டன் பேசிக்கொண்டே அடுத்த டேபிளில் எனக்

கெதிரே அமர்ந்திருந்த அன்னிய நாட்டுப் பெண்ணைப் பார்த்துக் கொண்டிருந்தேன். அறிவான முகம், நிறம் வெள்ளை அல்ல; பளபளக்கும் மாநிறம். தலைமுடி கறுப்பாக இருந்தது. அழகாக இருந்தாள். அவளுக்கு எதிரே அமர்ந்திருந்த அன்னிய நாட்டு மனிதன் வெள்ளையாக இருந்தான்.

அன்னிய நாட்டு மனிதர்களைச் சந்திக்கும் சூழலில், அவர்கள் எந்த நாட்டைச் சேர்ந்தவர்கள் என விசாரிப்பது என் வழக்கம். நான் படித்துக் கொண்டிருந்தபோது, தெலுங்கு டப்பிங் சினிமா பார்க்கச் சென்ற தியேட்டருக்கருகே இருந்த டீக்கடையில் பார்த்த ஜெர்மனியைச் சேர்ந்த இருவரைப் பற்றி ஏற்கனவே 'பீஹாரும் ஜாக்குலினும்' என்ற சிறுகதையில் எழுதியிருந்தேன். நான் பாரிஸில் இருந்தபோது யதேச்சையாக வாங்கிய புத்தகத்தின் ஒரு பகுதியில் நான் அவர்களை அப் போது சந்தித்த விவரம் பற்றி அப்புத்தகத்தின் ஆசிரியர்களான அவர்கள் குறிப்பிட்டிருந்ததைப் பார்த்து எனக்கு ஆச்சரியம் ஏற்பட்டதையும், பீஹாரில் கணவரைக் கலவரத்தில் இழந்து அழுதுகொண்டிருந்த பெண்ணும் ஜாக்குலின் என்ற பெயர் கொண்ட அவளும் ஒருவர்தானா என்ற சந்தேகம் ஏற்பட்ட தையும், அவளைச் சந்திக்கும் வாய்ப்பை ஒரு இழையில் தவறவிட்டதையும் அச் சிறுகதையில் நான் குறிப்பிட் டிருந்தேன்.

நான், நண்பரிடம் 'எக்ஸ்க்யூஸ் மி' என்று நாடகப் பாணியில் கூறிவிட்டு, கை கழுவச் செல்வதான பாவனையில் அவர்களைக் கடந்து சென்று, கைகளையும் கழுவிவிட்டு, திரும்பி வரும்போது அவர்கள் டேபிளருகே நின்று சிகரெட் பற்ற வைத்தேன். அவனையும், அவளையும் பார்த்துப் புன் னகைத்தேன். பிறகு அவனருகே அமர்ந்தேன். அவனைப் பற்றி விசாரித்தேன். அவன் பிரான்ஸ் நாட்டைச் சேர்ந்தவன் என்றும் ஓவியன் என்றும் கூறினான். அந்தப் பெண்ணிடம் அவளைப் பற்றி விசாரித்தேன். அவள் மொராக்கோ நாட்டைச் சேர்ந்தவள் என்றாள். சில வருடங்களுக்கு முன் நான் 'க்ரையோஜெனிக்ஸ்' தொடர்பான கருத்தரங்கில் கலந்து கொள்ள பாரிஸ் வந்தது பற்றி இப்போது ஏதும் கூறவில்லை (இவ்விஞ்ஞானத்தில் தற்போது எனக்கு நாட்டமில்லை.) எனக்கு ஓவியங்கள் பற்றி அதிக அறிவு கிடையாது. அச்சம யத்தில் எனக்கு 'டாலி' என்ற ஓவியர் பெயர் நினைவிற்கு வந்தது. அவர், இத்தாலியா, பிரான்ஸா, ஸ்பானிஷா அல்லது வேறு நாட்டவரா என்று எனக்குத் தெரியவில்லை. எனவே ஜாக்கிரதையாக டாலி ஓவியங்களைப் பற்றி விசாரித்தேன். எனக்குத் தெரிந்த சில பிரெஞ்சு நாவலாசிரியர்களின் பெயர்

களைக் குறிப்பிட்டேன். அவனுக்கு ஆச்சரியமாக இருந்தது. இதுதான் எனக்குத் தேவை. இந்தியாவில் தமிழ்நாட்டில், மதுரையில் புறாத்தோப்பு தெருவிலுள்ள கந்தசாமிக் கோனார் ஹோட்டலின் மொட்டை மாடியில் ஒருவர் வந்து, டாலி ஓவியங்களைப் பற்றி விசாரித்தார் என்றும், பிரெஞ்சு நாவலா சிரியர்களைப் பற்றிக் குறிப்பிட்டார் என்றும் பேசுவான்; எழுதவும் செய்வான். மொராக்கோ நாட்டைப் பற்றி எதுவும் தெரியாத துர்பாக்கிய நிலையில் நான் இருந்தேன். அவளிடம் மொராக்கோ நாட்டைப் பற்றி விசாரித்தேன். மொராக்கோ நாடு பிரெஞ்சுக் காலனியாக இருந்து மார்ச் 2, 1956 ஆம் ஆண்டு விடுதலை பெற்றது என்றும், இஸ்லாம் மதத்தினைச் சேர்ந்தவர்கள் அதிகம் என்றும், அரசர் பெயர் ஹாசன் II என்றும், பிரதம மந்திரி பெயர் அப்துல் ரஹ்மான் யூசுப் என்றும், பார்லி, கோதுமை, பேரீச்சம்பழம் ஆகியவை முக்கியப் பயிர்கள் என்றும் கூறினாள். மொராக்கோ நாட்டின் சரித்திரத்தையும், பூகோளத்தையும் அறிந்தவனாக விடை பெற்று என் நண்பனிடம் மீண்டும் வந்தேன்.

அந்தப் பெண்ணின் வித்தியாசத் தோற்றம், நண்பரையும் கவர்ந்திருக்க வேண்டும். அந்தப் பெண்ணைக் குறிப்பிட்டு 'எந்த நாடு?' என்று கேட்டார். நான் 'மொராக்கோ' என்றேன். 'வித்தியாசமாக இருக்கிறாள்' என்றார்.

அடுத்த ரவுண்டுக்குப் போனோம். இந்தச் சந்தர்ப்பத்தில் 'பீஹாரும் ஜாக்குலினும்' சிறுகதை நினைவிற்கு வந்து கொண்டேயிருப்பதற்கான காரணங்களை யோசித்துக் கொண்டிருந்தேன். அத்துடன் மது அருந்தும் சந்தர்ப்பங்கள் பற்றி அடிக்கடி கதைகளில் வர நேர்வது பற்றியும் யோசித்துக்கொண்டிருந்தேன். நண்பரிடம் இவை பற்றிக் கூறினேன். 'வாழ்வில் மது அருந்தும் சந்தர்ப்பங்கள் அதிகமானால். கதைகளிலும் அவை வரத்தானே செய்யும்? மது அருந்தும் சந்தர்ப்பங்கள் கிரியேட்டிவானவை' என்றார். நல்ல சாக்கு என்று எடுத்துக் கொள்வதா, நல்ல காரணம் என்று எடுத்துக் கொள்வதா என்று யோசனை ஏற்பட்டது.

சர்வர், ஆர்டர் பண்ணியிருந்த சூடான எலும்புகளற்ற கோழித்துண்டுகளையும், முட்டைப் பொரியலையும் கொண்டு வந்து வைத்தான். நண்பர், ஹோட்டலுக்கு அவர் வாங்கியுள்ள சோபாக்களைப் பற்றிப் பேச ஆரம்பித்தார். தற்போது, ஹாங்காங்கிலிருக்கும் என் கஸினின் மார்க்கெட்டிங் திறமை பற்றி நானும் கூறினேன். அவருடன், நான் கோவையில் தங்கியிருந்த போது ஏற்பட்ட ஒரு நிகழ்ச்சி என் நினைவுக்கு வந்தது.

நானும் என் கஸினும், ராபர்ட் என்பவருக்காக மதுவும், கொறிப்பதற்கான காரங்கள், சுண்டல் ஆகியவைகளையும் வாங்கி வைத்திருந்தோம். அவர் மாலை ஆறு மணிக்கு வருவதாகக் கூறியிருந்தார். மணி ஆறேகால் ஆகியிருந்தது. நான் 'நாம் ஆரம்பிப்போம்; அவர் வந்து கலந்து கொள்ளட்டுமே' என்றேன். 'அவரிடம் பிஸினஸ் பேச வேண்டியிருக்கிறது. அவர் வந்தபின் ஆரம்பித்தால் அவருக்கு முக்கியத்துவம் கொடுப்பது போல் இருக்கும்' என்றார் கஸின். அவர் ஆறரை மணிக்கு வந்து அனைவரையும் போல மன்னிப்புக் கேட்டார்.

ஆரம்பமாகியது. சற்று நேரத்திலேயே பிஸினஸ் படிந்து விட்டது. இனி சற்று இறுக்கமின்றி இருக்கலாம். வந்திருந்தவன் அதிக மதுப்பழக்கம் இல்லாதவன் எனத் தோன்றியது. மது அவனுக்குப் பரவசத்தை ஏற்படுத்திக்கொண்டிருந்தது.

'என் மனைவி மிக அழகானவள்; ஆனால் அவள் இப்போது உயிருடன் இல்லை, தெரியுமா?' என்றான் ராபர்ட். அவனுக்குப் போதை ஏறிவிட்டது என்ற எண்ணத்தை நானும் கஸினும் ஒருவரையொருவர் பார்த்துப் பரிமாறிக்கொண்டோம்.

'நான் கல்லூரியில் மூன்றாமாண்டு படித்துக்கொண்டிருந்தபோது அவள் ஒரு பெண்கள் கல்லூரியில் முதலாமாண்டு படித்துக்கொண்டிருந்தாள். 27சி நல்லூர் பஸ்ஸில் அவள் ஏற வேண்டும். பஸ் ஸ்டாப்பில்தான் . . . ஸார் . . . எங்கள் காதல் வளர்ந்தது. நாங்கள் இருவரும் ஒரே மதம். ஆனால் அவர்கள் பிள்ளைமார். நாங்கள் கவுண்டர். எவ்வளவு கடிதங்கள்! இன்னும் பத்திரமாக வைத்திருக்கிறேன். இரு வீடுகள் எதிர்ப்புகளுக்கிடையே நாங்கள் பதிவுத் திருமணம் செய்து கொண்டோம். முதல் குழந்தை பிறந்ததும் அவர்கள் வீட்டில் உள்ளோர் சேர்ந்து கொண்டார்கள். அதுவரை பயங்கரக் கஷ்டம். எனக்குச் சரியான வேலையில்லை. பிரசவச்செலவுக்குக் கையில் காசில்லை. அவள் வீட்டிலுள்ளோர் சேர்ந்த பின்னர்தான் என் கஷ்டம் தீர்ந்தது. இரண்டு குழந்தைகள் . . . இரண்டும் பெண் குழந்தைகள். திடீரென்று இருதய நோய் ஏற்பட்டு இறந்துபோய் விட்டாள் ஸார். இரண்டு பெண் குழந்தைகளை வைத்துக்கொண்டு அவர்களை நான் எப்படி வளர்த்து திருமணம் செய்து கொடுக்க முடியும். வாழ்க்கை என்பதே கஷ்டமதான். இப்படி என்னை விட்டுப் போய்விட்டாள். அவளை மறக்க முடியவில்லை. அவள் எனக்கு எழுதிய காதல் கடிதங்கள்தான் எனக்கு ஆறுதல் தருகின்றன.'

இப்படி ஒரு நிலைமை அவனுக்கு ஏற்பட்டதற்காக நாங்கள் வருந்தினோம். அவனுடைய வெள்ளை மனது

எங்களைக் கவர்ந்ததாகக் கூறினோம். பார்ட்டி போதுமென்று முடித்துக் கொண்டோம். ராபர்ட் எழுந்து நின்ற நிலையில் தள்ளாடினான். அவனைப் பத்திரமாகக் காருக்குச் செல்லும் படி கூறினோம். ‘கூட வரவா’ என்று கேட்டதற்கு, ‘வர வேண்டாம்’ என்று கூறி தள்ளாடியபடி நடந்து சென்றான். நாங்கள், அவன் சென்ற பின்னர் வருத்தங்களைப் பரிமாறிக் கொண்டோம்.

இரண்டு நாட்கள் கழித்து, நானும் என் கஸினும் காரில் சென்று கொண்டிருந்த போது, ராபர்ட்டும், ஒரு பெண்ணும், இரு பெண் குழந்தைகளும் காரிலிருந்து இறங்கி ஒரு ரெஸ்டாரன்டுக்குள் செல்வதைப் பார்த்தோம். எனக்கும் கஸினுக்கும் பெரிய ஆச்சரியமாக இருந்தது. காரை நிறுத்தி விட்டு ராபர்ட்டின் கார் டிரைவரை அழைத்தோம். எங்களை அறிமுகப்படுத்திக்கொண்டு ஒரு மாதிரியாக ராபர்ட்டின் குடும்பத்தைப் பற்றி விசாரித்தோம். மனைவி, குழந்தைகளுடன் ராபர்ட் சாப்பிடச் செல்வதாக டிரைவர் கூறினான். மனைவி இறந்துவிட்டதாகக் கேள்விப்பட்டதாகக் கூறியதற்கு டிரைவர் எங்களை முறைத்து, ‘அதுதான் உயிரோடு போறாங்களே ஸார்’ என்றான்.

கஸின் கார் ஓட்டிக்கொண்டு வந்தார். ‘ஏன் பொய் சொன்னான்?’ என்றார். ‘புனைவு மர்மம் மிகுந்தது’ என்றேன். கார் சென்றுகொண்டிருந்தது.

இந்தச் சம்பவத்தைத் தற்போது கிளாடியஸ் குலோத்துங்கனிடம் கூறினேன். ‘ஏன் இப்படிக் கூறினான்?’ என்றார். நான் மௌனமாக இருந்தேன். நண்பர் எழுந்து கை கழுவி வந்தார். பேப்பரில் கையைத் துடைத்துவிட்டு சிகரெட் பற்ற வைத்தார்.

‘நடந்த சம்பவமாக நான் கூறியது அனைத்தும் புனைவு’ என்று கூறினேன். நண்பர் சிகரெட்டை இழுத்துப் புகையை விட்டார். ‘உண்மையைச் சொல்லிவிட்டுப் புனைவு என்று ஏமாற்றுகிறீர்களா?’ என்றார். ‘இல்லை; புனைவை உண்மை போலச் சொன்னேன்’ என்றேன். நண்பர் மௌனமாக சிகரெட் பிடித்துக் கொண்டிருந்தார்.

மொராக்கோ நாட்டுப் பெண்ணும், பிரான்ஸ் நாட்டு ஆணும் எங்களிடம் கை குலுக்கி விடைபெற்று மறைந்தார்கள்.

ஆரண்யம், சித்திரை - வைகாசி - ஆனி 2000

★

வெற்றுப் படகுகள்

துர்க்கா பவன் ஓட்டல் முதலாளி சிகாமணி வீட்டில் சில லட்சங்கள் திருடப்பட்டு, அவர் கத்தியால் குத்தப்பட்ட தகவல் காவல் நிலையத் திற்குக் கிடைத்தபோது இன்ஸ்பெக்டர் ஆற்றங் கரையானும் கான்ஸ்டபிள் ஜானும் ஒரு கொலை வழக்கிற்காக கோர்ட்டில் ஆஜராகியிருந்தனர்.

வழக்கு விவரம்: லேட் ராக்கப்பன் மனைவி பௌர்ணமியம்மாள் (வயது 65) மதியம் வீட்டில் படுத்திருந்தபோது அவர் அணிந்திருந்த நகை களைப் பெரிய யானை மகன் சின்னயானை பறித்தபோது ஏற்பட்ட தகராறில் அவரைக் கொன்று நகைகளை எடுத்துக் கொண்டு ஓடிவிட் டான். சின்னயானை கைது செய்யப்பட்டு, சாட்சி வழிவிட்டான் முன்னிலையில் நகைகளும் கொலை செய்ய உபயோகித்த ஆயுதமும் கைப்பற் றப்பட்டன.

அன்று கண்ணுச்சாமி மகன் வழிவிட்டான் அப்போது இன்ஸ்பெக்டராக இருந்த செபாஸ்டி யன் செல்வராஜ் அழைத்து வரச் சொன்னதன் பேரில் காவல் நிலையத்திற்குள் நுழைந்திருந்தான். “ரொட்டிக்கடை வழிவிட்டான் வந்திருக்கார் . . . அவருகிட்டே காசு வாங்கிட்டுப் போய் எல்லோ

ருக்கும் அய்யாவுக்கும் சேர்த்து டீ வாங்கிட்டு வா” என ரைட்டர் அருகிலிருந்த பையனிடம் கூறினார். வழிவிட்டான் பையனிடம் இருபது ரூபாய் கொடுத்தான். பிறகு இன்ஸ்பெக்டரிடம் சென்று சலாம் வைத்தான். இன்ஸ்பெக்டர், வழிவிட்டானின் ரொட்டிக்கடையில் அடிக்கடி ரொட்டி, ஜாம் வாங்குவதன் மூலம் வழிவிட்டானுக்கு சற்று மதிப்பு கூடியிருந்தது.

இன்ஸ்பெக்டர் கூறினார்: “அந்தக் கிழவி பௌர்ணமியம்மாள் கொலை சம்பந்தமா எதிர்வீட்டு சின்னயானையைத் தேடிக்கிட்டிருந்தோமில்லையா ... இப்ப அவனைப் பிடிச்சுட்டோம். குற்றத்தை ஒப்புக்கிட்டான். நகைகள், ஆயுதம், எல்லாத்தையும் கைப்பத்தியாச்சு. இன்றைக்கு மதியம் இரண்டு மணிக்கு பஸ் ஸ்டாண்டிலே அவனைப் பிடிச்சு விசாரிச்சிக்கிட்டிருந்தப்ப நீங்க வந்ததாகவும் அப்புறம் உங்களைக்கூட கூட்டிக்கிட்டே போய், நகைகளையும் ஆயுதத்தையும் கைப்பத்தினதாகவும் சாட்சியாக கேஸ்ல சேத்துருக்கோம். ஒண்ணும் பயப்பட வேண்டியதில்லை. கோர்ட்லே ஒரு நாள் சாட்சி சொல்ல வேண்டியிருக்கும். உங்களுக்கு ஏதாவது காரியம் ஆகணும்னா எங்கிட்டே நீங்க வரலாம்.” வழிவிட்டான் உடனே சரியென்று சொல்லிவிட்டான்.

கேஸ் விசரணைக்கு வரும்போது செபாஸ்டியன் செல்வராஜ் மாறி ஆற்றங்கரையான் இன்ஸ்பெக்டராக வந்துவிட்டார். ஆற்றங்கரையானுக்கு ரொட்டி, ஜாம் உணவுப் பொருள்களாகவே தெரியவில்லை. ஒரு தடவை வழிவிட்டான் சாயந்திர நேரம் காவல் நிலையத்திற்குச் சென்றபோது, மற்றவர்கள் பஜ்ஜி, டீ சாப்பிட்டுக்கொண்டிருக்க, இன்ஸ்பெக்டர் சிக்கன் 65ம், டீயும் சாப்பிட்டுக் கொண்டிருந்தார். பழைய இன்ஸ்பெக்டர் போல இவர் இல்லை. நிறைய செலவு இழுத்துவிடுபவராக இருந்தார்.

கூண்டில் வழிவிட்டான் நின்றிருந்தான். வக்கீல், வழிவிட்டானைப் பார்த்துக் கேட்டார்.

“சின்னயானைப் போலீசார் பிடித்த போது மணி என்ன இருக்கும்?”

“மத்தியானம் ரெண்டு மணி இருக்கும்.”

“எந்த எடத்திலே பிடிச்சாங்க?”

“பஸ் ஸ்டாண்டிலே.”

“நீங்க ஏன் அந்தப் பக்கமா போனீங்க?”

“சாப்பிட வீட்டுக்குப் போய்க்கிட்டிருந்தேன்.”

“பிறகு போலீசார் என்ன பண்ணாங்க?”

“சின்னயானையோட வீட்டுக்குக் கூட்டிட்டுப் போனாங்க.”

“அங்கே என்ன நடந்துச்சு.”

நீதிபதி அவனைப் பார்த்தார்.

வக்கீல் கூறினார்: “அங்கே அரிவாளை எடுத்ததா சொல்றாங்க. அதை எங்கிருந்து எடுத்தாங்க?”

பானைக்குள்ளிருந்து எடுத்ததாகச் சொல்வதா, கூரையில் சொருகியிருந்ததாகச் சொல்வதா, வீட்டின் பின்புறம் புதைத்து வைத்ததாகச் சொல்வதா என வழிவிட்டானுக்குக் குழப்பம் ஏற்பட்டது.

“சொல்லுங்க” என்றார் வக்கீல்.

“கூரையிலிருந்து” என்றான் வழிவிட்டான்.

வக்கீல் லேசாகச் சிரித்தார். “பிறகு உங்களைக் கூட்டிக் கிட்டு நகைக்கடைக்குப் போனாங்க.”

“ஆமாங்க.”

“நகைக்கடை கீழ்ப்பகுதியிலிருந்ததா அல்லது இரண்டா வது மாடியிலிருந்ததா?”

நகைக்கடையையே பார்த்திராத வழிவிட்டானுக்கு வியர்த்துவிட்டது.

“முதல் மாடி” என்றான்.

“நகைக்கடை எந்தத் திசைப் பக்கம் பார்த்து இருந்தது?”

“கிழக்குப் பக்கம்” என்றான்.

“நகையை எங்கிருந்து எடுத்தாங்க? ஷோகேசிலிருந்து எடுத்தாங்களா? மேஜை டிராயரிலிருந்து எடுத்தாங்களா?”

“மேஜை டிராயரிலிருந்து.”

கான்ஸ்டபிள் ஜான், இன்ஸ்பெக்டரிடம் கூறினான். “அய்யா சாட்சி சொதப்பிக்கிட்டேயிருக்கான்.”

“நீ என்னத்தைச் சொல்லிக் கூட்டியாந்தே...” என இன்ஸ்பெக்டர் அவனை முறைத்தார்.

“அப்ப மணி என்ன இருக்கும்?” என்றார் வக்கீல்.

“நாலு மணி இருக்கும்.”

“ரெண்டு மணிக்கு வீட்டுக்குச் சாப்பிடப் போறப்ப பார்த்ததா சொன்னீங்க. நாலு மணி வரைக்கும் சாப்பிட லையா?”

சாப்பிட்டுவிட்டு வந்தபோது பார்த்தோம் என்று சொல்லியிருக்கலாமே என வழிவிட்டானுக்குத் தோன்றியது.

“இல்லை . . . சாப்பிடலை” என்றான்.

வக்கீல் நீதிபதியைப் பார்த்துச் சிரித்தார். நீதிபதி ஆயா சத்துடன் இருக்கையில் சாய்ந்து உட்கார்ந்தார். ஆற்றங்கரை யானும் ஜானும் கிளம்ப ஆயத்தமானார்கள்.

ஓட்டல் முதலாளி சிகாமணி இருபத்தோரு வயதில் துர்க்கா பவனில் சர்வராக வேலையில் சேர்ந்தான். அவனு டைய அம்மா, வீட்டு வாசலில் இட்டிலி சுட்டு விற்றுக் கொண்டிருந்தாள். அவனுடைய சுறுசுறுப்பைப் பார்த்த முதலாளி சேட் அவனைத் தன் உதவியாளன் போல் அமர்த்திக் கொண்டார். அவருக்கு கார் ஓட்டியாகவும், காலைப் பிடித்து விடுபவனாகவும், வீட்டிற்குப் பொருள் வாங்கித் தருபவனாகவும் அவன் மாறினான். வீட்டிற்குள் சகஜமாக வந்து செல்ல அவனால் முடிந்தது.

சேட்டிற்கு இரண்டு மகன்கள். ஒரு மகள். மாதுரி என்ற பெயருடைய அவள், கல்லூரியில் படித்துக்கொண் டிருந்தாள். அவன், அவளைக் காரில் கல்லூரிக்கு அழைத்துச் சென்று கொண்டிருந்தான். ஒரு நாள், தன்னுடைய அறையைச் சுத்தம் செய்ய சிகாமணியை அழைத்தாள். அவளுடைய அறையில் இந்தி நடிகர்களின் படங்களையும், படங்களின் பேப்பர் கட்டிங்குகளையும், சில இந்திப் புத்தகங்களையும் அவன் பார்த்தான். அவன் ஸ்டூலில் ஏறி மின்விசிறியைச் சுத்தம் செய்து கொண்டிருந்தபோது, அவனுடைய கெண்டைக் காலில் மாதுரி கிள்ளினாள். அடுத்த நாள் அவன், அறைக்கு வந்தபோது நகவெட்டியைக் கொடுத்து தன் நகங்களை வெட்டிவிடக் கூறினாள். இன்னொருநாள் கால்களை அமுக்கி விடும்படி கூறினாள்.

சேட்டிற்கு விஷயம் தெரிந்த போது நிலைமை மீறிவிட் டிருந்தது. சேட் அதிர்ச்சியில் நிலைகுலைந்தார். வேறு வழி யின்றி நெருங்கிய உறவுக்காரர்களை வைத்து ஒரே மகளின் திருமணத்தை ரகசியமாக முடித்தார். சேட்டிற்கு நகரில் மொத்தம் நான்கு ஓட்டல்கள் இருந்தன. இரண்டு மகன்கள் இரண்டு ஓட்டல்களின் நிர்வாகத்தையும் சேட் இரண்டு ஓட்டல்களின் நிர்வாகத்தையும் கவனித்துக்கொண்டிருந்தனர். சிகாமணி ஒரு ஓட்டலில் கல்லாவில் அமர்ந்தான். சேட்

இதய நோய் ஏற்பட்டு இறந்தார். இரண்டு ஓட்டல்களை இரண்டு மகன்களுக்கும், ஒரு ஓட்டலை இரண்டு மகன்களுக் கும் மகளுக்கும், ஒரு ஓட்டலைத் தனியே மகளுக்கும் சேட் எழுதி வைத்திருந்தார். சிகாமணி ஓட்டல் முதலாளியானான்.

அப்பெரிய மருத்துவமனையில் குளிர் சாதன வசதி செய்யப்பட்ட தனிப்பிரிவில் சிகாமணி சிகிச்சையில் வைக்கப் பட்டிருந்தார். சிகாமணி ஏதோ முணுமுணுப்பதாகக் கூறி அவர் குடும்பத்தினரை அழைத்தனர். அங்கு இருந்த ஜானும் உள்ளே நுழைந்தான். அவன் முணுமுணுத்த வார்த்தை கள் அவர்களுக்கு விளங்கவில்லை. பிறகுதான் அவன் "கோமளவல்லி ... கோமளவல்லி ..." என்று முணுமுணுப்பது தெரிந்தது.

ஜான், மாதுரியிடம் இதுபற்றி விசாரித்தபோது, ஏற் கனவே மூச்சிரைத்துக் கொண்டிருந்த அவளுடைய தடி சரீரத்தில் மேலும் மூச்சிரைப்பு ஏற்பட்டது. அருகிலிருந்த சிகாமணியின் அம்மா, "அவன் மருங்குளம் பெருமாள் கோயிலில் உள்ள கோமளவல்லித் தாயாரைச் சொல்றான் போல" என்றாள். மாதுரி அவளை முறைத்தாள். "அடிக்கடி வெளியூர் போறேன்னு போவார்" என்றாள்.

ஊஞ்சலில் அமர்ந்திருந்தாள், கோமளவல்லி. அவள் பளுவில் ஊஞ்சல் லேசாக அசைந்து கொண்டிருந்தது. பணிப்பெண் அவள் கூந்தலைத் தூக்கிப் பிடித்துக் கொண் டிருந்தாள். அடர்த்தியான கூந்தல். கோமளவல்லியின் தாய் செண்பகம், சாம்பிராணி தூபத்தைக் கூந்தலுக்குக் கீழே காட்டிக் கொண்டிருந்தாள். கழுத்து, திண்மையான தோள் களின் நிறம் மினுமினுத்தது. பணிப் பெண், தூபத்தை அறைக்கு எடுத்துச் சென்றாள். கோமளவல்லி, கூந்தலைப் பாதி முதுகு வரை தொங்கும்படியாக முடிச்சுப் போட்டாள். புகை, கூந்தலிலிருந்து லேசாகப் பிரிந்து மறைந்தது. கோமளவல்லி, காலை தரையில் ஊன்றி உந்தினாள். ஊஞ்சல் அசைந்தது.

கதம்பவனம் உள்ளே நுழைந்தான். "சிகாமணியைக் குத்திப்புட்டாங்க, வீட்ல திருட்டுப் போயிருச்சு, திருட்டுப் பணம் இரண்டு லட்சம்கிறாங்க; அஞ்சு லட்சம்கிறாங்க" என்றான். கோமளவல்லி திடுக்கிட்டு அவனைப் பார்த்தாள். அவளுடைய தாய் பதறினாள்.

வெளியே ஜீப் நிற்கும் சத்தம் கேட்டது. கதம்பவனம் எழுந்து வாசலுக்கு வந்தான். ஜீப்பிலிருந்து இன்ஸ்பெக்டர் ஆற்றங்கரையான் இறங்கிக் கொண்டிருந்தார்.

ஆற்றங்கரையானுக்குப் படபடப்பாக இருந்தது. உடல் கொந்தளித்துக் கொண்டிருந்தது. ஜீப்பை ஒரு கடையருகே நிறுத்தி குண்டு சோடா வாங்கி வரச்சொல்லி குடித்தார். சோடாவைக் கொஞ்சம் உள்ளங்கையில் ஊற்றி முகத்தில் தெளித்துக்கொண்டார்.

“நீயும் நானும் பிறவியெடுத்து என்ன புண்ணியம் ஜான்? சிகாமணியைப் பாரு. எப்பேர்ப்பட்ட அழகியை வைச்சிருக்கான். நாள் பூராவும் கெடக்கலாமய்யா ... நீயும் நானும் பிறவியெடுத்து என்ன புண்ணியமய்யா” என்றார் ஆற்றங்கரையான்.

ஆவேசமாகத்தான் உள்ளே நுழைந்தார் ஆற்றங்கரையான். கோமளவல்லியைப் பார்த்ததும் ஸ்தம்பித்துவிட்டார். ‘என்ன சிவப்பு என்ன சிவப்பு, சுண்டினால் ரத்தம் கன்றி நின்றுவிடும். அய்யோ அய்யோ’ என்று மனம் புலம்ப தடுமாறிவிட்டார். தன் உடல் அசிங்கமாக இருப்பதாகத் தோன்றி உடல் கூசினார். சுதாரித்துக்கொள்ள கையிலிருந்த பிரம்பினால் ஊஞ்சலில் தட்டினார். ஊஞ்சல் சீறி முனகியது. செண்பகம், உதட்டுச் சுருக்கங்களில் படிந்திருந்த வெற்றிலைக் காவியைத் துடைத்துக் கொண்டு முகமெல்லாம் பொய்ச் சிரிப்புடன் அமரச் சொன்னாள். கதம்பவனத்தை காபி வாங்கி வரச் சொன்னாள். ஒரு அறையின் நிலை வாசலில் கோமளவல்லி ஒய்யாரமாகச் சாய்ந்து நின்றிருந்தாள். அவள் விழிகள் இவருடைய கண்களைச் சந்தித்ததில், இவர் சுழன்று கொண்டிருந்தார். கோபமாக விசாரிக்க நினைத்த வார்த்தைகள் அவளை நெருங்க இயலாது, சக்தியற்று விழுந்துகொண்டிருந்தன. சிகாமணிக்கும் கோமளவல்லிக்கும் இருந்த தொடர்பை விசாரித்தார்.

“ஏதோ எங்க நேரம் ... இவ அப்பா விட்டுட்டுப் போயிட்டாரு. இப்படி ஆயிப்போச்சு. சிகாமணி வருவாரு, போவாரு. எங்களுக்கு என்ன விரோதம் அவர் மேலே ... நல்லாத்தான் வச்சிருந்தாரு. கொஞ்சம் அபின் சாப்பிடுவாரு. அவரு குடும்பத்தைப் பத்தியோ, வீட்டைப் பத்தியோ ஒண்ணும் சொல்லமாட்டாரு, அவரோட மச்சினன் ராம்லால் இவரை மதிக்காமல் நடந்து கொள்வதாகச் சொல்வார். ஆனா திருட்டுப் பசங்க குத்தின மாதிரியில்ல சொல்றாங்க ... இப்பப் பாருங்க, எங்களுக்கு வேண்டியவருதான். போய்ப் பாக்க முடியுமா சொல்லுங்க.”

கோமளவல்லி, நின்றுகொண்டிருந்த இடத்தை விட்டு முன்னுக்கு வந்து ‘பேசியது போதும்’ என சைகை செய்தாள். திடீரென ஆற்றங்கரையானிடம் மூர்க்கம் எழுந்தது. தன்னு

டைய பதவி மதிப்பிழப்பதாகத் தோன்றியது. உட்கார்ந்தி ருந்தவர் எழுந்து, "அப்ப சிகாமணியைக் குத்தினது யாருன்னு சொல்ல மாட்டீங்களா முண்டைகளா?" என்றவாறு காலி னால் ஊஞ்சலை உதைத்துத் தள்ளினார். ஊஞ்சல் அலறிக் கொண்டே சென்று கோமளவல்லி காலில் மோதியது. அவள் தடுமாறி நிலை குலைந்தாள். ஆற்றங்கரையான் ஓடிச் சென்று அவளைத் தாங்கிக்கொண்டார். இதை எதிர்பாராத கோமள வல்லி சற்று சுதாரித்து ஆற்றங்ரையானை வேண்டுமென்றே தழுவி, விட்டுவிட்டாள். ஆற்றங்கரையானுக்கு உடல் நடுக்கம் கண்டது. செண்பகம் இடையில் வந்து, "இன்னொரு நாள் பாத்துக்குவோம்" என்றாள். "இன்னொரு நாள் விசா ரணைக்கு வாரேன்" என்று கூறி ஆற்றங்கரையான் கிளம்ப ஆயத்தமானார். "கதம்பவனத்தை உங்களைப் பாக்கச் சொல் றேன்" என்றவாறு அறைக்குள் நுழைந்து பீரோவைத் திறந்தாள் செண்பகம். காபியுடன் உள்ளே நுழைந்தான் கதம்பவனம்.

ஆற்றங்கரையான் வெளியே வந்தார். இந்த வயதில் உடல் இப்படி நடுக்கம் கொண்டிருப்பது வெட்கத்தை ஏற்படுத் தியது. ஜீப்பில் ஏறி அமர்ந்தார். கதம்பவனம், ஜானிடம் நெருங்கி ஒரு மஞ்சள் பையைக் கொடுத்தான். ஜான் ஆற்றங் கரையானை நெருங்கி, "அய்யா அந்த அம்மா பணம் கொடுத்துவிட்டுருக்காங்க" என்றான். சன்னமான குரலில் "எவ்வளவு" என்று விசாரித்தார். இவ்வளவு என்று சொன்னான். நிறைவடைந்தவராக, "ஜான் உனக்குத் தனியா கொடுத்திருக் காங்களா?" என்றார். "அய்யா, இல்லீங்க அய்யா" என்று ஜான் கூறியதும், "சரி நான் பாத்துத்தாரேன்... யப்பா டிரைவர் உனக்கும் சேர்த்துத்தான். வண்டியைக் கிளப்பு" என்றார் ஆற்றங்கரையான். 'மனிதப் பிறவியெடுத்து என்ன புண்ணியமய்யா' என்று மனம் புலம்பிக்கொண்டிருந்தது.

○

வீடு சூன்யமாக இருந்தது. கோமளவல்லி சோகமாகப் படுத்திருந்தாள். செண்பகம், அவமானத்தில் இறுகிய முகத் துடன் கதம்பவனத்திடம் புலம்பிக்கொண்டிருந்தாள்.

"எல்லாம் போச்சு. நகைகள் எல்லாம் லாக்கரில் இருந்த தனாலே தப்பிச்சுச்சு. போனது போகட்டும். அந்த ராம்லால், தெருவிலே வைச்சு அவமானப்படுத்திப்புட்டானே... நீ இல்லாமப் போனாயேடா கதம்பவனம். நீ இருந்திருந்தா ஏதாவது சமாளிச்சிருப்பே."

"நான் என்ன செய்யறது? என் குடும்பத்தையும் பாக்க வேண்டியிருக்கு. உத்தியோகத்தையும் பாக்க வேண்டியிருக்கு.

கடன்காரங்களையும் சமாளிக்க வேண்டியிருக்கு. இப்ப என்ன சிகாமணிதான் போய்ட்டானுல்ல, ஏன் கவலைப் படறே? முருகவிலாஸ் பஸ் ஓனர் மகன் ஜோடி தேவைன்னு கேட்டதா கேள்வி. இது முடிஞ்சால் எல்லா வகையிலும் நல்லது. பாதுகாப்பாகவும் இருக்கும். இல்லைன்னா எவனா வது வந்து ராவடி பண்ணுவான். நமக்கும் கிரிப்பு போயிரும்" என்றான் கதம்பவனம்.

சிகாமணியைத் தகனம் பண்ணியதற்கு அடுத்த நாள் அவனுடைய மைத்துனன் ராம்லால் ஒரு காரிலும், மற்ற அடியாட்கள் ஒரு டெம்போ வேனிலும் வந்துவிட்டார்கள். ராம்லால் வீட்டு வாசற்படியில் நின்று தெருவில் உள்ளோர் எல்லாம் கேட்கும்படியாக கேவலமாகப் பேசினான். சிகா மணி கொடுத்த பொருள்கள் எல்லாம் வேண்டும் என்று கேட்டான். அடியாட்களை உள்ளே நுழைந்து எடுத்து வரச் சொன்னான். செண்பகம் கெஞ்சிப் பார்த்தாள். பிறகு எதிர்த்து நின்று பார்த்தாள். ஒன்றும் நடக்கவில்லை. ஆனால் அந்தக் களேபரத்தில் எப்படியோ கோமளவல்லியை ஆட்டோ ரிக்ஷாவில் ஏற்றி கரிசல் குளத்திலுள்ள தங்கை வீட்டிற்கு அனுப்பிவிட்டாள்.

கதம்பவனத்திடம், செண்பகம் பேசிக்கொண்டிருந்த போது, கோமளவல்லி அறைக்குள் படுத்திருந்தாள். அழுகை வந்தது. அழுதாள். தன்னுடைய வாழ்க்கையையும், குழந்தைப் பருவத்தையும் நினைக்கும்போது அவளுக்குப் பெரும் துக்கம் ஏற்பட்டது.

திருமணக் கோலாகலம், மணமகளாக அலங்கரிக்கப் பட்ட கோமளவல்லி. மூக்குத்தி மின்னுகிறது. மகிழ்ச்சி. பரவசம். மாப்பிள்ளை திறந்த காரில் வருகிறார். மகிழ்ச்சியில், சிறு வயதில் ஆடிய நடனமொன்றை அபிநயத்துடன் ஆடு கிறாள். மண்டபத்தினுள் அவர் நுழைந்தவுடன் பெருங்கூட் டம் அவரை மறைக்கிறது. மறிக்கும் கைகளை ஒதுக்கிவிட்டு கூட்டத்தினுள் மாப்பிள்ளையைத் தேடுகிறாள். பல முகங்கள் வந்து போகின்றன. கூட்டத்தினுள் மாப்பிள்ளையைத் தேடும் வேலை, ஓடும் ரயிலைப் பார்த்துக் கொண்டேயிருப்பது போல் தலைசுற்றலை ஏற்படுத்துகிறது. திடீரென ஆவேசத்தில் ஒருவனை "மாப்பிள்ளை" என இழுக்க, இளித்துக் கொண் டிருந்த அவன் உதறிவிட்டு ஓடுகிறான். "வாங்க மாப்பிள்ளை" என முந்தானையைக் கீழே போட்டு, ஒருவனை அணைக் கிறாள். அணைத்துக் கொண்டிருக்கையில் பெண் நாயாக மாறுகிறாள். ஆண் நாய்க் கூட்டம் தரையை முகர்ந்து கொண்டு இவளை நோக்கி வந்துகொண்டிருக்கின்றது.

“அம்மா, தலைசுற்றல் ஆரம்பித்து விட்டது” என்று கோமளவல்லி கத்தினாள்.

○

அந்த ரகசிய இடத்திற்கு ஆற்றங்கரையானும், ஜான் தவிர மேலும் இரண்டு கான்ஸ்டபிள்களும் சென்றனர். பூட்டிய அறையைத் திறந்தனர். கண்கள் கூச உள்ளேயிருந்த இருவரும் அவர்களைப் பார்த்தனர். “லைட்டைப் போடு” என்றார் ஆற்றங்கரையான். ஜான் லைட்டைப் போட்டான். ‘வேறெங்கே ஒளிச்சு வைச்சிருக்கீங்க’ என்றார் ஆற்றங்கரையான். அவர்கள் இருவர் கைகளும் ஒருவர் கையோடு மற்றொருவர் கை சேர்க்கப்பட்டு விலங்கிடப்பட்டிருந்தது.

“அவ்வளவுதான் அய்யா. இனி அடி தாங்க முடியாது; பசி தாங்க முடியாது; ஒளிச்சு வைச்சதைப் பூராவும் சொல்லியாச்சு. எங்களை கோர்ட்டுக்குக் கொண்டு போயிடுங்க . . . நீங்க சொன்னபடி சொல்றோம்” என்றான் அவர்களில் சற்று தெம்பிருந்த ஒருவன்.

“அதுக்குத்தான்யா வந்திருக்கோம் . . . இந்தா இட்டிலி சாப்பிடு” என்று கூறியபடி ஜான் கைவிலங்கை அவிழ்த்தான்.

மொத்தம் மூன்று லட்சம் பணம் ரொக்கமாகக் கைப்பற்றியாகிவிட்டது. ரெக்கவரி ஒரு லட்சம் என்று பதிவு செய்வதாக முடிவாகிவிட்டது. மீதி இரண்டு லட்சத்தைக் கீழிருந்து மேல்வரை எவ்வாறு பகிர்ந்து கொள்வது என முடிவும் செய்தாகிவிட்டது. மீதி ரொக்கம் ஒரு லட்சத்தையும் பிற இடங்களில் திருடிய நகைகளையும் நிருபர்களின் பார்வைக்கு வைக்கவும் முடிவு செய்தாகிவிட்டது.

இந்தத் திருடர்கள் பிடிபட்ட விதமே சுவாரசியமானது. சில நாட்களுக்கு முன் ஒரு கிணற்றுப் பக்கம் நாய் ஒன்று தரையைத் தோண்டி, எதையோ கடித்துக் கொண்டிருப்பதைப் பார்த்த ஒரு விவசாயிக்கு அருகே வந்தபின்தான் அது லேசாகச் சதைகள் ஒட்டிக் கொண்டிருந்த மனிதக் கை என்று தெரிந்தது. பின்னர் போலீசுக்கு விவரம் தெரிந்து தாசில்தார் முன்னிலையில் தோண்டி எடுத்தாயிற்று. கிட்டத்தட்ட எலும்புக் கூடுதான் மிஞ்சியிருந்தது. அதே ஊரில் பல நாட்களுக்கு முன் காணாமல்போன சிவன் என்பவரைத்தான் யாரோ கொலை செய்து, புதைத்திருக்கிறார்கள் என்று ஊரில் பேச்சு கிளம்பியது. சிவனின் பெற்றோர் பெரிய இடத்திலெல்லாம் மனு கொடுக்க, அவனுடைய புகைப்படத்தையும் கிடைத்த மண்டை ஓட்டையும் சென்னையில் உள்ள

தடயவியல் துறை மூலமாக ஒப்பிட்டுப் பார்த்துக் கண்டறிவது என முடிவாயிற்று. அதற்காக மண்டை ஓட்டைக் கொண்டு செல்வதற்கு, பிரத்யேகமாகத் தயார் செய்யப்பட்ட பேட்லாக் வைக்கப்பட்ட மரப்பெட்டியைத் தச்சர் தயார் செய்து கொடுத்திருந்தார்.

முத்திரையிடப்பட்ட அந்த மரப் பெட்டியை பிரத்யேக மாகச் செய்யப்பட்ட ஒரு பையில் வைக்கச் சொல்லி ஜான் மூலமாகச் சென்னைக்குக் கொண்டு செல்ல ஏற்பாடு பண்ணி யிருந்தார்கள். முதலில் பஸ்ஸில் போவதாகத்தான் இருந்தது. ஆற்றங்கரையானிடமும் அப்படியே சொல்லிவிட்டு, பிறகு முதுகு வலிக்கும் என்று, ரயில்வே ஸ்டேஷன் சென்ற ஜான், அங்கு ஒரு போர்ட்டரைப் பிடித்து மப்டியிலிருக்கும் போலீஸ் என்று சொல்லி அவனுக்குப் பணமும் கொடுத்து பொதுக் கோச்சில், படுத்துக்கொள்வதற்குத் தோதாக மேல் இடத்தை யும் பிடித்துவிட்டான். ரயில் விருத்தாசலம் தாண்டி சென்று கொண்டிருந்தது. யாரோ கைவிட்டு அண்டக் கொடுத்திருந்த பெட்டியை நிமிண்டி எடுப்பது போல் ஜானுக்குத் தோன்றி யது. அவன் கையைப் பிடித்துவிட்டான். களேபரமாகி, ரயில்வே போலீஸில் ஒப்படைத்து, மண்டை ஓடு உள்ள பெட்டியைத் திருடும் அவனுடைய உள்நோக்கம் பற்றியும் அவனே கொலையாளி என்றும் அல்லது கொலையாளிக்கு உடந்தையாக இருந்தவன் என்றும் விசாரணைக்கு உட்படுத்த, திருட வந்தவன் கொலைப் பட்டத்திற்கு, திருட்டுப் பட்டமே மேல் என்று நினைத்து சிகாமணி வீட்டில் திருடியதை ஒப்புக்கொண்டான். ஜானிற்கு அதிர்ஷ்டம் அடித்தது. நல்ல வருமானம்.

○

தூக்கில் தொங்கிக்கொண்டிருந்த கதம்பவனத்தை இறக்கித் தரையில் கிடத்தியிருந்தார்கள். ஆற்றங்கரையான் அந்த இடத்தைச் சுற்றிப் பார்த்தார். கதம்பவனத்தின் மனைவி அழுதுகொண்டிருந்தாள்.

கதம்பவனம் ஒரு அரசாங்க அலுவலகத்தில் வேலை பார்த்துக்கொண்டிருந்தான் என்பது பலருக்குத் தெரியாது. முதலில் பியூனாகச் சேர்ந்து, பின்னர் இளநிலை உதவியாள ராகப் பதவி உயர்வு பெற்றுவிட்டான். அவனுக்கு அந்தப் பதவிக்குரிய வேலை தெரியவில்லை. மேலும் அவனுடைய பழக்கவழக்கங்கள் வேறு திசையில் இருந்தன. மது அருந்துவ தற்கும், பெண்களிடம் செல்வதற்கும் அவனுடைய சம்பளமே போதவில்லை. வயதுக்கு வந்த மகள் வீட்டில் இருக்கிறாள். ஒரு மகன் எட்டாவது படித்துக்கொண்டிருக்கிறான். அவனு

டைய மனைவி சத்துணவுக் கூடத்தில் வேலை பார்த்துக் கொண்டிருப்பதால் குடும்பத்தை ஓரளவுக்குச் சமாளித்துக் கொள்ள முடிந்தது. வட்டிக்குக் கடன் கொடுத்த முரடர்கள், வட்டியைப் பெற முடியாததால், அலுவலகத்திற்கும் வீட்டிற் கும் வந்து கேவலமாகப் பேசி அவமானப்படுத்திக் கொண்டி ருந்தார்கள். அவர்கள் எந்த நிலைக்கும் செல்வார்கள் போலி ருந்தது. இவனுக்குத்தான் கடனை அடைக்க முடியவில்லை.

எப்படியோ காரியங்களை முடித்து, செண்பகத்தையும் கோமளவல்லியையும் திருவனந்தபுரத்திற்கு வழியனுப்பி வைத்துவிட்டான் கதம்பவனம். முருகவிலாஸ் பஸ் அதிபரின் மகனைத்தான் கோமளவல்லிக்கு முடிக்க நினைத்திருந்தான். ஆனால் அவர்கள் அனைவரும் முரட்டுக் குணமுடையவர் களாக இருந்தனர். அப்போதுதான் அய்யாவுச் செட்டியாரின் மகனுக்கு ஜோடி தேவை என்று அறிந்து அவரைப் பார்த்தான். நகைக்கடை வியாபாரம். சாதுவாகத் தெரிந்தார். கதம்ப வனத்திற்கு இது பொருத்தமான இடமாகத் தோன்றியது. செட்டியார், ஆச்சிக்கும் அப்பாவுக்கும் பயந்தவராக இருந் தார். கோமளவல்லியைப் பார்த்ததுமே அவருக்குப் பிடித்துப் போயிற்று. ஒரு நல்ல நாளில் பிற லௌகீக விஷயங்களைப் பேசி முடித்து, ஒரு கோயிலில் மாலை மாற்றிக்கொண் டார்கள்.

கதம்பவனம் இறப்பதற்கு இரு நாட்களுக்கு முன் ஆற்றங் கரையான் வரச் சொன்னதாக ஜான் தெரிவித்ததன் பேரில் அவன், அவரைப் பார்த்திருந்தான்.

ஆற்றங்கரையான், கதம்பவனத்தின் சடலத்தைச் சுற்றி வந்தார். ஜானிற்கு களையுடன் கிடக்கும் சடலத்தைப் பார்க் கும் போதெல்லாம் இயேசுநாதர் ஞாபகம்தான் வரும். அவன் சிலுவைக் குறியிட்டுக்கொண்டான்.

இந்தியா டுடே, ஜூன் 2000

✶

மாபெரும் சூதாட்டம்

என் நண்பன் சூரி கொடுத்திருந்த நோட்டுப் புத்தகத்தை நான் இரண்டு நாட்களுக்கு முன் படித்தேன். அதில் கறுப்பு மசியினால் எழுதப்பட்டிருந்த பழைய எழுத்துக்கள் ஈர்ப்பைத் தந்தன. சூரியின் பாட்டன், அல்பாயுளில் இறந்த – தன் ஒரே மகனான – சூரியுடைய தந்தையின் ஜாதகத்தை எழுதி, அது தொடர்பான குறிப்புகளையும் அதில் எழுதியிருந்தார். சில ஜோதிட நூல்களின் பெயர்களும், கிரகங்களின் தொடர்பைக் கணக்கிடும் விளங்கிக்கொள்ள முடியாத கணக்குகளும், அடுத்த சில பக்கங்களில் இருந்தன. மகா உத்தம ஜாதகம் என்று அவரால் குறிப்பிடப்பட்டிருந்த, அந்த ஜாதகத்துக்குரிய ஒரே மகன் – சூரியின் தந்தை – ஒரு அரசியல் தலைவர் இறந்த துக்கம் தாளாது அவருடைய ஆதரவாளர்கள் கல்லெறிந்து கொண்டிருந்தபோது, தலையில் கல்லடிபட்டு இறந்தார். கல்லடிபட்டபோது, அவர், மதுரையிலிருந்து திருச்சி சென்றுகொண்டிருந்த பஸ்ஸில் ஜன்னலோரமாக அமர்ந்திருந்தார். அருகில் அமர்ந்திருந்த சூரியைக் கருக்கொண்டிருந்த அவருடைய மனைவி என்ன செய்வதென்று தெரியாது, பயத்துடன் திண்டாடிக் கொண்டிருந்தபோது அவர் இறந்தார்.

இது ஒரு புறம் இருக்க, அக்குறிப்புகளின் இறுதியாகக் குறிப்பிட்டிருந்த வாசகங்கள், இவை:

'எந்தப் போக்கும், வாழ்வினுடைய காலத்தினுடைய சூதாட்டங்களினால் கணிப்பிற்குட்படுவதில்லை. நடந்த காரியத்தின் காரணங்களை ஆராய்ந்து அடுக்குவது சுலபம். வலுவான காரணங்கள் இருக்க, அவற்றிற்கான காரியங்கள் ஏன் நடக்கவில்லை என்பதை எவரும் அறிய முடியாது. நடந்ததை நடக்க விதிக்கப்பட்டதாக நினைத்து ஏற்றுக் கொள்ள, சூதாட்டம் வெற்றிகரமாக ஆட்டத்தை நடத்திக் கொண்டிருக்கிறது.'

இவ்வாசகங்களைத் தொடர்ந்து, நான்கு பக்கங்கள் எதுவும் எழுதப்படாமல் விடப்பட்டிருந்தன. அடுத்து எழுதப் பட்டவை கட்டுரை, சிறுகதை, குறிப்பு ஆகிய எந்த வகையிலும் அடங்காத எழுத்துக்கள். தொண்ணூறு பக்கங்களில் இவை எழுதப்பட்டிருக்கின்றன.

சீட்டாட்டம், சதுரங்கம் ஆகியவற்றின் ஒவ்வொரு நடவடிக்கையிலும், ஆட்டம் மாறிக்கொண்டே வருவதை, பலவித உதாரணங்களுடனும், கணக்குகளுடனும், விரிவாகக் கூறுகிறார். கடற்கரையில் நிற்கும் பெண் என்ற பிம்பம் அடிக்கடி திடீரென்று எழுத்துக்களில் வருகிறது. அப்பெண்ணைப் பற்றிய வர்ணனைகள் வெவ்வேறு இடங்களில் வெவ்வேறு விதமாக வருகின்றன. கடற்கரையில் நின்று கடலைப் பார்த்துக் கொண்டிருக்கும் அப்பெண் ஒவ்வொரு முறையும் ஒவ்வொரு வர்ணத்துடன் தோன்றுகிறாள்.

சதுரங்கம் பற்றிய கணக்குகள் மிகவும் சிக்கலானவை. அவற்றைப் பற்றிக் கூற முயன்றால் நான் தோல்வியையே அடைய நேரிடும். மேலும், அந்தக் கணக்குகள் சதுரங்கத்தை வைத்துக்கொண்டு ஆடிப்பார்த்தால் மட்டுமே அறியக்கூடிய சூட்சுமங்களை உடையவை. சீட்டாட்டம், சதுரங்கத்துடன் ஒப்பிடும்போது பெரும்பாலோருக்குப் பரிச்சயமானது. விளையாடும் ஏழு நபர்கள் வைத்திருக்கும் சீட்டுகளுக்குள் உள்ள தொடர்புகள் பற்றியும், கட்டுக்குள் இருக்கும் சீட்டுகளுக்கும் அவற்றுக்கும் உள்ள தொடர்புகள் பற்றியும் விவரித்துக் கொண்டு செல்லும் பகுதி வாசிக்க மிகவும் சிக்கலாக இருக்கிறது.

மூன்று கட்டுகள் கலந்து, கலைக்கப்பட்ட சீட்டுக்கட்டி லிருந்து, ஒரே நிறத்தையுடைய சீட்டுக்களை விளையாடும் நபர்கள் எடுத்துத் திருப்பிப் போடுகின்றனர். எண்களின் வரிசைக்கிரமத்திற்கேற்ப, எடுத்த நபர்கள் அமரும் நிலை

அமைகிறது. குறைந்த எண் எடுத்தவன் சீட்டைக் கலைக் கிறான். கலைத்து முடித்து வைக்கும்போது, அவரவர்களுக்கு வரக்கூடிய சீட்டுக்கள் ஒரு புதிர் போல சேர்ந்தமைகின்றன. விளையாடும் நபர்கள் ஏழு என்றால், முதல் நபருக்கு வரும் சீட்டுகள் 1, 8, 15 என்ற முறையில் அமைகின்றன. ஆனால் சீட்டுக்களைப் போடும் முன் அடுத்து இருப்பவன் கட்டை வெட்டி மாற்றி வைத்து ஜோக்கரை எடுக்கிறான். இப்போது ஏற்கனவே இருந்த அமைப்பு மாறி புது அமைப்பு ஏற்படுகிறது. இப்போது 1, 8, 15 வேறு வகையில் அமைகிறது. கையில் சீட்டுக்களை வைத்திருப்பவன் எவ்விதம் அதை அமைத்துச் சேர்க்கிறான் என்பது அப்போதைய மனோநிலை, உள்ளிருந்து வரும் சீட்டு, இடக்கைப் பக்கம் இருப்பவன் இறக்கும் சீட்டு, வலக்கைப்பக்கம் இருப்பவன் இறக்கும் சீட்டு ஆகியவை களைப் பொறுத்து அமைகிறது. கையிலிருக்கும் பதிமூன்று சீட்டுகளும் ஜோக்கரைப் பார்த்ததும் மாறுகின்றன. ஒன்றுக் கும் உதவாத சீட்டுக்கள் ஜோக்கராக மாறியதும் உயிர் பெறுகின்றன. ஜோக்கர் இன்றி ஜெயிப்பது கடினம். நிறைய ஜோக்கர்கள் இருந்தாலும், ஒரிஜினல் ரெமி இல்லாமல் ஜெயிக்க முடியாது. கிளாவர் ஐந்து வேண்டும் என்றால் தனக்கு ஐந்து தேவையில்லை என்ற பாவனையில் இஸ்பேட் ஐந்தை இறக்கி விட்டு உட்கார்ந்திருக்கிறான். (உதாரணமாக, இந்த இடத்தில் கடற்கரையில் நிற்கும் பெண் வயலட் நிறமாக இருக்கிறாள். ஒடுங்கிய கூர்மையான முகம். கூர் நாசி. உடலில் சதைப்பற்று இல்லை.) இவனுக்கு வேண்டிய சீட்டு எனப் பக்கத்தில் இருப்பவன் பிடித்து வைத்திருக்கும் சீட்டு இவனுக்குத் தேவைப்படாத சீட்டு. இறங்கிய சீட்டை எடுக்கும்போது உள்ளே இருக்கும் சீட்டின் வரிசை மாறி விடுகிறது. சீட்டைப் பிடித்து வைப்பதால் சீட்டு சேராமலும் போகிறது. அனைவருக்கும் ஜெயிப்பதில் குறி. சீட்டு வருவதும் சேர்வதும், புதிர்மயமாக உள்ளது. சீட்டுகள் சேர்ந்து ஜெயிக் கும்போது பிற சீட்டுகள் செத்து விழுகின்றன.

பிறகு உயர்நீதிமன்றத்தில் உதவிப் பதிவாளர் (குற்றங்கள்) என்பவரைச் சந்திக்கச் செல்வதைப் பற்றிய விவரிப்பு இடம் பெறுகின்றது. உயர்நீதி மன்றம் பெரிய நிலப்பரப்பில், பல வாசல்களுடைய, பெரிய மாடிகளுடைய கட்டடமாக விவரிக் கப்படுகிறது. இந்த விவரிப்பு மட்டும் ஒன்பது பக்கங்களில் வருகின்றது. பல வாசல்களும், பல அறைகளும், பல உள்வாசல் களும், பல உள் அறைகளும், அவற்றின் குழப்பக்கூடிய வழிகளும் விரிவாக விவரிக்கப்பட்டிருக்கின்றன. பிரதான வாசல் வழியாக உள்ளே நுழையும் ஒருவன் பக்கத்து அறை யில் நுழைந்து வெளியேறினால், மீண்டும் கட்டடத்திற்கு

வெளியே வந்து விடுவான். ஒரு அறையிலிருந்து இன்னொரு அறைக்குச் சென்றால் அந்த அறை பல அறைகளுக்கு அழைத்துச் செல்கிறது. அறைகளின் நிறம் அறைகளிலிலுள்ள பழங்கால மேஜை நாற்காலிகள், பெரிய ஜன்னல்கள், உயரத்தி லிருக்கும் மேற்கூரை ஆகியவை லகுவற்ற உணர்வுகளை ஏற்படுத்திக் கொண்டிருக்கின்றன. கறுப்புக் கோட்டுச் சீருடை யில் அலைந்துகொண்டிருக்கும் வக்கீல்கள், தென்படும் இடங் களில் எல்லாம் ஒரே சாயலில் தோன்றி, மேலும் வழியைக் குழப்பிக்கொண்டிருக்கின்றனர். உதவிப் பதிவாளர் (குற்றங்கள்) அவர்களைக் காண, வழி கேட்க, நேராகச் சென்று, வலப்பக்க மாகத் திரும்பி, கடைசிப்பகுதிக்குச் செல்லுமாறு ஒருவர் கூறுகிறார். அந்த இடத்தை அடைந்து விசாரிக்கும்போது, அங்கிருந்தவர் வலப்பக்கமாகவே திரும்பி, மீண்டும் வலப் பக்கம் திரும்பிச் செல்லுமாறு கூற, அவ்வாறே செல்ல, புறப் பட்ட இடத்திற்கே மீண்டும் வந்து சேர்கிறார். மீண்டும் வழிகேட்டு புதிய வழிகளில் அலைந்துகொண்டிருக்கும்போது கையில் குடையுடன் களைத்த முகத்துடன் ஒருவர், இவரிடம் உதவிப் பதிவாளர் (குற்றங்கள்) அவர்களைக் காண வழி கேட்கிறார். அவரைக் காண்பதற்கே அலைந்துகொண்டிருப்ப தாக இவர் கூற, களைத்து வந்தவர் இவ்வாறு கூறுகிறார்: 'உதவிப் பதிவாளர் (குற்றங்கள்) அவர்களை ஒரு மணி நேரத்திற்கு முன் இங்குள்ள அறை ஒன்றில், நான் பார்த்தேன். அவர் ஒரு மணி நேரம் கழித்து மீண்டும் வரச்சொன்னார். நான் வெளியே சென்று, டீ குடித்து பொழுதைக் கழித்து இப்போது மீண்டும் அவரைப் பார்க்க வந்தேன். அவரை எந்த இடத்தில் பார்த்தேன் என்பதை அறிய முடியவில்லை.'

இருவருமாகச் சேர்ந்து பல வழிகளில் அலைந்து சிரமப் பட்டு அறையைக் கண்டு பிடிக்கிறார்கள். வாசலில் நின்ற தலைப்பாகை அணிந்திருந்தவனைத் தாண்டி அறைக்குள் செல்வதற்கு அரை மணி நேரமாகிறது. அறைக்குள் நுழை கிறார்கள். அங்கிருந்த ஒருவர், உதவிப் பதிவாளர் (குற்றங்கள்) அவர்கள் வெளியே சென்றுவிட்டதாகவும், எப்போது வருவார் என்று தெரியாது என்றும், வராமலேயே கூட இருக்கலாம் என்றும் தெரிவிக்கிறார்.

இதற்கு அடுத்தாற்போல் ஒரு திருமணக் காட்சி விவரிக் கப்படுகிறது. பெரிய மண்டபத்தில் திருமணம் நடக்கிறது. சமையற்காரர்கள், வேலைக்காரர்கள், பந்தல்காரர்கள், ஒலி பெருக்கி சம்பந்தப்பட்டவர்கள், உறவினர்கள், சம்பந்திகள், நாத்தனார்கள், தோழர்கள், தோழிகள், நெருங்கிய உறவினர் கள், மணமகன் உடன் பிறந்தவர்கள், மணமகள் உடன்

பிறந்தவர்கள், மணமகன், மணமகள் இத்யாதி ...எனப் பலர் வருகின்றனர்.

மணமகள் பெயர் ராணி, மணமகன் பெயர் நாகராஜன். இந்தப் பகுதி நாற்பத்தைந்து பக்கங்களில் வருகிறது. பிரதான மாக மணமகன், மணமகள், கணவன் மனைவியாக மாறு வதும், அவர்களின் மன நாடகங்களும், மற்றவர்கள் அவற்றை அனுசரிக்கும் விதங்களும், நாடகங்களுக்குப்பின் இருக்கும் காமம், சுயநல உணர்வுகளும், மிகுந்த சிக்கல்களினூடே காண்பிக்கப்பட்டுள்ளன. மனைவி கணவனிடமும், கணவன் மனைவியிடமும் பேசும் வசனங்களில் உள்ள ஜோடனை களும் காண்பிக்கப்படுகின்றன.

ராணியின் மனதில் காம உணர்வுகள் தோன்றியதி லிருந்து, இதுவரையில் வரித்துப் பார்த்துள்ள, பொருட்படுத்தக் கூடிய ஆண்களைப்பற்றியும், அவளின் இச்சைகளைப்பற்றியும் விரிவாகக் குறிப்பிடப்பட்டுள்ளன. பெண் மனம், ஆண் மனம் போல் இயங்காது என பாவித்துக் கொண்டிருப்பவர்களைக் கவனத்தில் கொண்டதால், இப்பகுதிக்கு அழுத்தம் கொடுத் திருப்பதாகக் குறிப்பிடப்பட்டுள்ளது.

கால்களைக் கணவன் கொஞ்சிக் கொண்டிருக்கையில், காமத்தின் மூலம் அவனைப் பணிய வைக்க முடியுமென்று அவளுக்குத் தோன்றுகிறது. அவனைக் காமத்திற்குத் தூண்டும் தோரணைகளையும் சந்தர்ப்பங்களையும் அவளால் கண் டறிந்து கொள்ள முடிகிறது. மனதின் இச்சைகளுக்கு வடிகால் என அவள் இருந்து மகிழ்விப்பது, அவனுக்கு மேலும் மேலும் அவள் மேல் ஈர்ப்பை ஏற்படுத்துகிறது. தொன்று தொட்ட தொடர்புப் பொருளான அல்வாவும் மல்லிகைப் பூவும் நன்றாக நடித்து தங்கள் கடமையைச் செய்கின்றன.

கணவனும் மனைவியும் சீட்டாட ஆரம்பிக்கின்றனர். அக்கறையும், தீவிரமும் இன்றி விளையாட்டாக ஆடுகின்றனர். வெற்றி தோல்வி பற்றி அக்கறையின்றி ஆடுகின்றனர். அவன் வெற்றியடைவது பற்றி இவளுக்குக் கவலையில்லை. இவள் வெற்றியடைவது பற்றி அவனுக்குக் கவலையில்லை. பின்னர் இருவரும் பணயம் வைத்து ஆடுகின்றனர். ஆட்டம் தீவிர மாகிறது. இருவரும் தோல்வியடையக் கூடாது என்று நினைக் கின்றனர். சீட்டைப் பிடித்து வைத்து ஆடுகின்றனர். அவனு டைய வெற்றி அவளுக்கு ஆத்திரத்தையும், அவளுடைய வெற்றி அவனுக்கு ஆத்திரத்தையும் தருகின்றன. கண்ணுக்குத் தெரிந்தும் தெரியாமலும் ஒருவரையொருவர் காயப்படுத்து கின்றனர். ஆத்திரம் காமரூபம் கொண்டு மோதுகின்றது.

குழந்தைக்குத் தாய் தந்தையாக உறவு மாற்றம் அடைந்த பின்னர், இருவரின் மனநிலையிலும் பெருத்த மாற்றம் ஏற்படுகிறது. இப்பொழுது, ஆடும் சீட்டாட்டத்தில் பெரும் சிக்கல் ஏற்படுகிறது. சீட்டுக்களைச் சேர்ப்பது கஷ்டமான காரியமாக இருக்கிறது. சேரும் என்று நினைத்து வைத்திருக்கும் சீட்டுக்கள் சேர்வதில்லை. ஜோக்கர் வருவது கடினமாக இருக்கிறது. சமயங்களில் வரவேமாட்டேனென்கிறது. சீட்டுக்கள் சேர்ந்து வெற்றி பெறுவது தாமதமாகிக் கொண்டேயிருக்கிறது. சீட்டாட்டம் அலுப்புத்தரக்கூடிய ஆட்டமாக மாறுகிறது. ஆட்டத்தின் நீட்சியில் வெற்றி பெற்றவருக்கும் களைப்பு ஏற்படுகிறது.

பிறகு ஆடும் சீட்டாட்டத்தில் ஒருவர் சீட்டுக்களை மற்றவர் பார்க்கும் போக்கு ஏற்படுகிறது. மற்றவர் சீட்டுக்களை தான் பார்க்கலாம் என்றும் தன் சீட்டுக்களை மற்றவர் பார்க்கக்கூடாது என்றும் இருவரும் முனைய, பெரும் குழப்பமும் சண்டையும் ஏற்படுகின்றன. சீட்டாடாமலும் இருக்க முடியவில்லை. இக்கட்டத்துடன் இப்பகுதி முடிவுறுகிறது.

இறுதிப்பகுதியில், இறக்கும் தறுவாயில் உள்ள ஒருவன், எதிரில் ஆள் இல்லாமல், தனியே சீட்டாடிக்கொண்டிருக்கிறான். அவனே இரண்டு நபர்களாய் மாறி ஆடுகிறான். இருவருக்கான சீட்டுக்களும் அவனுக்குத் தெரிகிறது. அந்தந்தச் சீட்டுக்களை வைத்திருப்பவனாக மாறி அந்தந்தச் சீட்டுக்களுக்கு நியாயம் செய்பவனாக ஆடுவது மிகக்கடினமான காரியமாக இருக்கிறது. அடுத்த சீட்டுக்களுக்குத் தேவையான சீட்டு இருக்கும்போது, தேவையில்லை என்றாலும், அந்தச் சீட்டை இறக்கும் மனநிலை ஏற்பட மாட்டேனென்கிறது. எனவே அந்தச் சீட்டுக்களுக்கு நியாயம் செய்யும் முறையில் ஆடமுடிவதில்லை. இரண்டு சீட்டுக்களையும், ஒருவரே ஆடும் போது இருபக்கமும் நியாயமாக ஆட முடியுமா என்ற கேள்வி விடை தெரியாமல் அலைகிறது.

நான், சூரியிடம், இந்தத் தொண்ணூறு பக்கங்களைப் புத்தகமாக்கலாமா எனக் கேட்டேன். 'இத்தகைய எழுத்துக்களுடைய புத்தகத்தை என்ன என்று அழைப்பது? நாவல் என்று அழைத்து விடலாமா?' என்றான் சூரி. அவன், 'புரட்சிகர பிட்சு' என்ற பெயர் கொண்ட மதுபானத்தைக் கொண்டு வந்திருந்தான். அதை அருந்திக் கொண்டே புத்தகப் பிரசுரம் பற்றியும், புத்தகத்தை எப்படி அழைப்பது என்றும் பேசிக்கொண்டிருந்தோம்.

சூரி, சீட்டுக்கட்டைக் கலைத்துப் போட்டான். ஒரு அதிசயம் பாருங்கள். நானும் சூரியும் சீட்டாடும் போது

முதல் இரண்டு ஆட்டங்களில் எனக்குப் போடப்பட்ட சீட்டுக்கள் அனைத்தும் சேர்ந்தே இருந்தன. இத்தகைய அபூர்வத்தைக் காப்பாற்றிக் கொள்வதற்காக, மூன்றாவது ஆட்டம் விளையாடாமல் ஆட்டத்தை முடித்துக் கொண் டோம். சூதாட்டத்தின் போக்கையும், புதிரையும் யாரறிவார்? பிற விஷயங்களைப் பின்னர் முடிவு செய்யலாம் என்றும் 'மாபெரும் சூதாட்டம்' என்ற தலைப்பில் புத்தகமாகக் கொண்டு வரலாம் என்றும், அன்று முடிவு செய்தோம்.

காலச்சுவடு 29, ஏப்ரல் - ஜூன் 2000

✶

காலத்தின் அலமாரி

1

மேஜையிலிருந்த இன்டர்காம் ஒலித்தது. ஜெனரல் மிகிமா படுக்கையிலிருந்து எழுந்து அதை எடுத்தார். மறுமுனையிலிருந்து பேசிய உதவியாளர், நிர்வாகச் செயலர் ஜெனரலைப் பார்க்க வந்திருப்பதாகத் தெரிவித்தார். 'அவசரமா?' என்று கேட்டார். மேற்குப்பகுதியில் கலவரம் ஏற்பட்டு, அது தொடர்பான செய்தியுடன் வந்திருப்பதாக உதவியாளர் தெரிவித்தார். 'சரி. இருக்கச்சொல், அழைக்கிறேன்' என்று இன்டர்காமை வைத்துவிட்டார். அலுப்புடன் படுக்கையில் உட்கார்ந்தார். நேற்று இரவு அவருக்குச் சரியான தூக்கமில்லை. எழுந்து முகத்தைக் கழுவினார். பதக்கங்களுடன் கூடிய கனத்த ஆடைகளை அணிந்து கண்ணாடியில் தோற்றத்தைச் சரிசெய்துகொண்டார். அறையிலிருந்த ஒரு கதவைத் திறந்து இன்னொரு அறைக்குச் சென்றார்.

கதவைத் திறந்து நிர்வாகச் செயலர் உள்ளே நுழைந்தார். மேஜைக்குப் பின்னே, கம்பீரத்தையும் பீதியையும் உருவாக்கும் தோற்றத்தில் அமர்ந்திருந்தார் ஜெனரல் மிகிமா. நிர்வாகச் செயலர்,

வணக்கம் தெரிவித்து அசௌகரியமான முறையில் அமர்ந் தார். முகத்தில் புன்னகைக்க முயற்சி செய்தபடி, 'மேற்குப் பகுதியில் கலவரம் ஏற்பட்டு, தற்போது அமைதி நிலவுகிறது. கலவரத்தில் ஈடுபட்ட இருபத்தி ஐந்து நபர்களும், நம் தரப்பில் ஒரு இராணுவ வீரரும் இறந்துவிட்டனர்' என்றார்.

ஜெனரலின் முகத்திலிருந்து அவரை அறியத் தடுமாறிய நிர்வாகச் செயலர், கையிலிருந்த சில குறிப்புகளைப் பார்த்த வாறு கூறினார். 'இந்த மாதத்தில் இது வரை கலவரம் ஏற்படவில்லை. மாதம் முடிய இரண்டு தினங்கள் இருக்கும் போது இவ்வாறு நடந்துவிட்டது. இதற்கு முந்தைய மாதங் களில் கலவரங்களில் இறந்தவர்களின் எண்ணிக்கையை ஒப்பிடும்போது இது குறைவு. கடந்த இரண்டு மாதங்களாகக் கலவரங்களில் இறப்பு இல்லை. அதற்கு முன்பு ஐம்பத்தி ஏழு நபர்களும், அதற்கு இரண்டு மாதங்களுக்கு முன்பு முப்பத்தி ஆறு நபர்களும் இறந்துள்ளனர்' என்றார். ஜெனரல் 'எப்படி சம்பவம் நடந்தது?' என்று கேட்டார். 'சிலர், ஒரு இராணுவ வீரரைக் கேலி செய்ததைத் தொடர்ந்து வாக்கு வாதம் ஏற்பட்டு, பின்னர் பெரிதாகிவிட்டது' என்றார் நிர்வாகச் செயலர்.

'கலவரத்திற்குக் காரணமானவர்களைக் கண்டறிந்து கைது செய்யச் சொல்லுங்கள். மீண்டும் கலவரம் ஏற்படாமல் பார்த்துக்கொள்ளச் சொல்லுங்கள். மேற்குப் பிராந்தியத் தளபதியிடமும், மாவட்ட நிர்வாகத்திடமும் என் அதிருப் தியைத் தெரிவியுங்கள். அரசின் திட்டங்கள் பற்றி அதிக அளவில் விளம்பரம் செய்யுங்கள்' என்றார் ஜெனரல்.

2

மாவட்டத் தளபதியும் மாவட்ட நிர்வாகியும் பதற்றத் துடன் தங்கள் கீழுள்ள அதிகாரிகளை விரட்டிக் கொண்டிருந் தனர். மேற்குப் பிராந்தியத் தளபதி இன்று பிற்பகல் வருவ தாகத் தகவல் வந்திருந்தது. மாவட்ட நிர்வாகி அதிகாரிகளைத் திட்டிக்கொண்டிருந்தார். 'மேலிடம் வரைக்கும் தகவல் சென்றுவிட்டது. தற்போது போராட்டம் செய்தவர்களில் இறந்தவர்களின் எண்ணிக்கை இருபத்தி ஐந்து நபர்கள் அல்ல; இருபத்தி நான்கு நபர்கள்தான் என்றால் என்ன செய்வது? நிர்வாகத்தின் திறன் கேலிக்குரியதாகிவிட்டது. பிழை என்று சொல்வதற்குப் பதிலாக நான் இறந்துவிடலாம்' என்றார் மாவட்ட நிர்வாகி.

'எப்படிப் பிழை ஏற்பட்டதென்றே தெரியவில்லை. எப்படியோ, எங்கோ பிழை ஏற்பட்டுவிட்டது. மேற்குப்

பிராந்தியத் தளபதி வருவதற்குள் அனைத்தையும் சரிசெய்து விடலாம்' என்றார் ஓர் அதிகாரி.

'மேற்குப் பிராந்திய இராணுவத் தளபதி இன்று பிற்பகல் மூன்று மணிக்கு வருகிறார்' என்றார் மாவட்டத் தளபதி.

3

Experiences of Famous Reporters என்ற புத்தகம் லண்டனில் உள்ள Swan Publication வெளியீடு. அப்புத்தகம் பல நாட்டு நிருபர்களின் வித்தியாசமான அனுபவங்களின் தொகுப்பு. அதில் போர்ச்சுகல் நாட்டைச் சார்ந்த பிலிப் சில்வி, கம்பாதிரா நாட்டைப் பற்றியும் ஒரு குறிப்பிட்ட நிகழ்ச்சியில் தனக்கு ஏற்பட்ட அனுபவங்கள் பற்றியும் எழுதியிருக்கிறார். கம்பாதிரா நாடு, மொஸாம்பிக் நாட்டிற்கும் மடகாஸ்கர் நாட்டிற்கும் இடையே அமைந்துள்ள ஒரு குட்டித்தீவு. பேசப் படும் மொழி கமஸ் மற்றும் போர்ச்சுகிஸ். அவர் எழுதி யிருந்ததில் ஒரு பகுதி வருமாறு:

'... மொஸாம்பிக் நாட்டிலிருந்த என் நண்பன் ஆடம் சனைப் பார்த்துவிட்டு, அங்கிருந்து கம்பாதிரா நாட்டிற்கு, அந்நாட்டில் இருபத்தியேழு ஆண்டுகளுக்கொரு முறை நடை பெறும் பாறைமிதித் திருவிழா பற்றி செய்திகள் சேகரிக்கச் சென்றிருந்தேன்.

கம்பாதிரா நாட்டு மக்களின் பழக்க வழக்கங்கள், அவர்களின் மதம் சார்ந்த ஈடுபாடுகள் எனக்கு வினோதமாகத் தெரிந்தன. அனேகமாக எல்லா இடங்களிலும், சிகரெட் விற்கப்படும் டீக்கடை இருந்தது. டீக்கடைகளில் நேரங்காலம் இல்லாமல் மக்கள் டீ குடித்துக்கொண்டிருந்தனர். எந்த நேரத்திலும் யாராவது ஒருவன் டீ குடித்துக்கொண்டிருந்தான். குக்கிராமத்தில்கூட டீக்கடை இருந்தது. பல இடங்களில், குடித்த கிளாஸை வாளித்தண்ணீரில் முக்கி நனைத்து எடுத்து அடுத்தவனுக்கு டீ கொடுத்துக்கொண்டிருந்தனர். குடித்த கிளாஸைக் கழுவுகிற வேலையே இருப்பதாகத் தெரியவில்லை.

அந்நாட்டு மக்கள் பலவகையான கடவுள்களை வணங்கிக் கொண்டிருந்தனர். தென்னை மரங்கள், பப்பாளி மரங்கள், பனை மரங்கள், ஆலமரங்கள், வேப்ப மரங்கள், அரச மரங்கள் ஆகியவையும் அவர்கள் வழிபாட்டுக்குரியனவாக இருந்தன. இதே போல் எலி, நாய், யானை, சிறுத்தை, சிம்பன்ஸி, பசு, பாம்பு, மயில், புறா, குதிரை, சேவல் ஆகிய வற்றின் உருவங்களும் வழிபாட்டுக்குரியனவாக இருந்தன. இந்த மிருகங்களையும் பறவைகளையும் வழிபட்ட போதிலும்,

இவற்றை வேட்டையாடிக் கொண்டும் இருந்தனர். இரண்டும் ஒன்றுக்கொன்று தொடர்பில்லாதது என்ற மனோநிலையை மக்கள் கொண்டிருந்தனர். பல கடவுள் வடிவங்கள், மனித மிருக உருவங்களின் இணைப்பாக இருந்தன. உதாரணமாகப் பாம்புத் தலையும் பெண் உடம்பும் கொண்ட வடிவம். மனித முகமும் சிறுத்தை உடலும் கொண்ட வடிவம்.

மனித உருவங்களாகவே காணப்பட்ட கடவுள்களுடன் ஏற்கனவே குறிப்பிடப்பட்ட ஏதேனும் ஒரு பறவை அல்லது மிருகம் இருந்தது. சில மனித உருவங்கள் ஆடை ஆபரணங் களுடனும், சில வேடர்களின் நாடோடித் தோற்றங்களுடனும் இருந்தன. அனைத்து மனித உருவங்களுடைய கடவுள்களும் ஏதேனும் ஓர் ஆயுதத்தைக் கையில் ஏந்தியிருந்தனர். பெரும் பாலும் ஈட்டி காணப்பட்டது.

நான்கு கடவுள்கள் முக்கியமாகக் கருதப்பட்டனர். இந்நான்கு கடவுள்களும் நான்கு சகோதரிகளைத் திருமணம் செய்து கொண்டவர்கள். இந்நான்கு சகோதரிகளும் ஒருவருக் கொருவர் பூசலிட்டுக் கொண்டது பற்றிய கதைப்பாடல்கள் புழக்கத்திலிருந்தன. நான்கு கடவுள்களில் சிங்கத்தைக் கையிடுக்கில் வைத்திருக்கும் கடவுள் ஜிகாபியே பிரதானமான கடவுளாகக் கருதப்பட்டிருந்தார். மனைவியைத் தோளில் சுமந்திருக்கும் கடவுள் பகாருமா அடுத்தாற்போல் பிரதான மாகக் கருதப்பட்டிருந்தார். நான்கு கடவுள்களின் மனைவி களான சகோதரிகள் நால்வரும் கடவுள்களாகக் கருதப்பட் டனர். இச்சகோதரிகளின் அழகு பற்றி புழக்கத்திலிருக்கும் பாடல்கள் ரசமானவை. நான்கு சகோதரிகளும் வெவ்வேறு வகையான நடனங்களில் தேர்ச்சி பெற்றவர்களாகவும், அவற்றிற்கான குறியீடாகவும் கருதப்பட்டு வழிபடப்பட்டனர். வழிபாட்டு ஸ்தலங்களில் ஆண் கடவுளையும் பெண் கடவு ளையும் இரவில் ஒரே கட்டிலில் வைத்து கதவைப் பூட்டி விடுவார்கள்.

நான்கு கடவுள்களும், இரண்டாவதாக ஒரு பெண்ணைக் காதலித்துத் திருமணம் செய்து கொண்டிருந்தனர். இக்காதல் சம்பவங்களை நாடகங்களாக நடத்தியும், பாடல்களாக இயற்றியும் மக்கள் ரசித்துக்கொண்டிருந்தனர்.

பூசாரிகள், சமூகத்தில் செல்வாக்கும் அதிகாரமும் உடை யவர்களாக இருந்தனர். அவர்கள் நிலப்பிரபுக்களாகவும் இருந்தனர். ஒரு குடும்பத்தில் நடைபெறும் சுப நிகழ்ச்சிகள் அனைத்தும் பூசாரியின் ஆசிர்வாதத்துடனேயே நடக்கிறது. தங்கள் சின்னமான ஈட்டியை அடையாளத்திற்காகக் கன்னங் களில் வரைந்து கொள்ளும் பழக்கம் அவர்களுக்கு இருந்தது.

சில பிரிவு மக்களிடம் கணவன் இறந்ததும், அவனுடைய மனைவி அல்லது மனைவிகள் உயிருடன் சவப்பெட்டியில் அடைக்கப்பட்டு, இறந்த கணவனின் அருகிலேயே புதைக்கப் படும் பழக்கமிருந்ததாக நான் அறிந்தேன். இச்சடங்கைத் தெய்வத்திற்கான சடங்காக நடத்தி சம்பந்தப்பட்ட பெண் ணிற்கு உன்னத பதவியேற்கும் மனோநிலை உருவாக்கப் படுவதாகவும் அறிந்தேன்.

ஏப்ரல் 27ஆம் தேதி பாறை மிதித் திருவிழா நடைபெற இருந்தது. கமாஜியா என்ற நகரின் வெளிப்புறப் பகுதியில் விஸ்தீரணமான பாறைத்தொடர் உள்ளது. அதிக உயரமற்ற இந்தப் பாறைத்தொடர், ஒரு காலத்தில் மிக உயரமான மலைத்தொடராக இருந்ததாகவும், திடீரென அம்மலை யிலிருந்து நெருப்பு பொங்கி விழத் துவங்கியதாகவும் பெருங் கடவுளான ஜிகாபியே தோன்றி தன் கால்களால் மிதித்து அம்மலைத்தொடரைப் பூமிக்குள் அழுத்திவிட்டதாகவும் கதை புழக்கத்தில் இருந்தது. இருபத்தியேழு ஆண்டுகளுக் கொரு முறை நடைபெறும் இவ்விழாவில் குறிப்பிட்ட நாளன்று, லட்சக்கணக்கான மக்கள் கூடி அப்பாறைத் தொடரில் மிதித்துக் குதிப்பார்கள். இதன் மூலம் தங்களைப் பிடித்துள்ள தீமைகள் விலகி நன்மைகள் ஏற்படும் என்ற நம்பிக்கை அவர்களுக்கு இருந்தது.

பாறை மிதித் திருவிழா நடைபெற இருந்த நாளுக்கு மூன்று மாதங்களுக்கு முன்பிருந்தே பாறைத்தொடரில் இருந்த முட்செடிகள், தாவரங்களைச் சுத்தம் செய்யும் வேலைகள் துவக்கப்பட்டிருந்தன. லட்சக்கணக்கான மக்கள் கூடுவார்கள் என்ற எதிர்பார்ப்பு இருந்தது. மக்களிடையே பாறை மிதித் திருவிழா பரபரப்பை ஏற்படுத்திக் கொண்டிருப்பதை உணர்ந் தேன். மக்கள் கூட்டத்தினரிடையே அசம்பாவிதம் ஏதும் நிகழக்கூடும் என்று என் உள்ளுணர்வு கூறிக்கொண்டிருந்தது.

'அவ்வாறே நிகழவும் செய்தது. கேமிரா நொறுங்கி, நான் கை எலும்பு முறிவிற்கான சிகிச்சைக்காக மொஸாம்பிக் திரும்ப நேர்ந்தது. 351 நபர்கள் மரணமும் 657 நபர்கள் காயமும் அடைந்தார்கள்...'

இவ்வாறு அவருடைய கட்டுரை சென்று கொண்டி ருக்கிறது.

4

ஒப்பாரியின் ஓலத்தில் விழித்தெழுந்தார், கிழவர் மது மிகா. வழக்கம் போல ஓலம் அவரை அதிரவைத்தது. அருகே

சென்று சமாதானம் சொன்னார். ‘என் பேரன் வந்து விடுவான். அவனுக்கு ஒன்றும் ஆகாது. ஜிகாபியே நம்மைக் கைவிடமாட்டார்’ என்றார். அவள் ஓலம் அடங்கினாற்போல் இல்லை. ‘இன்றொடு அவன் போய் ஆறு மாதமாகிவிட்டது’ என்றாள் ஓலத்தினூடே.

கிழவருக்கு ஒரே மகள். அவளுக்குத் திருமணமாகி ஐந்து வருடத்திலேயே கணவன் இறந்துவிட்டான். குழந்தை யுடன் கிழவரிடம் வந்து வருடங்கள் ஓடிவிட்டன. கிழவருக்கு எழுதப்படிக்கத் தெரியாது. ஓர் இயக்கத்தில் பேரன் இருப்ப தாகச் சொல்லி, ஒரு நாள் இராணுவத்தினர் அவனை அழைத்துச் சென்றனர். எங்கு விசாரித்தும் சரியான பதி லில்லை. யாரோ சொன்னார்கள் என்று யாரையோ எழுதச் சொல்லி கைநாட்டு வைத்து அனுப்புவார். எந்தச் சலனமும் இல்லை. ஆனால் அவருக்கு அசைக்க முடியாத நம்பிக்கை. தான் வணங்கும், சிங்கத்தைக் கையிடுக்கில் வைத்திருக்கும் ஜிகாபியே தன்னைக் கைவிடமாட்டார்; பேரனுக்கு அசம் பாவிதமாக எதுவும் நடக்க அவர் விடமாட்டார் என்பதில் அவருக்கு எந்தவித சந்தேகமுமில்லை.

மாடத்தில் வைத்திருந்த உடுக்கையை எடுத்து அடிக்க ஆரம்பித்தார். உடுக்கின் ‘விண் . . . விண் . . .’ என்ற தோல் ஓசை அவர் மனதை ஆக்கிரமித்தது. மகள் ஓசை கேட்டு நிமிர்ந்தாள். உடுக்கையுடன் கிழவரைப் பார்த்த நிலையில் அவளுக்குத் துக்கம் கூடியது. கிழவரின் சிந்தையில் உடுக்கை யின் ஓசை நிறைந்திருந்தது. உடுக்கையை அடித்துக்கொண்டே வீட்டைவிட்டு வெளியேறினார். அக்கம் பக்கத்திலுள்ளவர்கள் ஓசை கேட்டு வெளியே வந்து தெருவில் செல்லும் கிழவரைப் பார்த்தனர். வாசலில் நின்று கிழவரைப் பார்த்த மகள் தலையிலடித்துக் கொண்டு வீட்டிற்குள் ஓடினாள்.

உடுக்கையின் வேகம் அதிகரித்தது. உடுக்கை ஓசையின் பின்னணியில், அவர் சிந்தையில் கையிடுக்கில் சிங்கத்துடன் ஜிகாபியே தோன்றினார். மிகுந்த பிரகாசத்துடன் தங்கம் போல ஜொலித்தார். தன்னுணர்வின்றி கிழவர் உடுக்கையை அடித்துக்கொண்டு நடந்து கொண்டிருந்தார். ‘உன் பேரனுக்கு ஒன்றும் ஆகாது’ என்ற குரல் மெல்லியதாக அவர் காதில் ஒலித்தது. நீரை ஊற்றியதுபோல் உடலில் வியர்வை வழிந்து கொண்டிருந்தது. வலியை உணராது கைவிரல்கள் உடுக் கையை அடித்துக் கொண்டிருந்தன. ‘ஜிகாபியே . . . நான் என்ன செய்ய . . . என் பேரனைக் காக்கும் உனக்கு நான் என்ன செய்ய . . .’ என்றார் கிழவர். ‘என்னை நோக்கி உருண்டு வா’ என்று அவருள் குரல் ஒலித்தது. கிழவர்

உடுக்கையை அடிப்பதை விடாது கீழே விழுந்து உருள ஆரம்பித்தார். உடுக்கையின் ஓசையில் தாளம் தவறியது. மண்ணில், சிறு செடிகளின் மீது கிழவர் உருண்டுகொண்டிருந்தார். ஆலமரத்தடியில் வீற்றிருந்த ஜிகாபியேயைக் கிழவர் நெருங்கிக்கொண்டிருந்தார். கிழவரின் உடலில் பல இடங்கள் சிராய்ந்து இரத்தம் கசிந்துகொண்டிருந்தது. ஜிகாபியேயை அடைந்து எழுந்து நின்று ஆடிக் கொண்டே உடுக்கையை அடித்தார். 'என் பேரன் நன்றாக இருக்கிறான். ஜிகாபியே காப்பாற்றிவிட்டார்' என்று கூவிக்கொண்டே உடுக்கையடித்துக் கொண்டு கிழவர் உற்சாகத்துடன் ஆடினார்.

5

சிறைக்கு முன் நின்றிருந்த இராணுவத்தினர், சகாரி என்ற பெயர் உள்ளவனைக் கூட வருமாறு அழைத்தனர். மயான அமைதி நிலவியது. உயிரை அழித்து நினைவுகளை இல்லாமல் ஆக்கிவிடும் மரணம் துப்பாக்கியின் விசையில் இராணுவத்தினரின் கையில் நின்றுகொண்டிருந்தது.

வெளுத்துப்போன இறுகிய முகத்துடன் சகாரி முன்னே வந்தான். கூட இருந்தவர்கள் 'வேண்டாம்...வேண்டாம்' என்று கத்தினர். இராணுவத்தினரில் ஒருவன் கூறினான்: 'அவனை விசாரணைக்காக அழைத்துச் செல்கிறோம். விடுதலைகூட அடையலாம்.' 'இந்த உலகத்திலிருந்து விடுதலையா' என்று சிறையிலிருந்த ஒருவன் கத்தினான். இராணுவத்தினரில் ஒருவன் துப்பாக்கியைத் திருப்பி அவனை அடிக்கக் கிளம்பினான்.

சகாரியை வெளியே இழுத்து சிறைக்கதவைப் பூட்டினான். சூழலின் கதிக்குப் பழகியிருந்த சகாரி சிறையிலிருந்தவர்களைத் திரும்பிப் பார்த்துவிட்டு நடந்தான். பிற சிறையில் உள்ளவர்கள் கம்பிகளருகே நெருங்கி நின்று சகாரியையும் இராணுவத்தினரையும் பார்த்தனர்.

சகாரி இருந்த சிறையிலிருந்து கூட்டுக்குரல் எழுந்தது. 'நண்பர்களே, தோழர்களே...மனதில் பதிய வைத்துக் கொள்ளுங்கள். அவன் பெயர் சகாரி. கமுசா கிராமத்தைச் சேர்ந்தவன். தந்தை இல்லை. தாத்தா பெயர் மதுமிகா. சரித்திரத்தில் பதிவு செய்வோம். சகாரியின் பெயரை மனதில் பதியவைத்துக் கொள்ளுங்கள்.'

மாவட்டத் தளபதியிடம் பட்டியலைக் கொடுத்துவிட்டு ஓர் இராணுவ அதிகாரி நின்றுகொண்டிருந்தான். பட்டியலைப் பார்த்துக்கொண்டிருந்தவருக்கு, பெயர்கள், உருவங்

களைத் தராது குழப்பத்தை ஏற்படுத்திக் கொண்டிருந்தன. தனக்குப் பிடிக்காத மனிதர்களின் பெயர்களை நினைவுக்குக் கொண்டு வந்தவாறே பட்டியலை நோட்டமிட்டார். சகாரி என்ற பெயரைப் பார்த்ததும், அப்பெயர் அவர் மனதில் பதிந்தது. மாவட்டத் தளபதி, பள்ளியில் படித்துக் கொண்டிருந்தபோது அவரை அடித்தும், முழங்கால் போட்டு நிற்கச் செய்தும் துன்புறுத்தி, வெறுப்பைக் காண்பித்த பூகோள ஆசிரியரின் பெயர் சகாரி. அந்த நொடியில் அவருக்கு ஒரு முடிவு ஏற்பட்டது. கையிலிருந்த பேனாவினால் சகாரியின் பெயரை அவர் 'டிக்' செய்திருந்தார்.

மேற்குப் பிராந்தியத் தளபதியின் நிகழ்ச்சி நிரல் கீழ்க் கண்டவாறு உத்தேசமாகத் திட்டமிடப்பட்டிருந்தது.

'மேற்குப் பிராந்தியத் தளபதி அவர்கள் பகல் 12.00 மணிக்குச் சாலை வழியே காரில் விருந்தினர் மாளிகைக்கு வருகிறார்கள். விருந்தினர் மாளிகையில் மாவட்டத் தளபதியும், மாவட்ட நிர்வாகியும் சந்தன மாலை அணிவித்து வரவேற்கிறார்கள். தங்குவதற்குக் குளிர்சாதன அறை ஒதுக்கப்பட்டுள்ளது. ஹோட்டல் ஆசியாவின் தலைமைச் சமையல்காரர் வரவழைக்கப்பட்டுள்ளார். அவர் இங்குள்ள அரசு ஹோட்டலில் சமையல் செய்கிறார். தளபதிக்குக் கோழிக்கறி பிடிக்கும் என்பதால், அதில் விசேஷ கவனம் செலுத்தும்படி தலைமைச் சமையற்காரர் கேட்டுக் கொள்ளப்பட்டுள்ளார். உணவிற்குப்பின் சற்று ஓய்வு. பிற்பகல் 3.00 மணியளவில் இறந்த இராணுவ வீரருக்கு அஞ்சலி செலுத்தி மற்ற பிணங்களைப் பார்வையிடுகிறார். பின்னர் விருந்தினர் மாளிகைக்குத் திரும்புகிறார். மசாலா பால், வறுத்த முந்திரிப்பருப்பு சாப்பிடுகிறார். மாலை 4.30 மணிக்கு புதிதாகக் கட்டப்பட்டுள்ள இராணுவ வீரர்கள் தங்குமிடத்தைத் திறந்து வைக்கிறார். அங்கிருந்தே காரில் தலைமை நிலையத்திற்குச் சென்றுவிடுகிறார்.'

வேன் வந்து நின்றது. வெள்ளைத் துணியால் போர்த்தப்பட்ட பிணம் ஸ்ட்ரெச்சரிலிருந்து இறக்கப்பட்டது. இராணுவ வீரரின் பிணம் தவிர்த்து இருந்த இருபத்தி நான்கு பிணங்களின் எண்ணிக்கை இருபத்தி ஐந்தாக மாறியது. மாவட்டத் தளபதி காரில் வந்திறங்கினார். பிணங்கள் வைக்கப்பட்டிருக்கும் பகுதியைச் சுற்றிப் பார்த்தார். இராணுவ வீரரின் பிணம் மட்டும் அஞ்சலி செலுத்த வசதியாகச் சற்று உயரமான மேடை மீது வைக்கப்பட்டிருந்தது. ஏற்பாடுகள் கச்சிதமாக இருப்பதாக அவருக்குத் தோன்றியது.

6

தொலைக்காட்சி பார்ப்பது, பாட்டுக் கேட்பது, உண்பது, தூங்குவது என வாழ்க்கை ரெஜினாவிற்குச் சோம்பலை ஏற்படுத்தியிருந்தது. மிகிமா வரும் நாட்களைத் தவிர, பிறநாட்கள் அனைத்தும் அநேகமாக ஒரே மாதிரியான நாட்கள். மகளும், கணவரும், தாயாரும் நினைவில் தூரப்போய்க் கொண்டிருந்தனர். நினைவின் பாதையை மிகிமா அடைத்துக் கொண்டிருந்தார். மிடுக்குகளும் அதிகாரங்களும் உடைய மிகிமா. அவை அற்ற மிகிமா. குழந்தையும் மிருகமும் கலந்த மிகிமா.

பெண் உதவியாளர் ஓடிவந்தாள். ரெஜினா முன்னால் பதற்றத்துடன் நின்றாள். வார்த்தைகள் சரியாக வரவில்லை. ரெஜினா, பெண் உதவியாளரைக் கூர்ந்து பார்த்தாள். 'இன்னும் ஒரு மணி நேரத்தில் ஜெனரல் வருவதாக போனில் செய்தி வந்தது' என்று பதற்றத்துடன் கூறினாள். 'இரவு உணவுக்கு ஏற்பாடு செய்யச் சொல்லுங்கள்' என்றாள் ரெஜினா. பின், துண்டை எடுத்துக் கொண்டு பாத்ரூமிற்குள் நுழைந்தாள்.

பல வருடங்களுக்கு முன் மிகிமா, நகரின் விஸ்தரிப்புப் பகுதியில் உள்ள குடியிருப்பில் ஒரு நண்பரைப் பார்த்துவிட்டு டீ அருந்த, இனிப்புகள் விற்கும் சிறிய உணவு விடுதிக்கு வந்தபோது அங்கு கைக்குழந்தையுடன் வாட்டசாட்டமாக நின்று கொண்டிருந்த ரெஜினாவைப் பார்த்தார். பார்த்த கணத்தில் ஏன், எதற்கு என்று தெரியவில்லை. அவர் மனதில் அவள் தோற்றம் பதிந்து செல்வாக்கு செலுத்தியது. அவளையே பார்த்துக்கொண்டிருந்தார். ஐந்து நிமிடம் கூட இருக்காது. அவள் இனிப்புகளை வாங்கிக்கொண்டு சென்றுவிட்டாள். அவர், சென்றுகொண்டிருக்கும் அவளின் பின் தோற்றத்தைப் பார்த்துக் கொண்டிருந்தார். பின் சில நாட்களில் அவள் வீட்டைக் கண்டுபிடித்தாகிவிட்டது. அவள் ஞாயிற்றுக்கிழமைகளில் சர்ச்சில் நடக்கும் பிரார்த்தனைக்குக் காலை 7.30க்கு வந்து 8.45க்குத் திரும்புவதைக் கண்டுபிடித்தாகிவிட்டது. தன்னைக் காட்டிக்கொள்ளாது, அவர் அவளைப் பார்த்துக் கொண்டிருந்தார். அவள் கவனத்தைக் கவராமல் அவளைப் பார்த்துக்கொண்டிருக்க வேண்டும் என அவர் விரும்பினார். ஒருநாள் நண்பர் ஒருவரின் காரை எடுத்து வந்து, அதற்குள்ளிருந்து வியர்வை வழிய அவள் சர்ச்சிலிருந்து வரும் வழியில் அவள் அறியாமல் அவளைப் புகைப்படம் எடுத்தார். அச்சந்தர்ப்பத்தில் அவருக்கு மிகுந்த பரவசம் ஏற்பட்டது.

பெண் உதவியாளர் இப்பணிக்குப் புதிது. பதறிக் கொண்டிருந்தாள். 'ஜெனரல் என்னிடம் ஏதாவது கேட்பாரா?

நான் என்ன செய்ய வேண்டும்' என்று பாதுகாப்பு அதிகாரியிடம் கேட்டாள். 'யார் யாரிடம் என்ன கேட்பார்கள் என்று யாருக்குத் தெரியும்' என்றான் பாதுகாப்பு அதிகாரி. பெண் உதவியாளர் மனதைப் பதற்றமில்லாத நிலைக்குக் கொண்டுவர முயன்றுகொண்டிருந்தாள். தண்ணீர் குடிக்க டம்ளரை எடுத்தாள். எப்படியோ கீழே விழுந்து சத்தம் கேட்டது. பாதுகாப்பு அதிகாரி சத்தம் கேட்டுத் திரும்பிப் பார்த்தான். தம்ளரை எடுத்து தண்ணீர் குடித்துவிட்டு, செய்தித்தாளைப் படிக்க ஆரம்பித்தாள். இரண்டாம் பக்கத்தில் ஜெனரலின் படம் இருந்தது.

வருடங்கள் ஓடின. சரித்திரம் சுழன்றது. மிகிமா நாட்டின் அதிபரானார். அப்பெண்ணின் தோற்றம் அவ்வப்போது அவருடைய இச்சையின்றி ஏற்பட்டுக் கொண்டிருந்தது. ஒருநாள் மிகிமா மனைவியின் அறைக்குச் சென்றபோது அவள் குளித்துக்கொண்டிருந்தாள். படுக்கையில் அவளுடைய ஆடைகள் இறைந்து கிடந்தன. அவர் அவற்றின் மீது படுத்தார். அந்த நேரத்தில் அவர் மனம் புரண்டது. அம்மா நினைவு வந்தது. 'இவள்தான் உன் அம்மா' என்று தாத்தா காட்டினார். உதட்டு லிப்ஸ்டிக்தான் முதலில் தெரிந்தது. ஒரு ஆடவனுடன் கை கோர்த்துக் காரை நோக்கிச் சென்றுகொண்டிருந்தாள். சிறுவனுக்கு ஆத்திரம் ஏற்பட்டது. சிறுத்தையின் உறுமல் உருவாகிக் கண்கள் ஜொலித்தன. சிறுத்தையின் முகத்திலிருந்து இறங்கி வந்தார் மிகிமா. ஆவேசத்துடன் எழுந்து பாத்ரூம் கதவைத் தட்டினார். கதவு திறக்கும்வரை காத்திருக்காமல் துப்பாக்கியை எடுத்துக்கொண்டு காட்டுப்பன்றிகளை அடைத்து வைத்திருக்கும் பகுதிக்குச் சென்றார். அதிகாரிகளும் உடன் சென்றனர். கீழே பரந்த நிலத்தில் இயற்கைச் சூழ்நிலையில் காட்டுப்பன்றிகள் அலைந்து கொண்டிருந்தன. மேலே சுவரில் கைவைத்து காட்டுப்பன்றிகளைப் பார்த்தார். அன்று முப்பத்தி இரண்டு காட்டுப்பன்றிகளைச் சுட்டுக் கொன்றார். கூட இருந்தவர்களிடம், 'நம் எதிரிகளை இது போல் அழிக்க வேண்டும்' என்றார். அன்று இரவுக்கு அவருக்கு ஒரு எண்ணம் தோன்றியது. இரவு முழுவதும் தூங்கவில்லை. காலையில் தனக்கு நம்பிக்கையான ஒருவரை வரவழைத்து அவள் புகைப்படத்தைக் காண்பித்து, அவளுடைய வீட்டாருக்கோ கணவருக்கோ சேதம் ஏதும் இல்லாமல், அவளைக் கொண்டு வந்து ஒரு தனி பங்களாவில் வைக்க ஏற்பாடு செய்தார்.

அன்று, மிகத் தடுமாற்றத்துடன்தான் தனி பங்களாவில் வைக்கப்பட்டிருந்த அவளைச் சந்திக்கச் சென்றார். பல காலங்களுக்குப்பின் அவளை, அதுவும் அருகில் இருந்து முதன்முறையாகப் பார்க்கும் நினைப்பில் பதற்றம் ஏற்பட்டது.

அவளைப் பார்த்ததும் இதயத்துடிப்பு அதிகரித்தது. அவள் தோற்றத்தில் பேரிளம்பெண்ணாக மாறியிருந்தாள். தோற்றத்தில் ஏற்பட்டிருந்த மாற்றம் அவருக்கு மேலும் ஆர்வத்தைத் தூண்டுவதாக இருந்தது. தாய்மை, மோகினியாய் மாறி நின்றிருப்பது போல் அவள் இருந்தாள். அவள் முக பாவத்திலிருந்து அவள் மிகவும் பயந்துள்ளதாகத் தோன்றியது. அன்று, அவர் ஏதோ பேசினார். சென்று விட்டார். மறுநாள் வந்தார். சிலநாட்கள் இடைவெளி விட்டு மீண்டும் மீண்டும் வந்து சென்றார். ஒருநாள் விடிகாலையில் ரெஜினா மண்டியிட்டு பிரார்த்தனை செய்துகொண்டிருந்தாள்.

கார்கள் வந்தன. மிகிமா இறங்கினார். மேற்கத்திய உடையில் இருந்தார். பெண் உதவியாளர் அடையாளம் கண்டு பார்ப்பதற்குள் அவர் வீட்டிற்குள் சென்றுவிட்டார். ரெஜினா, அவரை வரவேற்று புன்னகைத்தாள். இருக்கையில் அமர்ந்தார். 'இன்று வெப்பம் குறைந்து நல்ல சீதோஷ்ண நிலை இருக்கிறது' என்றார். 'ஆமாம்' என்றாள் ரெஜினா.

'வேலைகள் கடுமையாக இருக்கின்றன. போராட்டங்கள் ஆங்காங்கு நடந்து கொண்டிருக்கின்றன. அரசின் ஸ்திரத் தன்மைக்கு ஆபத்து ஏதும் இல்லை. ஆனாலும் அரசில் இருப்பவர்கள் எந்நேரமும் ஆபத்தை எதிர்நோக்கித்தான் இருக்க வேண்டும். உனக்குத் தெரியாததா? எப்போதும் நீ புதிராகவே இருக்கிறாய் . . .' அவர் தொடர்ந்து பேசிக்கொண்டிருந்தார். அவள் கேட்டுக்கொண்டிருந்தாள். அவருடைய வார்த்தைகள் அவளுக்குப் பழகிப் போயிருந்தன. புலம்பல்கள் இன்னும் சற்று நேரத்தில் அடங்கிவிடும். மனம் விசித்திர மானது.

பெண் உதவியாளர், 'இனி நான் என்ன செய்ய வேண்டும்?' என்று பாதுகாப்பு அதிகாரியிடம் கேட்டாள். 'பேசாமல் உட்காருங்கள்' என்று அவன் அதட்டினான். கதவு அடைக்கப் பட்ட சத்தம் கேட்டு இருவரும் திரும்பிப் பார்த்தனர்.

7

உளவுத்துறைத் தலைமை அதிகாரி ஜெனரல் முன் அமர்ந்திருந்தார்.

'அரசின் ஸ்திரத்தன்மைக்கும், பாதுகாப்பிற்கும் ஆபத்தில்லை. ஆனால் மூன்று நபர்கள் மீது அரசு எச்சரிக்கையாக இருக்கவேண்டும். தலைமறைவு இயக்க மக்கள் போராட்டக் குழுத் தலைவர் ஜங்கியா ஆயுதத்தை நம்பி உள்ளார். நம் அரசின் இராணுவ பலத்துடனும், ஆயுதங்களுடனும் அவர்

கள் போட்டியிட்டு வெல்ல முடியாது. அருள்வாக்கு சொல் லும் மதத்தலைவர் மரிகியாவிற்குத் தற்போது ஆதரவு பெருகி வருகிறது. அவர் அரசின் நடவடிக்கைகளை மறைமுகமாக விமரிசித்து வருவதாகச் செய்தி கிடைத்துள்ளது. ஆண்ட வனையும் சாத்தானையும் பற்றிப் பேசுவது போல் அவர், தன்னையும் அரசையும் பற்றிப் பேசுகிறார். அடுத்து பாடகர் நருமா. இவர் பாடும் நிகழ்ச்சிகளுக்கு மக்கள் லட்சக்கணக்கில் கூடுகிறார்கள். அரசை விமரிசித்து இவர் பாடுகிறார் என்று நாங்கள் கருதும் பாடல்களுக்குப் பலத்த வரவேற்பு இருக்கிறது. தனிச் சக்தியாக உருவெடுக்க முடியாத ஒரு பாடகரை அல்லது மதத் தலைவரை நமக்கு ஆதரவாகக் களத்தில் இறக்க வேண்டும். அப்போதுதான் சமநிலைக்கு வரும்' என்றார் உளவுத்துறைத் தலைமை அதிகாரி.

'மதத் தலைவர் மரிகியாவும் பாடகர் நருமாவும் ஒன்று சேரும் வாய்ப்பு உண்டா?' என்றார் மிகிமா.

'நிச்சயமாய் இல்லை.'

'இருவரில் யாரைக் கைது செய்தால் பெரிய அளவில் பிரச்சினைகள் ஏற்படும் என்று நினைக்கிறீர்கள்?'

'பாடகர் நருமாவைக் கைது செய்தால் பெரும் பிரச் சினைகள் ஏற்படும் என்று நினைக்கிறேன்.'

ஜெனரல் சிந்தனைவயப்பட்டார்.

8

ரெஜினாவிற்கு, தன்னுடைய வாழ்க்கை திசை திரும்பிப் போய்க்கொண்டிருப்பதற்குச் சரியாகப் பிரார்த்தனை செய் யாததுதான் காரணமோ என்று தோன்றி ஆரம்பகாலத்தில் பிரார்த்தனை செய்தாள். நீர் சூழ்ந்த ஒரு திட்டு. அதில் பெரிய வீடும் தோட்டமும் இருக்கின்றன. காலையிலும் மாலையிலும் தோட்டத்தில் பொழுதைக் கழித்தாள். மரம், செடி, கொடிகளின் தோற்றங்களும் பூக்களும் அன்யோன்ய மாகின்றன. பறவைகள் நீருக்கு மேல் பறந்து கொண்டிருக் கின்றன. சுவையான அசைவ உணவுகள் நாசியை ஈர்க்கின் றன. நோக்கும் திசையெங்கும் நீர். நீர் அலையும் சத்தத்தைத் தவிர பெரும் நிசப்தம். ஜெனரல் நீரில் நடந்து வருகிறார். இருபுறமும் துப்பாக்கி ஏந்திய இயந்திர மனிதர்கள். வீட்டிற் குள் நுழைந்த ஜெனரல் குழந்தையாக மாறுகிறார். குழந்தை தானே என நினைத்தால் மிருகமாக மாறுகிறார். கணவனின் முகம் மறந்து கொண்டிருக்கிறது. மகள் கிளாரா எப்படி

இருக்கிறாள் என்று தெரியவில்லை. ‘உன்னை விடமாட்டேன். நீ எனக்குச் சொந்தம். எனக்கு மட்டுமே சொந்தம்’ என நெருக்கத்தில் அவள் கழுத்துக்குக் கீழே முகம் வைத்து ஜெனரல் பிதற்றிக் கொண்டிருக்கிறார். ரெஜினாவிற்கு மகள் கிளாரா நினைவு வருகிறது.

9

பாடகர் நருமா, காதலியுடன் அமர்ந்து மது அருந்திக் கொண்டிருந்தார்.

‘நேற்றைய நிகழ்ச்சி அற்புதம்! எவ்வளவு கூட்டம்! எனக்கு எவ்வளவு மகிழ்ச்சியாக இருந்தது தெரியுமா?’ என்றாள் காதலி.

‘எல்லாம் கடவுள் ஜிகாபியேயின் அருள்’ என்றார் நருமா.

‘இந்தச் செல்வாக்கை ஏன் அரசியலுக்கு மாற்றக் கூடாது? உங்களைவிட யாருக்குச் செல்வாக்கு இருக்கிறது?’

‘இங்கு என்ன தேர்தலா நடக்கிறது? இராணுவத்தை எதிர்த்து என்ன செய்ய முடியும்?’

‘நீங்கள் கடவுளால் ஆசீர்வதிக்கப்பட்டவர். மக்களுக்குத் துரோகம் செய்பவர்களை விமர்சிக்கும் பாடலுக்கு எவ்வளவு வரவேற்பு இருந்தது பார்த்தீர்களா? மக்கள் எழுச்சி முன் இராணுவம் என்ன செய்யும்? உங்களுக்காக உயிர் கொடுக்க மக்கள் தயாராக இருக்கிறார்கள். நீங்கள் அரசை எதிர்த்துக் குரல் கொடுத்தால் உங்கள் புகழ் மேலும் பரவும். இந்த நாட்டின் சரித்திரத்தில் உங்கள் பெயர் இடம் பெறும். சர்வதேச நாடுகளின் கவனம் உங்கள் மீது விழும்.’

‘எல்லாம் சரிதான். அரசு எனக்குத் தொந்தரவு தருவ தில்லையே. நான் எதற்கு அதை எதிர்க்க வேண்டும்?’

‘உங்கள் பெயர் சரித்திரத்தில் இடம் பெறுவதற்காக.’

‘காலமும், அந்தக் கடவுள் ஜிகாபியேயும் நினைத்தால் எதுவும் நடக்கும்’ என்று அவளை அணைத்தார் நருமா.

போராட்டக்காரர்கள் வந்திருக்கிறார்கள் என்ற செய்தி கிராமம் எங்கும் பரவியது. வந்திருந்த போராட்டக்காரர் களுக்குத் தலைமை வகித்தவன் பேசினான். ‘நாங்கள் நாட்டின் விடுதலைக்காக சபதம் எடுத்திருக்கிறோம். எங்கள் தலைவர் ஜங்கியா அரசுக்கு சவாலாக இருக்கிறார். இரண்டு நாட் களுக்கு முன் நடந்த சண்டையில் ஏழு இராணுவ வீரர்கள் கொல்லப்பட்டுள்ளனர். எங்களுக்கு இரத்தமும் தேவை,

நிதியும் தேவை. அரசை எதிர்த்துப் போராட, நாடு விடுதலை பெற ஆயுதங்கள் தேவை. நீங்கள் அளிக்கும் நிதி நாட்டின் விடுதலைக்குத் தேவைப்படும் துப்பாக்கிகளாக, பீரங்கிகளாக மாறும். நாங்கள் சென்ற பின் இராணுவம் இங்கே வரலாம். எங்களைப்பற்றி விசாரிக்கலாம். நாங்கள் சென்ற திசையை நோக்கி எங்களை வேட்டையாட வரலாம். எங்கள் பிணங்க ளின் மீதுதான் நாட்டின் சுதந்திரம் எழுதப்படும் எனில் அவ் விதமே நடக்கட்டும். நிதி தந்து போராட்டத்திற்கு உதவுங்கள்.'

மரிகியா உடல் ஆடிக்கொண்டிருந்தது. சிங்கத்தைக் கையிடுக்கில் வைத்திருக்கும் ஜிகாபியேயின் சன்னிதி. அருள் வாக்கு கேட்கவும், அருள்வாக்கு வழங்குவதை வேடிக்கை பார்க்கவும், பெருங்கூட்டம் கூடியிருந்தது. மரிகியா, கையில் அரச இலைகளை வைத்து ஆடிக்கொண்டிருந்தார்.

ஒருவர் குனிந்து பவ்யமாக, 'என் கடன்கள் தீர்ந்து நான் எப்போது நல்ல நிலைக்கு வருவேன்?' என்றார்.

'பாவி. உன் பாவத்தைத் தொலைக்க தரிகாவில் உள்ள சமுத்திரத்தில் குளித்து எழு. பாவங்கள் தொலையும். இன்னும் 97 நாட்களில் கடன் தீர்ந்து செல்வம் பெருகும்.'

'என் மகளுக்கு எப்போது திருமணம் நடக்கும்?' என்றார் ஒருவர்.

'ஜிகாபியேயின் சன்னிதியில் காலையிலும் மாலையிலும் ஒரு முறை உருளச் சொல். திருமணம் கூடி வரும்.'

'என் தாயாருக்கு நோய் குணமாகுமா?' என்றார் ஒருவர்.

'முருங்கை இலையை அரைத்து ஐம்பது நாட்கள் சாப் பிடச் சொல்' என்றார்.

அருள்வாக்கு கேட்கத் தேர்ந்தெடுக்கப்பட்டவர்கள், வரிசையாக வந்து கொண்டிருந்தனர்.

அருள்வாக்கு நிகழ்ச்சி முடிந்தபின் மரிகியா மேடைக்கு அழைத்துவரப்பட்டார். பெருங்கூட்டம். மேடை மீது இருந்த சிம்மாசனத்தில் அமர்ந்தார். ஒரு பெண், அவர் கால்களைத் தாம்பாளத்தில் வைத்துக் கழுவினாள். ஒருவர் மரிகியாவிற்குக் கிரீடம் சூட்டினார். கூட்டம் பக்தி ஆரவாரம் செய்தது.

10

கம்பாதிரா நாட்டில் நடந்துகொண்டிருக்கும் சம்பவங் கள் பற்றி பலவிதமான செய்திகள் வந்துகொண்டிருந்தன.

ஜெனரல் மிகிமா, அவருடைய காதலி வீட்டில், மேற்குப் பிராந்தியத் தளபதியின் ஆதரவாளர்களால் சுட்டுக் கொல்லப் பட்டார் என்றும், மேற்குப் பிராந்தியத் தளபதி ஆட்சியைக் கைப்பற்றியுள்ளார் என்றும் ஒரு தகவல். ஜெனரல் மிகிமா கொல்லப்படவில்லை என்றும், இராணுவத்தில் கலகம் ஏற்பட்டதைத் தொடர்ந்து தலைமறைவாக உள்ளார் என்றும் ஒரு தகவல். ஜெனரல் மிகிமா கொல்லப்பட்டதைத் தொடர்ந்து ஜங்கியாவின் மக்கள் போராட்டக் குழுவைச் சேர்ந்தவர்கள், நாட்டின் பகுதிகளைக் கைப்பற்றி வருவதாக ஒரு தகவல். பாடகர் நருமாவும், மதத்தலைவர் மரிகியாவும் தலைமறைவாகிவிட்டதாகவும், இருவருக்கும் மக்களிடையே பெரும் ஆதரவு இருப்பதாகவும், இராணுவத்தால் மக்கள் எழுச்சியைக் கட்டுப்படுத்த முடியவில்லை என்றும், ஆயிரக் கணக்கான மக்கள் இறந்துவிட்டதாகவும், இராணுவத் தினருக்கு மனமாற்றம் ஏற்பட்டு மக்களுடன் சேர்வதாகவும் ஒரு தகவல். நருமாவிற்கும் மரிகியாவிற்கும் இடையே ஒற்றுமை இல்லை என்றும், நருமாவிற்கு மக்கள் ஆதரவு அதிகம் இருப்பதால் இருவரின் ஆதரவாளர்களுக்குமிடையே மோதல் ஏற்படும் என்றும் ஒரு தகவல். ஜெனரல் மிகிமாவின் ஆட்சிக்குப் பின்னணியில் அவருடைய காதலி ஒருத்தி இருந்ததாகவும், அவளும் சுட்டுக்கொல்லப்பட்டதாகவும் ஒரு தகவல்.

இந்நிலையில், கம்பாதிரா நாட்டிற்கு ரகசியமாகச் சென்று திரும்பி வந்த பத்திரிகையாளர் பிலிப் சில்வி, அங்கு எடுத்த அரிய புகைப்படங்களை லண்டனிலிருந்து வெளி யாகும் 'டெய்லி மிர்ரர்' பத்திரிகைக்கு வழங்கிப் பேட்டி அளித்திருந்தார்.

அப்பேட்டியின் ஒரு பகுதி:

கேள்வி : ஜெனரல் மிகிமா சுட்டுக் கொல்லப்பட்டார் என்ற செய்தி உண்மையா?

பதில் : ஆம். அவர் இராணுவத்தின் ஒரு பிரிவினரால் சுட்டுக் கொல்லப்பட்டார். அங்கு அதிகாரத்தைக் கைப்பற்ற போட்டி நிலவிக்கொண்டிருக்கிறது.

கேள்வி : அவருடைய காதலிக்கு இதில் என்ன பங்கு?

பதில் : அவருடைய காதலியின் வீட்டில்தான் மிகிமா சுட்டுக் கொல்லப்பட்டதாகத் தகவல். காதலியின் பெயர் ரெஜினா. அவளை, அவர் மிகுந்த செல்வ

வளத்துடன் வைத்திருக்கிறார். சமீபகாலமாக, நடந்த மக்கள் போராட்டங்களை ஜெனரல் அடக்கியது இவளுடைய யோசனைப்படிதான் என்று சொல்லப்படுகிறது.

கேள்வி : கம்பாதிரா நாட்டின் தற்போதைய நிலை என்ன?

பதில் : பெருங்குழப்பம் நிலவுகிறது. மேற்குப் பிராந்தியத் தளபதி, நாட்டிற்கும் இராணுவத்திற்கும் தலைமை ஏற்றிருக்கிறார். மக்கள் போராட்டக் குழு கிராமங் களைக் கைப்பற்றி வருகிறது. சட்டமும் ஒழுங்கும் நாட்டில் செயலிழந்துவிட்டன. பஸ்களும் இரயில் களும் எரிக்கப்பட்டதை நான் பார்த்தேன். கடை கள் உடைக்கப்பட்டு கொள்ளையடிக்கப்படுகின் றன. இவர்களுக்குள் மக்களும், ரௌடிகளும் நருமாவின் ஆதரவாளர்களும், மரிகியாவின் ஆதரவாளர்களும் இருக்கிறார்கள். இராணுவம் மக்களைச் சுடமுடியாமல் இருக்கிறது. மக்களில் பெரும்பகுதியினரும், இராணுவத்தில் பலரும் நருமாவை விரும்புகிறார்கள். மரிகியா, நிச்சயம் அவருக்குப் பெரும் சவாலாக இருப்பார்.

கேள்வி : இராணுவம், அதிகாரத்தை எப்படி விட்டுக் கொடுக்கும்?

பதில் : விட்டுக் கொடுக்காது. விட்டுக் கொடுக்கும் நிர்ப்பந்தமான சூழ்நிலை ஏற்பட்டால், தேர்தல் நடத்தி அதிகாரத்தை மாற்றிக் கொள்வதாகக் கூட இராணுவம் கூறலாம். நிலைமை தற்போது தெளிவாக இல்லை.

கேள்வி : ஜெனரல் குடும்பத்தின் நிலை என்ன?

பதில் : தெரியவில்லை. கொல்லப்பட்டிருக்கலாம் அல் லது சிறை வைக்கப்பட்டிருக்கலாம்.

கேள்வி : இராணுவத்திலுள்ள ஜெனரல் மிகிமாவின் ஆதர வாளர்கள் என்ன செய்கிறார்கள்?

பதில் : திடீரென்று ஏற்பட்ட மாற்றத்தில் அவர்களால் அமைப்பு ரீதியாகவோ, தகவல் தொடர்பு மூலமா கவோ ஒன்றுமே செய்ய முடியவில்லை. மேற்குப் பிராந்தியத் தளபதி அமைப்பு ரீதியாக, திட்ட மிட்டுச் செயல்பட்டிருப்பதால் பெரிய அளவில் இராணுவத்தில் மோதல் இல்லை. மிகிமாவின் ஆதரவாளர்கள், தங்களைக் காட்டிக் கொள்ளா மல் இராணுவத்திற்குள்ளேயே இருக்கிறார்கள்.

இவர்கள் அமைப்பு ரீதியாகத் திரளும் வாய்ப்பு தற்போது இருப்பதாகத் தெரியவில்லை.

கேள்வி : காதலி ரெஜினா பற்றி என்ன கருத்து நிலவு கிறது? அவர் யார்?

பதில் : அவளைப்பற்றி பலவிதமான கதைகள் நிலவுகின் றன. அவள் நட்சத்திர ஹோட்டலில் நடனம் ஆடிக்கொண்டிருந்தவள் என்றும், ஒரு விருந்தில் அறிமுகமாகி ஜெனரலை வசியப்படுத்திவிட்டாள் என்றும், வெளி நாட்டிலுள்ள ஒரு நிறுவனத்திடம் அவள் இரகசியப் பேரம் பேசி ஏகப்பட்ட பணம் கைமாறிவிட்டதாகவும், அதன் காரணமாக ஏற் பட்ட உணவுப்பொருள் ஏற்றுமதிக் கொள்கை யின் காரணமாகவே நாட்டில் உணவுப்பொருள் விலையேற்றம், பற்றாக்குறை ஏற்பட்டதாகவும் ஒரு பொருளாதாரப் பேராசிரியர் என்னிடம் கூறினார். அழகான பெண்களிடம் சிக்கி அழிந்து போன ராஜாக்களில் ஜெனரலும் ஒருவர் என்று அருகிலிருந்த சரித்திரப் பேராசிரியர் கூறினார்.

11

காலத்தின் முட்கள் நிற்காது ஓடிக்கொண்டிருக்கின்றன. கொத்துக் கொத்தான சாவிகளுடன் பூட்டைத் திறக்கும் கூவலுடன் சென்று கொண்டிருக்கிறான், ஒருவன். விழுதுகள் தொங்கும் ஆலமரம் போல் அமர்ந்திருக்கிறார், ஒரு பெரியவர். ஒரு குருடன் வழி தேடி அலைகிறான். ஆண்களும் பெண் களும் முகமூடிகள் அணிந்து கைகுலுக்குகிறார்கள். பசி உடலில் எரிகிறது. புதிர்களைத் திறக்கும் சாவிகள் அமையா மல் மனிதர்கள் நிம்மதியற்று அலைகின்றனர். எதிர்பாராத திருப்பங்களில் மோதி மனிதர்கள் விழுகின்றனர்.

கோஷங்கள் ஒலிக்கின்றன. மக்கள் கூட்டங் கூட்டமாகச் சென்று கொண்டிருக்கின்றனர். ஒருவர் மேல் ஒருவர் இடித் துக்கொண்டும், நெருக்கிக்கொண்டும், கீழே விழுந்தவர்களை மிதித்துக்கொண்டும் கூட்டங்கள் சென்று கொண்டிருக் கின்றன . . .

காலச்சுவடு 22, ஜூலை - செப்டம்பர் 1998

✶

பீஹாரும் ஜாக்குலினும்

க்ரையோஜெனிக்ஸ் பற்றிய ஒரு கருத்தரங்கில் கலந்து கொள்ள பாரீஸ் வந்திருந்த நான், அங்கிருந்த ஒரு புத்தகக் கடையில் *India : A Mysterious Country* என்ற புத்தகத்தை வாங்கினேன். இந்தப் புத்தகம் ஹெர்மன் ஸ்டாடிங்கர், ஜாக்குலின் ஆகிய இருவர் ஜெர்மன் மொழியில் எழுதி ஆங்கிலத்தில் மொழிபெயர்க்கப்பட்டது. அதில் 18ஆம் பக்கத்தில் காணப்பட்ட பகுதி என்னைத் திடுக்கிட வைத்தது.

"...கோயில் பெரியதாக இருந்தது. கோபுரங்கள் கண்களை உறுத்தும் செயற்கையான வண்ணப் பூச்சுகளால் அழகற்றதாக இருந்தன. கோயிலில் இருந்த சிற்பங்களின் அழகு, நுட்பங்கள் பற்றிய பிரக்ஞையின்றி மக்கள் வணங்கிச் சென்று கொண்டிருந்தனர். வெளி மதிற்சுவர் ஓரம் ஒரு சாமியார் ஒன்றுக்கிருந்து கொண்டிருந்தார். கோயிலின் ஒரு பகுதியில் கடைகள் இருந்தன. கடைக்காரர்கள் எங்களைக் கண்டதும் தத்தம் கடைகளுக்கு வருமாறு அழைத்தனர். அவர்கள் அழைப்பில் நாகரீகமற்ற தன்மை இருந்தது. கோயிலுக்கு வெளியே எங்களைப் பிச்சைக்காரர்களும் சிறுவர் சிறுமியர்களும் சூழ்ந்துகொண்டனர்.

காசுகொடுத்தால் கூட்டம் கூடி தப்பிக்க வேண்டிய நிலை ஏற்படும் என்பதை அனுபவத்தில் உணர்ந்திருந்ததால் நாங்கள் காசு கொடுப்பதில்லை. வெள்ளையர்களை மக்கள் ஏன் வேடிக்கைப் பொருளாகப் பார்க்கிறார்கள் என்று கல்லூரிப் பேராசிரியரை நேற்று சந்தித்தபோது கேட்டோம். 'உங்களின் நிறம், உயரம், தோற்றம். தவிர வெள்ளையர்கள் எங்களை ஆண்டார்கள்' என்றார்.

நெருக்கடி மிகுந்த இந்தச் சாலையில் மக்கள், நின்று கொண்டும் நடந்து கொண்டும் சாப்பிட்டுக்கொண்டும் குடித்துக் கொண்டும் தூங்கிக் கொண்டுமிருந்தனர். இடையே மாடுகளும் நாய்களும் அலைந்து கொண்டிருந்தன. சாப்பிட்ட வர்கள் இலைகளையும் கழிவுகளையும் சாலைகளில் எறிந்து கொண்டிருந்தனர். பொரிகடலைக் கடை ஒன்றில் ஸ்டாலின் படமும், காந்தி படமும் அருகருகே பெரிய வடிவத்தில் மாட்டப்பட்டிருந்தன. ஜாக்குலின் இதை எனக்குச் சுட்டிக் காட்டினாள். அக்கடைக்கு அருகே இருந்த டீக்கடையில் இந்துக் கடவுள் படம் பெரியதாகவும் ஒரு புறத்தில் கிறிஸ்து படமும் இன்னொரு புறத்தில் மசூதி படமும் சிறியதாக மாட்டப்பட்டிருந்தன. அக்கடையில் டீ சாப்பிட இருவரும் சென்றோம். இங்குள்ள டீக்கடைகளில் அனைத்து நேரங் களிலும் யாராவது குடித்துக்கொண்டிருப்பதை நாங்கள் பார்த்திருந்தோம். அந்த டீக்கடையருகே 'எம்போரியம்' என்ற பெயரில் வீடு போன்றிருந்த அந்தக் கட்டடம் ஒரு சினிமா தியேட்டர் என்பதைச் சுவரொட்டி மூலமாக அறிந்தோம். ஒரு இந்துக் கடவுளின் முன் சதைப்பிடிப்பான ஒரு பெண் கேளிக்கை விடுதியில் ஆடும் பெண்ணின் உடை களுடன் ஆடிக் கொண்டிருக்கும் பெரிய சுவரொட்டி சுவரில் ஒட்டப்பட்டிருந்தது. நுழைவுச் சீட்டு கொடுக்கும் இடத்தில் மக்கள் கும்பலாக நெருங்கி நின்று கொண்டிருந்தார்கள்.

டீ குடித்துக் கொண்டிருந்தபோது அக்கடையின் ஓரத்தில் நின்று புகைத்துக் கொண்டிருந்த லுங்கி, அரைக்கைச் சட்டை அணிந்த ஒரு பையன் எங்களை நோக்கி வந்தான்.

'நீங்கள் எந்த தேசத்திலிருந்து வருகிறீர்கள்?' என்றான்.

'நாங்கள் ஜெர்மனி' என்றாள் ஜாக்குலின்.

'கிழக்கு ஜெர்மனியா?' எனறான்.

'அங்கிருந்து வெளியே வருவது சுலபமல்ல. நாங்கள் மேற்கு ஜெர்மனி'.

'அப்படியானால் நீங்கள் சார்த்தர் பிறந்த தேசத்திலிருந்து வந்திருக்கிறீர்கள். வாழ்த்துக்கள்' என்றான்.

ஜாக்குலின் சொன்னாள்: 'சார்த்தர் பிரான்ஸைச் சேர்ந் தவர். ஜெர்மனி அல்ல.'

அவன் சிகரெட்டைக் கீழே போட்டு அணைத்துவிட்டு, 'இந்தியாவை நீங்கள் விரும்புகிறீர்களா?' என்று கேட்டான்.

'இந்தியாவைப் பற்றி இன்னும் அறியவில்லை' என்றாள் ஜாக்குலின்.

"அவன் கையசைத்து விடைபெற்றுக்கொண்டு அருகி லிருந்த சினிமா தியேட்டரின் கவுண்ட்டரை நோக்கிச் சென்றான் . . ."

இப்பகுதி என்னைத் திடுக்கிட வைத்ததற்குக் காரணம் இதில் குறிப்பிடப்பட்டிருந்த பையன் நான்தான். 1975ஆம் ஆண்டு இந்தச் சம்பவம் நடந்தது. அப்போது நான் பட்டமேற் படிப்புப் படித்துக் கொண்டிருந்தேன். எங்கள் ஊரின் மிக மோசமான சினிமா தியேட்டரான எம்போரியத்தில் தெலுங்கு டப்பிங் படம் பார்க்க வந்தபோது இந்தச் சம்பவம் நடந்தது.

அந்தச் சமயத்தில் தொலைபேசி ஒலித்தது. எடுத்தேன். இரண்டு மாணவர்கள் சந்திக்க வந்திருப்பதாகத் தெரிவித் தார்கள். நான் வரட்டும் என்றேன். கருத்தரங்கிற்குத் தயார் செய்ததிலிருந்து கருத்தரங்கு முடியும்வரை ஏற்பட்டிருந்த பதற்றத்திலிருந்து தற்போது விடுதலை பெற்று கேளிக்கையை விரும்பும் மனோநிலையிலிருந்தேன். இந்தச் சமயத்தில் மாண வர்களைச் சந்திப்பது எனக்கு அலுப்பூட்டியது. வந்திருந்தவர் களில் அடால்ப் வின்டாஸ் என்ற பெயர் கொண்டிருந்தவன் ஹீலியம் வாயு பற்றி ஆய்வுக் கட்டுரை எழுதியிருப்பதாகக் கூறி அக்கட்டுரையை என்னிடம் தந்து அதை நான் படித்துப் பார்க்க வேண்டும் என்று விரும்புவதாகத் தெரிவித்தான். அவனுடைய ஆர்வம் எனக்குப் பிடித்திருந்தது. அவர்கள் விடைபெற்றுச் சென்ற பின்னர் சற்று நேரம் சும்மா உட்கார்ந் திருந்தேன்.

பிறகு, தொலைபேசி மூலம் எனக்குப் பெண் துணை வேண்டும் என்றும் இந்தியப் பெண்ணாக இருக்கவேண்டும் என்றும் தெரிவித்தேன். முயற்சி செய்கிறோம் என்று பதில் வந்தது.

சற்று நேரத்தில் அழைப்புமணி. கதவைத் திறந்தேன். ஒரு பெண் நின்று கொண்டிருந்தாள். அவள் மரியாதையுடனும், புன்னகையுடனும் எனக்கு முகமன் கூறி உள்ளே வந்தாள். தயாரிக்கப்பட்ட உற்சாகத்துடன் அவள் பேசினாள்.

'நீங்கள் இந்தியாவின் எந்த மாநிலத்தைச் சேர்ந்தவர்?' என்று கேட்டேன். தனது பூர்வீகம் தமிழ்நாடு மாநிலத்திலுள்ள திருநெல்வேலி மாவட்டம் என்றாள். தன்னுடைய பாட்டி பாண்டிச்சேரியிலிருந்தபோது ஒரு பிரஞ்சுக் கனவானை மணந்து பிரான்ஸ் வந்து குடியமர்ந்ததாகத் தெரிவித்தாள். தமிழ் தெரியுமா என்று நான் கேட்டதற்கு, தெரியாது என் றும் தமிழ்நாட்டுடன் தொடர்பில்லை என்றும் தெரிவித்தாள்.

நான் வங்காள மாநிலத்திலுள்ள பங்குரா மாவட்டத்தைச் சேர்ந்தவன் என்றும், எனது கொள்ளுத் தாத்தா தாதாபாய் நௌரோஜியிடம் உதவியாளராக இருந்தவர் என்றும், என் தந்தை அமர்தியா ஒரு கவிஞர் என்றும், தாயார் ஒரு நாடக நடிகை என்றும் தெரிவித்தேன். பிறகு நான் இங்கு வந்ததற்கான காரணம் பற்றி சுருக்கமாகக் கூறினேன்.

'...சுப்பிரமணிய பாரதி, தாகூர் ஆகிய இரு கவிஞர் களைத்தான் தெரியும்' என்றாள் அவள். நான் மிக்க நல்லது என்று கூறினேன்.

தொலைபேசி ஒலித்தது. எடுத்தேன். மறுமுனையில் என் நண்பன் ராமச்சந்திர மேனன் பேசினான். அவன் இந்தியா வின் ஒரு மத்திய இணை அமைச்சரின் கூடுதல் செயலாள ராகப் பதவி வகிப்பவன். 'எப்போது பாரீஸ் வந்தாய்?' என்று கேட்டேன். 'இன்று காலையில்தான்' என்றான். 'எப்படி என் இருப்பிடத்தைக் கண்டு பிடித்தாய்?' எனக் கேட்டேன். 'அரசாங்கத்திலிருப்பவர்களுக்கு இதெல்லாம் கடினமில்லை' என்றான். 'வருகிறாயா ஒயின் சாப்பிடுவோம்' என்றான். 'திருநெல்வேலி மாவட்டத்தைப் பூர்வீகமாகக் கொண்ட இந்தோ–பிரெஞ்சுப் பெண் ஒருத்தி இங்கிருக் கிறாள்' என்றேன். அவள் இதைக் கேட்டுப் புன்னகைத்தாள். 'அவளையும் கூட்டிக் கொண்டு வருகிறாயா?' என்றான் மேனன். 'அவள் முன்னால் நான் கேலிச்சித்திரமாக மாறிக் கொண்டிருக்கிறேன். நீயும் அவ்வாறு ஆக விருப்பமா?' என்று நான் மலையாளத்தில் கூறினேன். 'அத்தகைய ஒருத்தியை நான் பார்க்க விரும்புகிறேன்' என்றான் மேனன். 'நீ இங்கு வருகிறாயா?' என்றேன். 'என்னைச் சந்திக்க இன்னும் சற்று நேரத்தில் ஒரு எழுத்தாளர் வருகிறார்' என்றான். 'யார் அவர்?' என்றேன். 'அவர் பெயர் ஜாக்குலின். ஆய்வுக் கட்டுரைகள் எழுதுபவர். இந்தியாவைப் பற்றிச் சில புத்தகங் கள் எழுதியிருக்கிறார். தற்போது *Criminal Face of Indian Politics* என்ற புத்தகம் எழுத உத்தேசித்திருக்கிறார். அது சம்பந்தமாக என்னைச் சந்திக்க விரும்புகிறார். அரசாங்கத் திலிருந்துகொண்டு நான் என்ன உதவி செய்ய முடியும் என்று தெரியவில்லை' என்றான்.

'India - A Mysterious Country என்ற புத்தகம் எழுதியவரா? அவர் இன்னொருவருடன் சேர்ந்து அப்புத்தகத்தை எழுதினாரா?' என்றேன்.

'ஆமாம். அவர் ஜாக்குலின் கணவர் ஹெர்மன் ஸ்டாடிங்கர். *Religion and Caste in Indian Politics* என்ற புத்தகத்திற்கான களப்பணியில் இருந்தபோது பீஹாரில் அவர் கொல்லப்பட்டுவிட்டார். ஜாக்குலின் காயங்களுடன் தப்பினார். அப்போது இந்திய அரசாங்கம் ஜாக்குலினுக்கு உதவி செய்தது. அந்தச் சந்தர்ப்பத்தில் அவருடன் எனக்குப் பழக்கம் ஏற்பட்டது' என்றான் மேனன்.

'நான் அவரைப் பார்க்க முடியுமா?' என்றேன். 'தாராளமாகப் பார்க்கலாம். அப்படியானால் இந்தோ பிரெஞ்சுக்காரியை என்ன செய்வது?' என்றான் மேனன். 'நான் பிறகு அதற்கு ஏற்பாடு செய்கிறேன்' என்று தொலைபேசியை வைத்தேன்.

நான் அவளைப் பார்த்து இந்தியாவின் மத்திய இணை அமைச்சருடன் ஒரு குறிப்பிட்ட இடத்திலிருந்து தொடர்பு கொள்ள வேண்டியிருப்பதால் வெளியே செல்ல வேண்டியிருக்கிறது என்றும், மீண்டும் அவளைச் சந்திக்க மிகவும் விருப்பம் கொண்டிருப்பதாகவும் கண்டிப்பாக அழைப்பதாகவும், தற்போது அவளை விட்டுச் செல்லும் சூழ்நிலை மிக்க வருத்தத்தை எனக்கு ஏற்படுத்துவதாகவும் கூறினேன்.

அவள் அலுப்புடன் எழுவதாகத் தோன்றியது. ஆனால் பேசும்போது எப்போதும் புன்னகையுடனேயே பேசும் வழக்கத்தை அவள் கொண்டிருந்தாள்.

நான் காரில் சென்று கொண்டிருந்தேன். 1975ஆம் ஆண்டு நான் டீக்கடையில் சந்தித்த அந்த வெள்ளைப் பெண்ணை நினைவு கூர முயன்றேன். சுவரில் சாய்ந்து டீயை உறிஞ்சிக்கொண்டிருக்கும் வெள்ளைப் பெண்மணியின் குதூகலமான தோற்றம் மட்டும் நினைவுக்கு வந்தது. பீஹாரில் பாட்னாவில் வாடகைக்காரில் நான் சென்று கொண்டிருந்தபோது கும்பலால் மறிக்கப்பட்டுக் கொல்லப்பட்ட டிரைவர் என் நினைவுக்கு வந்தார். நான் அப்போது உயிர் தப்பி ஓடினேன். அடுத்தடுத்து வாகனங்களைக் கொளுத்துவதில் கும்பல் ஆசையும் உற்சாகமும் கொண்டிருந்தது. வாகனங்கள் ஓட்டி வருபவர்களையும் தாக்கிக்கொண்டிருந்தது. தாக்குதலில் ஏதோ ஓர் நிலையில் உயிர் இழப்பு ஏற்பட்டுக் கொண்டிருந்தது. நான் கால்கள் வெடவெடக்க ஷட்டர் இழுக்கப்பட்ட ஒரு கடையின் உள்ளே அங்கிருந்த மூன்று நபர்களுடன்

நின்றுகொண்டிருந்தேன். ஒருவரோடு ஒருவர் பேசாமல் வியர்வை வழிய இருந்தோம். கும்பலில் யாரோ ஒருவன் இந்தக் கடையை நோக்கிக் கும்பலின் கவனத்தைத் திருப்பினால் எங்கள் உயிருக்கும் உடலுக்கும் என்ன வேண்டுமானாலும் ஏற்படலாம். ஷட்டரைத் தூக்கினால் கும்பலின் கவனம் திரும்பலாம் என சுற்றிலும் திகில் அதிர மற்ற மூன்று நபர்களைப் பார்த்துக்கொண்டிருந்தேன். பிறந்த ஊரின் நினைவு, உறவுகளின் நினைவு, என் அலுவலகத்தில் பாக்கி வைத்திருந்த வேலை நினைவு ஏற்பட்டன. திடீரென ஏற்பட்ட சப்த மாறுதலிலிருந்து காவலர்கள் வந்ததை உணர்ந்தேன். கும்பலைக் காவலர்கள் சந்திப்பதை சப்தங்கள் உணர்த்தின. சப்தங்களின் ஆரவாரம் குறைந்து நிலைமை மாறிவிட்டது என்பதை நாங்கள் உணர்ந்த சமயம், மற்ற மூவரும் தங்களுக்குள் மெதுவான குரலில் பேசிவிட்டு பின் என்னைப் பார்த்து இந்தி மொழியில் ஒருவர் பேசினார். அவர் சைகையிலிருந்து, அவர் என்னை ஷட்டரைத் தூக்கச் சொல்கிறார் என்று உணர்ந்தேன். நான் தயங்கினேன். மீண்டும் அவர் அவ்வாறே கூறினார். நான் மேலும் யோசிக்காமல் ஷட்டரைத் தூக்கினேன். நான் எதிர்பாராதபடி ஓசையுடன் ஷட்டர் சுருண்டது. வெளியே தெரிந்த காட்சியின் வெளிச்சத்தில் கண்கள் கூசின. காவலர்களின் தலைகள் இந்த இடம் நோக்கித் திரும்பின. துப்பாக்கி, லத்தியுடன் இருந்தவர்கள் என்னை நோக்கி ஓடி வந்தனர். நான் கைகளை உயரே தூக்கிக் கொண்டேன்.

புத்தரைக் கண்ட, மௌரியர்களைக் கண்ட, அசோகரைக் கண்ட, ஷெர்ஷாவைக் கண்ட, பின்னர் வங்காள நவாபிற்குச் சொந்தமாகி, 1764ஆம் ஆண்டு நடைபெற்ற பக்ஸார் போரில் பிரிட்டிஷாருக்குக் கை மாறி, தற்போது சுதந்திர இந்தியாவில் உள்ள இந்தப் பூமியில் நான் கைகளைத் தூக்கிக் கொண்டே வெளியே வந்தேன்.

கார் நின்றது. ராமச்சந்திர மேனன் இருக்கும் அறையை விசாரித்து, அந்த அறையை அடைந்தேன். மேனன் கதவைத் திறந்தான். அறைக்குள் சென்று உட்கார்ந்த சில நொடிகளில் ‘ஜாக்குலின் எப்போது வருவார்?’ என்றேன். ‘இப்போதுதானே செல்கிறார்’ என்றான் மேனன். நான் பதற்றத்துடன் அவரைப் பார்க்க வேண்டுமென்றுதான் வேகமாக வந்ததாகக் கூறினேன். மேனன் வேகமாக எழுந்து ஜன்னலருகே சென்றான். என்னை அழைத்தான். ஜன்னலினூடே காரை நோக்கிச் சென்று கொண்டிருந்த மெலிந்த தலை நரைத்த ஒரு பெண்ணைக் காண்பித்தான். ‘நல்லவேளை இன்னும் போகவில்லை. ஜாக்கு

லினைப் பார்த்துவிட்டாய்’ என்றான். மெலிந்த தலை நரைத்த அந்தப் பெண் காரினுள் நுழைந்துகொண்டிருந்தாள்.

கைகளைத் தூக்கிக்கொண்டே வெளியே வந்த என்னைக் காவலர்கள் சூழ்ந்து கொண்டனர். ஒருவர் என் கையை முறுக்கினார். நான் அவர்களிடம் ஆங்கிலத்தில் நான் யாரென்பதை விளக்க முயன்றேன். கையை முறுக்கியவர் விட்டுவிட்டார். வெள்ளை ஆண் ஒருவர் கத்திக்குத்துக் காயங்களுடன் கிடந்த இடத்தில் காயங்களுடன் அழுது கொண்டிருந்த ஒரு வெள்ளைப் பெண்ணிடம் பேசிக் கொண்டிருந்த அதிகாரி முன்னால் என்னை அழைத்துச் சென்று நிறுத்தினார். அவரிடம் நான் என்னைப் பற்றி கூறினேன். அப்போதிருந்த நிலையில் நான் அந்த வெள்ளைப் பெண்ணைச் சரியாகக் கவனிக்கவில்லை.

நான் தற்போது ஜாக்குலினைச் சந்தித்திருந்தாலும் அல்லது இனிமேல் சந்தித்தாலும் அந்த வெள்ளைப் பெண் தான் இவரா என்று என் நினைவிலிருந்து கூற இயலாது. ஆனால் 1975ஆம் ஆண்டு டப்பிங் சினிமா பார்க்கச் சென்ற சமயம் ஜாக்குலின் சுவரில் சாய்ந்து நின்றிருந்த அந்தக் குதூகலமான தோற்றத்தை என்னால் மறக்க இயலாது.

தினமணி பொங்கல் மலர், 1996

✶

அந்த முகம்

'டீ சொன்னியா இல்லியா . . . இன்னுமா கொண்டாரான்?' என்று அதட்டலாகக் கரிய மால் கேட்டுக் கொண்டிருந்தபோது ஒரு பையன் டீயுடன் அறைவாசலில் தோன்றினான். சலா மடித்து அவர் முன் டீயை வைத்து சலாமடித்துச் சென்றான். டீயை எடுத்து உறிஞ்சினார், கரிய மால்.

'கூட்டி வந்துட்டேன்' என்று உள்ளே நுழைந்த 747 சொன்னான். கரியமால் கூர்ந்து பார்த்தார். மலங்க விழித்துக்கொண்டு நின்றிருந் தாள். மூக்குத்தி இரண்டு மூக்கிலும் இருந்தது. தலை முடியை முடிந்திருந்தாள். வயது முப்பதை நெருங்கிக் கொண்டிருக்கும். கறுப்பு நிறம். பிசுக் கேறிய கயிறு கழுத்தில் கிடந்தது. கரியமாலின் கண்கள் அவளின் மேலாடையைத் துளைத்தன. 747 – ஐப் பார்த்து, 'கொண்டு வா அவனை' என்றார்.

கைகள் முதுகுப்புறமாக கட்டப்பட்ட ஒருவனை இழுத்து வந்தனர். அவன் ஜட்டியுடன் இருந்தான். அவனைப் பார்த்தவுடனே வந்திருந் தவள் கதறி அழுதாள். கரியமால் அவளைத் தோளைப் பிடித்துத் தள்ளி சுவரோரத்தில் போய்

உட்காருமாறு அதட்டினார். 'கையக் கட்டி வாயைப் பொத்து' என்றார். அவள் பேசாமலிருந்தாள். 'என்ன ... சொன்னா செய்ய மாட்டியா' என்றதும் பயந்து போய் மாணவியைப் போல் கையைக் கட்டி வாய் பொத்தி சுவரோரமாய் உட்கார்ந்தாள்.

கரியமால் 'அடிங்க' என்றார். இருவர் அவனைக் கெட்ட வார்த்தைகளில் திட்டிக்கொண்டே அடித்தனர். கரியமால் அவள் முகத்தையே பார்த்துக் கொண்டிருந்தார். அவள் முகத்தில் தெரிந்த பீதி அவருக்குக் கிளர்ச்சியைத்தந்தது. அவள் கண்களில் நீர் வழிந்துகொண்டிருந்தது. அவன் அடியினால் ஏற்பட்ட வலியில் கத்திக்கொண்டிருந்தான். திடீரென்று அவள் எழுந்து கதறிக் கொண்டே கரியமாலின் காலில் விழுந்தாள். அவள் வாய் 'அடிக்காதீங்க சாமி' என்று சொல்லிக் கொண்டிருந்தது. அவள் கைகள், அவர் பாதங்களைப் பிடித்திருந்தன. கரியமால் 'நிறுத்து' என்றார்.

'நாங்க அடிக்காம பின்னே நீ அடிக்கனுங்கிறீயா? அந்தப் பய மூஞ்சியிலே வெளக்குமாத்தாலே அடி. அவன் செஞ்சதுக்குக் கொன்னு காணாமப் போட்டுருக்கணும்' என்றார். அடித்தவர்களைப் போகச் சொன்னார். அவளைப் பார்த்து, 'பொண்டாட்டி கையாலே அடி வாங்கினாத்தான் திருந்துவான்' என்றார். அவன் தரையில் முனகிக்கொண்டு கிடந்தான். அவர் எழுந்து சென்று கட்டை அவிழ்த்தார். அவன் தடுமாறியபடி எழுந்து நின்றான்.

'இவன் பொண்டாட்டி கையாலே அடி வாங்கினாத் தான் திருந்துவான்' என்றார், மீண்டும். அவளைப் பார்த்து 'இங்கே வா' என்றார். அவள் குழம்பியபடி பயந்துகொண்டே வந்தாள். நாற்காலியில் சாய்த்து வைத்திருந்த லத்தியை எடுத்து நீட்டினார். 'அவனுக்கு அடி கொடு' என்றார். அவள் தயங்கி, புரியாதவளாக நின்றுகொண்டிருந்தாள்.

'ஓம் புருஷனைக் கூட்டிட்டுப்போகணும்னு நெனைக் கிறியா இல்லியா?' என்றார். அவள் 'ஆமாம்' என்று தலையசைத்தாள். 'அப்ப அடிகொடு' என்று அதட்டினார். 'நான் எப்படி சாமி ...' என்று ஆரம்பித்தவள் அவர் முகத்தைக் கண்டு பயந்து லத்தியை வாங்கிக் கொண்டாள்.

'இப்படியா அடிக்கிறது. ஓங்கி அடி ... இன்னும் ஓங்கி ... ம் அப்படித்தான். இன்னும் ஓங்கி ...' என்றார், கரியமால். அவன் கைகளினால் தன்னிச்சையாகத் தடுக்க முயன்று கொண்டிருக்க அவள் அடித்துக் கொண்டிருந்தாள். கரியமாலின் கண்கள் இக்காட்சியைக் கண்டு மின்னியது.

கரியமால் ஆட்டோவில் ஏறி ஜெயந்தி நகருக்குப் போகச் சொன்னார். அங்கு அம்பாசடர் கார் நிறுத்தப்பட்டிருந்த ஒரு வீட்டின் அருகே ஆட்டோவை நிறுத்தச் சொல்லி வீட்டினுள் நுழைந்தார். வேலையாள் அவரை மரியாதையுடன் உட்காரச் சொல்லிவிட்டு உள்ளே சென்றான். சற்று நேரத்தில் அஜானுபாகுவான ஒருவர் தோன்றி கரியமாலை வர வேற்றார்.

'நானே வரணும்னு இருந்தேன். ஊர்லேயிருந்து இன் னைக்கி காலைலேதான் வந்தேன்' என்றார்.

'அதனாலென்ன. ஒங்கள்ட்டேதான் எப்பவும் வாங்கிக் கலாமே' என்றார் கரியமால்.

வேலையாள் குளிர்பானம் கொண்டு வந்து கொடுத்தான். குளிர்பானத்தை உறிஞ்சிக் கொண்டே 'பார்ட்டி வச்சு நாளாச்சு' என்றார், கரியமால். 'ஒண்ணும் தாக்கல் இல்லே யேன்னு பார்த்தேன்' என்றார், வீட்டிலிருந்தவர். 'நாளக்கி பிக்ஸ் பண்ணினா நல்லது' என்றார் கரியமால். 'நாளைக்கா? யார் இருக்கான்னு தெரியலை, ஸார் கோபிச்சிக்கக் கூடாது. சிகரெட்ல சுடறதா சொல்லுதுகள்...' என்று தயங்கினார். 'அது ஏதோ போதைலே... சும்மா ஜாலிக்கி ஏதாவது நடந்திருக்கும். அது பார்த்துக்கலாம்' என்றார், கரியமால். 'நாளக்கி சிரமப்படும் போல இருக்கே' என்றார் வீட்டிலிருந் தவர். 'ஒங்களாலே முடியாததா... நீங்க எவ்வளவு பெரிய ஆள்' என்றார், கரியமால். 'சரி நாளக்கி சாயந்திரம் ஹோட்ட லுக்கு வந்திருங்க, ரிசப்ஷனிலே சொல்லியிரேன். பார்த்து நடந்துக்குங்க' என்றார், வீட்டிலிருந்தவர். கரியமால் எழுந்தார். 'கொஞ்சம் இருங்க. கவர் வாங்கிக்கிறீங்களா?' என்றார் வீட்டிலிருந்தவர். 'நாளக்கி ரிசப்சனிலே வாங்கிக்கிறேனே' என்று கரியமால் விடை பெற்றுக்கொண்டார்.

○

வீட்டுக் கதவை வேலைக்காரச் சிறுமிதான் திறந்தாள். அவர் உள்ளே நுழைந்ததும் படுக்கையிலிருந்து எழுந்து அவர் மனைவி வந்தாள். அவள் ஆடைகள், கூந்தல் கலைந்த தோற்றத்துடன் இருந்தாள். அவள் நடந்து வந்த விதத்திலே தளுக்கு இருப்பதாகத் தோன்றி அவருக்கு எரிச்சல் ஏற்பட்டது. 'சாப்பிடுறீங்களா' என்றாள், அவள். அவர் '...ம்...ம்' என்றபடி அறைக்குள் ஆடைமாற்றிக் கொள்ளச் சென்றார்.

கரியமாலின் முதல் மனைவி திருமணமாகிச் சில காலத்திலேயே அவள் வீட்டிற்குச் சென்றுவிட்டாள். அதற்குப் பிறகு சுபத்திராவைத் திருமணம் செய்து கொண்டார்.

அவளிடம் அவருக்குத் தெரிந்த தளுக்குதான் அவரைப் பாடாய்ப்படுத்தியது. இப்போது அவருக்கு சமயங்களில் எரிச்சல் ஏற்படுகிறது. சுபத்திராவிடம் அவர், ஆசைக்கிழத்தியுடன் கொண்டிருக்கும் மனோநிலையைக் கொண்டிருந்தார். அவருக்குக் குழந்தைகள் இல்லை.

அவளை அவர் குடிக்கப் பழக்கியிருந்தார். போதையில் அவளுடைய வேட்கை வெளிப்படும் ஆவேசம் அவருக்குப் பிடித்திருந்தது. சாப்பிட்டுக் கொண்டிருக்கையில் டேபிளருகே நின்றுகொண்டிருந்த அவளைப் பார்த்தார். அவள் தேகம் அவருக்குக் கிளர்ச்சியை ஏற்படுத்தியது. அவளுடைய வேட்கைக்கு உட்பட வேண்டும் என்று நினைத்தார். அவள் உபயோகித்திருந்த வாசனைத் திரவியம் அவர் நாசியைத் தாக்கிக் கொண்டிருந்தது. சாப்பிட்டு முடித்து எழுந்து கை கழுவினார்.

○

கரியமாலின் உடல் சக்தியிழந்து கிடந்தது. வலது கையைத் தூக்க முயன்றார். முடியவில்லை. உடல் அவர் இச்சைக்கு உட்படாது கிடக்க, அதன்மேல் பெண்கள் சிறு உருவத்துடன் சஞ்சரித்துக் கொண்டிருந்தனர். பெரும்பாலான பெண்கள் மூக்குத்தி ஒளிரும் கிராமப்பெண்களாக இருந்தனர். வலது உள்ளங்கையில் ஒரு பெண் விறகுக்கட்டை இறக்கி வைத்துவிட்டு வெற்றிலை போட்டுக் கொண்டிருந்தாள். இழுத்துச்செருகிய சேலைக் கட்டுடன் ஒரு பெண் அவர் தோள்பட்டையில் துணி துவைத்துக் கொண்டிருந்தாள். அவர் காலில் ஒரு பெண் படுத்து உறங்கிக் கொண்டிருந்தாள்.

பார்க்க வருபவர்களிடம் சுபத்திரா பேசும் பாவனைகளையும், அவள் அணியும் ஆடைகளையும் அவர் பார்வை ஊடுருவிக் கொண்டிருக்க, அவள் தொலைதூரம் சென்றுகொண்டிருந்தாள். கடந்த கால சம்பவங்கள் வரிசைகளை மறந்து தோன்றி மறைந்துகொண்டிருக்க மருத்துவர் இடையிடையே வந்துகொண்டிருந்தார்.

சுபத்திரா மேலாடைகளற்று தோன்றினாள். அவள் மார்புகளில் சிகரெட் நெருப்பினால் சுட்ட வடுக்கள் இருந்தன. சிகரெட் புகைத்துக் கொண்டிருக்கும் வேசிகள் தோன்றி அவர் முகத்தில் புகையை ஊதினர். சிகரெட்களினால் அவர் நெஞ்சைச் சுட வந்தனர். சில பெண்கள் தோன்றுவதைக் கண்டதும் அவர் ஓட்டமெடுத்தார். அவர்கள் துரத்திக் கொண்டிருந்தனர். அவர் சாலையில் வேகமாக ஓடிக் கொண்டிருந்தார். கேட்டைத் தாண்டி ஒரு வீட்டிற்குள்

புகுந்து தாழிட்டுக் கொண்டார். இதயத்துடிப்பு அதிகரித்துக் கொண்டிருந்தது. வீட்டிற்குள் ஒருவருமே தென்படவில்லை. 'வீட்ல யாரு?' என்று குரல் கொடுத்தவாறு ஹாலில் நின் றார். ஒரு அறைக்கதவைத் திறந்து நுழைந்தபோது அவருக்குப் பின் தோற்றம் தெரிய ஜன்னல் வழியாகப் பார்த்தவாறு ஒரு பெண் நின்று கொண்டிருந்தாள். அவள் திரும்பினால், அதிர்ச்சியூட்டும்படியாக ஏதாவது நடக்கும் என்று பயந்து அறையைவிட்டு வெளியேற முயன்றார். அறைக்கதவு தானாகவே மூடிக்கொண்டது. அவள் திரும்பும்போது தனக்கு அழிவு ஏற்பட்டுவிடும் என்று அவருக்குத் தோன்றிது.

மூச்சு முட்டுவதுபோல் இருந்தது. தொண்டையில் ஏதோ அடைப்பது போன்ற உணர்வு ஏற்பட்டது. பெண்ணின் பின்தோற்றம் தெரிந்தது. அவர் எதிர்பார்த்த அந்த முகம் கோரைப்பற்களுடன் பயங்கரமாக மாறியிருக்கும் என்று தோன்றியது. அவள் திரும்பும்போது தனக்கு மரணம் சம்பவிப்பதை யாராலும் தடுக்கமுடியாது என்று தோன்றியது. அவர் 'திரும்பாதே' என்று கத்த முயன்றார். கத்துவதாக நினைத்துக்கொண்டிருந்தார். ஆனால் குரல் வரவில்லை. குரல் வராமலேயே அவர் கத்திக்கொண்டிருந்தார்.

காலச்சுவடு 11, ஏப்ரல் - ஜூன் 1995

✶

சுழலும் மின்விசிறி

அஞ்சலையின் மனம் நிலைகொள்ளாமல் தவித்துக் கொண்டிருந்தது. அவள் வேலை செய்யும் வீட்டையடைய நடந்து கொண்டிருந்தாள். வெயில் இன்னும் சரியாக வரவில்லை என்ற போதிலும் அவளுக்கு வியர்த்துக்கொண்டிருந்தது. யாரும் இல்லாத வேளையில் இப்போதுதான் முதன்முறையாக வீட்டில் இருக்கப் போகிறாள். இன்று ஊருக்குப் போய்விட்டு இரவு வந்து விடுவதாகவும், எதிர் வீட்டில் கொடுத்திருக்கும் சாவியை வாங்கி வீட்டைத் திறந்து வழக்கமான வேலைகளைச் செய்து முடித்து சாவியைக் கொடுத்துவிட்டுப் போய்விட வேண்டும் என்றும், வாழ்க்கைக்கு நம்பிக்கைதானே அவசியம் என்றும், மற்ற வீட்டுக்காரர்களைப் போல் தாங்கள் இல்லை என்றும் அவள் எஜமானி நேற்று சொல்லியிருந்தாள்.

வீட்டுக்காரர்கள் இல்லாத வீட்டைப்பற்றிய நினைப்பு, அவளுக்கு ஆனந்தத்தை அடையப் போகும்போது ஏற்படும் மனப் படபடப்பை ஏற்படுத்திக் கொண்டிருந்தது. வீடு காதலனாய் மாறி நின்று அழைத்தது. வீட்டை நெருங்க நெருங்க மனப் படபடப்பு கூடுவது போலிருந்தது.

திடீரென அவளுக்கு வேறொன்று தோன்றியது. வீட்டிலுள்ளோர் ஏதாவதொரு பொருளைத் தொலைத்துவிட்டு, காணாமல் போனதற்கு தானே காரணம் என்று கூறும் சந்தர்ப்பத்தினை ஆளில்லாத வீடு உருவாக்கி விடுமோ என்று சந்தேகம் தோன்றியது. இந்த சந்தேகம் ஒருபுறம் ஆனந்தத்தைக் குலைக்க ஆரம்பித்தது. ஆனந்தம் வாயைத் திறக்க, சந்தேகம் அதன் வயிற்றுக்குள் சென்று அமர்ந்து கொண்டது. ஆனந்தம் அவளைத் தொற்றிக் கொள்ள அவள் நடந்துகொண்டிருந்தாள்.

பார்வைக்குத் தெரிந்த வீடு அவளை வா வா என்று கட்டியணைக்கத் துடிப்பது போல் நின்று கொண்டிருந்தது. வீட்டின் தோற்றம் புதிய பொலிவுடன் இருந்தது. வீடு அளவுக்கு அவள் வளர்ந்து வீட்டின் தோள்மீது கை போட்டு நின்றாள். வீடு வெட்கத்தில் சிரித்துக் கொண்டிருந்தது.

எதிர் வீட்டின் முன் போய் நின்றாள். வீட்டிலிருந்து வந்த வாலிபன் ஒருவன் கேள்விக்குறியோடு அவளைப் பார்க்க, அவள், தான் எதிர் வீட்டு வேலைக்காரி என்றும், அம்மாவைப் பார்க்க வேண்டும் என்றும் கூறினாள். அவன் உள்ளே சென்றான். ஒரு பெண்மணி வந்தார். 'ரவி அம்மா சொல்லிட்டுப் போயிருக்காங்க. இந்தா சாவி, வேலையை முடிச்சிட்டுப் போறப்ப கொடுத்துட்டுப் போ, என்ன தெரியுதா ...?' என்று சொல்லிக்கொண்டே சாவியைக் கொடுத்தார்.

சாவி கையில் ஜில்லென்றிருந்தது. ஆனந்தம் படபடக்க வீட்டை நோக்கி எஜமானி போல் சென்று கொண்டிருந்தாள். கேட்டைத் திறக்கும்போது அவளிடம் அதிகாரம் எழுந்தது. வீட்டுக் கதவருகே திகைத்து நின்றாள். சற்றுத் தயங்கி பூட்டைத் திறந்து, கதவைத் திறந்தாள். ஆள்களற்ற வீட்டின் மதர்ப்பின் மீது அவள் புது மணப்பெண்போல் காலடி வைத்தாள். வீடு இதற்கு முன் அவள் அடைந்திராத அன்யோன்யத்தைத் தந்தது. சோபாவில் அமர்ந்தாள். கால் மேல் கால் போட்டுக் கொண்டாள். ஞாபகம் வந்தவளாய் எழுந்து மின்விசிறியின் ஸ்வீட்சைப் போட்டு, மீண்டும் வந்து கால் மேல் கால் போட்டு அமர்ந்து வீட்டைச் சுற்றிப் பார்த்தாள். வீடு தன் ஆளுகைக்கு வந்துவிட்டது என்ற உணர்வு விகசித்தது. எழுந்து சென்று கதவைச் சாத்தி உட்புறம் தாளிட்டாள். வீடு அவள் கட்டுப்பாட்டிற்குள் ஒடுங்கியது.

ஃபிரிஜ்ஜைத் திறந்தாள். இவ்வளவு காலமும் அவள் கைப்பட ஃபிரிஜ்ஜைத் திறந்ததில்லை. எஜமானி ஃபிரிஜ்ஜைத் திறக்கும்போது பார்த்ததுதான். ஃபிரிஜ்ஜினுள் முட்டை, காய்கறிகள், பழங்கள், பழரச பாட்டில்கள் இருந்தன. சில

மாத்திரைகளும் இருந்தன. முட்டையைத் தொட்டுப் பார்த் தாள். ஜில்லென்றிருந்தது. பழரச பாட்டிலைக் கையில் எடுத்தாள். ஃபிரிஜ்ஜைச் சாத்தினாள். பாட்டிலின் மூடியைத் திறந்து முகர்ந்து பார்த்தாள். ஒரு டம்ளரை எடுத்து அதில் சற்று ஊற்றி பின் ஃபிரிஜ்ஜைத் திறந்து பாட்டிலை எடுத்த இடத்தில் இருந்த நிலையில் வைத்தாள். டம்ளரில் ஊற்றிய பழரசத்தில் விரல் விட்டு, நாக்கில் வைத்து ருசி பார்த்தாள். பிறகு நினைவு வந்தவளாய் மீண்டும் ஃபிரிஜ்ஜைத் திறந்து குளிர்ந்த நீர் உள்ள பாட்டிலை எடுத்து நீர் ஊற்றி, மீண்டும் அதை ஃபிரிஜ்ஜில் வைத்துவிட்டு, டம்ளரை எடுத்துக் கொண்டு சோபாவில் அமர்ந்து சாவகாசமாக ருசித்துக் குடிக்கலானாள். குடித்து விட்டு, 'ரவி அம்மா இங்கே வா, இதைக் கழுவி வை . . .' என்றாள். பிறகு எழுந்து அவளே வாஷ்பேசினில் கழுவி டம்ளரை சேலை முந்தானையால் துடைத்து, இருந்த இடத்தில் வைத்தாள்.

பூஜை அறை பூட்டப்பட்டிருந்தது. அதற்குள் உள்ள பீரோவில்தான் முக்கியப் பொருட்கள் இருக்கும் போலிருக் கிறது. அந்த அறையைப் பெருக்க அவளை அனுமதித்த தில்லை. அருகிலிருந்த படுக்கை அறைக்குள் அஞ்சலை நுழைந்தாள். கட்டில் மெத்தையில் விழுந்து புரண்டாள். எஜமானியின் சேலை, ரவிக்கை, உள்ளாடைகள், நைட்டி தொங்கிக் கொண்டிருந்தன. அய்யாவின் ஆடைகளும் தொங்கிக் கொண்டிருந்தன. சற்று நேரம் படுத்திருந்தவள் எழுந்து பீரோவிலிருந்த கண்ணாடியில் உருவத்தைப் பார்த்தாள்.

அய்யா டீஸண்ட்டானவர். ஆரவாரமில்லாதவர். அஞ்ச லையை மரியாதையுடன்தான் அழைப்பார். எஜமானி இதற்கு நேர்மாறானவள். அதிகாரத்தின் மூலம் தன் இருப்பை உணர்ந்து கொண்டிருப்பவள். அஞ்சலைக்கு வாய்த்த புரு ஷனோ அவளை அடிப்பதன் மூலமே புருஷன் என்று உணர்ந்து கொண்டிருப்பவன். அய்யாவைப் போல் புருஷன் அமைந்திருந்தால் . . . என்று கண்ணாடியைப் பார்த்துக் கொண்டிருப்பவளுக்குத் தோன்றியது.

எஜமானியின் நைட்டியைப் பார்த்தாள். ஆடைகளைக் களைந்து மனம் படபடக்க நைட்டியை அணிந்து கண்ணாடி யில் பார்த்தாள். வாழ்வின் வெறுமை இந்நேரத்தில் அவளைக் கவ்வியது. யாராவது வந்து கதவைத் தட்டுவார்களோ என்று தோன்றியது. அவசரமாக நைட்டியைக் களைந்து தன் ஆடை களுக்கு மாறினாள். நைட்டியை இருந்த இடத்தில் வைத்தாள். நேரமாகிவிட்டதென உணர்ந்து பரபரத்தாள். எஜமானியாக

இருந்தவள், வேலைக்காரியாக மாறுவதில் மனம் ஒத்துழைக்க மறுக்க, வேறு வழியின்றி விளக்குமாறை எடுத்தாள். பெருக்கினாள். பாத்திரங்களைக் கழுவினாள். ஈடுபாடின்றி ஏதோ வேலை செய்தாள். நேரமாகிவிட்டதாகத் தோன்றியது.

வேலைகளை முடித்து சோபாவில் சாய்ந்து படுத்தாள். மின்விசிறி மேலே சுழன்று கொண்டிருந்தது. கண்களை மூடிக் கொண்டிருந்தாள். எஜமானி, அஞ்சலையாக மாறி வீட்டைப் பெருக்கிக் கொண்டிருந்தாள். கதவைத் திறந்து சூட்கேஸுடன் அய்யா நுழைந்து கொண்டிருந்தார். கண்களைத் திறந்தாள். 'இதே போல் அடுத்து எப்போது வருவாய்' என்று வீடு கேட்டது. பூட்டு, சாவியை எடுத்துக் கொண்டு வீட்டை ஒரு தடவை நன்றாகப் பார்த்தாள். கதவைத் திறந்து வெளியே வந்து கதவைச் சாத்திப் பூட்டினாள். எதிர்வீட்டை நோக்கி நடந்தாள். மனம் வீரியமிழந்ததைப் போல் கிடந்தது. எதிர்வீட்டுப் பெண்மணியிடம் சாவியைக் கொடுத்துவிட்டு நடந்தாள். முக்கியச் சாலையிலிருந்து விலகி, குப்பைகளைத் தாண்டி, கத்திப் பேசும் மனிதர்களின் இரைச்சலினூடே தன் குடிசையை நோக்கி நடந்து கொண்டிருந்தாள். குடிசையை நோக்கிச் செல்லச் செல்ல அவள் உருவம் சிறுத்துக் குள்ளமாகிக்கொண்டே வந்தாள். குடிசை வாசலில் அவள் புருஷன் குத்துக் காலிட்டு பீடி புகைத்துக் கொண்டிருந்தான். திடீரென அவள் மனதில் பீதி ஏற்பட்டது. ஓடிக்கொண்டிருந்த மின் விசிறியை நிறுத்தாமல் வந்துவிட்டோமோ என்ற சந்தேகம் அவள் மனதில் ஏற்பட்டிருந்தது. பீதி பரவ ஆரம்பித்தது.

சுபமங்களா, மார்ச் 1995

★

கடந்துகொண்டிருக்கும் தொலைவு

அவன் மோட்டார் சைக்கிளை வாசலில் நிறுத்தி ஆபீசிற்குள் நுழைந்ததும், அவனுக்கு இரண்டு முறை போன் வந்ததாகவும், ஒரு பெண் பேசியதாகவும் பியூன் தெரிவித்தான். இருக்கையில் அமர்ந்த அவனுக்கு மிருணாளினி ஞாபகம் வந்தது. மனம் சஞ்சலப்பட்டது. ஓடும் குதிரையில் லாவகமாக, கையில் கடிவாளத்துடன் சவாரி செய்பவனாக ஒரு காட்சியும், புல்வெளியும், ஏரியும், குளிர்ந்த சூழ்நிலையில் மரங்களும், பறவைகளும், மலர்களும் கலந்த காட்சிகளும் அடுக்கடுக்காய் தோன்றின. மனம் சக்தி கொண்டு உறுதியடைந்தது. போன் வந்திருப்பதாக பியூன் சொன்னதும் எழுந்தான். போன் மாடியில் உள்ளது. போனை நோக்கிச் சென்று கொண்டிருந்தான்.

மிருணாளினி பேசினாள். விடிகாலையிலேயே வீட்டைவிட்டு கணவன் விரட்டி விட்டதாகவும், கையில் ரந்தீருடன் ஒரு ஏர்பேக்குடன் வெளியே வந்து, போக இடமில்லாமல் கோயிலுக்குச் சென்று பொழுதைக் கழித்துவிட்டு போன் செய்வதாகவும், இன்று ஆபீசிற்குச் செல்லவில்லை என்றும், உடனே அவன் வரவேண்டும் என்றும்

அவள் கூறினாள். அவள் இருக்குமிடத்தை மனத்தில் குறித்துக் கொண்டான். ஆபீசில் விடுப்பு எழுதிக் கொடுத்துவிட்டு வெளியே வந்து மோட்டார் சைக்கிளைக் கிளப்பினான்.

வேகத்தில் காற்று கிழிந்து கொண்டிருப்பதைக் காதுகள் உணர்ந்தன. அவளை எங்கு தங்க வைப்பது, அடுத்து என்ன செய்வது என்ற கேள்விகள் அவனுள் மோதிக் கொண்டிருந் தன. விடைகள் மர்ம முகங்களுடன் அலைந்தன. அவள் காத்திருக்கும் இடத்தை நெருங்க நெருங்க மோட்டார் சைக்கிளின் வேகத்தைக் குறைத்தான். ஒரு பெட்டிக்கடை யருகே நிறுத்தினான். சிகரெட் வாங்கிப் பற்ற வைத்தான். ஒன்றும் தோன்றாமல் ஆனால், யோசித்துக் கொண்டிருந் தான். ஒன்றும் தோன்றாத மனத்துடனேயே மோட்டார் சைக்கிளைக் கிளப்பினான்.

அவளை அடைய நெருங்கிக் கொண்டிருப்பது பதற்றத்தை ஏற்படுத்தியது. ஜன சந்தடியில் துலக்கிய விளக்குபோல அவள் தெரிந்தாள். அருகே வர, சோகம் கப்பியிருந்த அவள் முகம் சம்பிரதாயமாகப் புன்னகை கொண்டது. “என்ன செய்வது?” என்று பதிலை அவளிடமே எதிர்நோக்கிக் கேட்டான். “தங்க வேண்டும்; தங்குவதற்கு ஒரு இடம் வேண்டும்” என்றாள். “உடனே எப்படி முடியும். தற்போது ஹோட்டலில் தங்கலாமா?” என்றான். அவள் தலையசைத் தாள். “நான் அவசரமாக பாத்ரூம் போகவேண்டும்” என்றாள். அவன், ரந்தீரின் கன்னத்தை லேசாகத் தட்டி விட்டு, மோட் டார் சைக்கிளைக் கிளப்பினான். அவள் குழந்தையுடன் பின்னால் ஏறிக்கொண்டாள்.

போக்குவரத்து நெருக்கடி மிகுந்த சாலையில் சென்று கொண்டிருக்கும் போது, நெருக்கடி அற்ற நெடுஞ்சாலையில் சென்று கொண்டிருக்க மனம் அவாவ, அவள் காற்றில் கூந்தல் அலைய நெருக்கத்துடன் தோள் பற்றி அமர்ந்திருந் தாள். எரிச்சலை ஏற்படுத்திய போக்குவரத்து நெருக்கடி, வேகத்திற்கு இடைஞ்சல் ஏற்படுத்தியது. அவள் ஏர்பேக், குழந்தையுடன் அசௌகரியமாக உட்கார்ந்திருந்தாள்.

வெளியூரிலிருந்து வந்திருக்கும் பாவனையில் ஏர்பேக்கைத் தோளில் போட்டுக் கொண்டு அறைக் கதவைத் திறந்தான். அவன் பின்னால் மிருணாளினி குழந்தையுடன் நுழைந்தாள். அறைக் கதவை அடைத்துவிட்டு சேரில் சாய்ந்து அமர்ந்து அவளைப் பார்த்தான். தூங்கும் குழந்தையைப் படுக்கையில் கிடத்திவிட்டு அவனையே பார்த்துக் கொண்டிருந்த மிருணா ளினி அழுகை வெடித்து அழுதாள். அவன், அவளை நெருங்கி ஆறுதலாக அவள் தலையைத் தடவினான்.

அவள் கையில் தடிப்பாகக் கோடுகள் தெரிந்தன. அவன் கை லேசாக அந்த இடங்களை ஸ்பரிசித்தன. அழுகையினூடே, “ஒடம்பு பூரா இருக்கு” என்றாள். பிறகு விலகி, கர்சீப்பில் மூக்கைச் சிந்தினாள். குழந்தையைப் பார்த்துவிட்டு பாத்ரூமிற்குள் நுழைந்தாள்.

அவன் எழுந்து ஜன்னல் வழியாக வெளியே பார்த்தான். இது மூன்றாவது தளம். பார்வையில் சாலையும், லாட்டரிச் சீட்டுக் கடையும் தெரிந்தன. அடுத்து என்ன செய்வது என்று யோசித்தான். பெண்கள் தங்கும் விடுதிகளை எங்கெங்கு பார்த்திருக்கிறோம் என்று யோசித்துப் பார்த்தான். இடம் கிடைக்குமா, இவளை இங்கே தனியே விட்டுவிட்டு, தான் மட்டும் எப்படி வெளியே செல்வது என்றெல்லாம் குழம்பிக் கொண்டிருந்தான். பெண்கள் விடுதிகளின் தரம் பற்றி பலவிதமான கற்பனைகள் தோன்றின.

பாத்ரூமிலிருந்து முந்தானையில் முகத்தைத் துடைத்துக் கொண்டே மிருணாளினி வெளியே வந்தாள். அவள் அவலத்தின் நிலையை மீறி மனம் கிளர்ச்சியடைவது பற்றி அவனுள் கேள்வி ஏற்பட்டது.

“திரும்ப அடிக்க வேண்டியதுதானே” என்று அவளைப் பார்த்துச் சொன்னான். “அப்படின்னா நான் ரத்தத் காயத்தோட ஆஸ்பத்திரியில்தான் கிடக்கணும் அல்லது பிணமாகக் கிடக்கணும்” என்றாள். ஜன்னலருகே வந்து திரையை நீக்கி வெளியே பார்த்தவள், “அதைப் பாத்தீங்களா?” என்றாள். அவன் லாட்டரிச் சீட்டுக் கடையையே மீண்டும் பார்த்தான். “எதை?” என்றான். “இங்கே இந்தப் பக்கம் . . . இது இல்லை . . . மேலே . . . அந்தப் படம் வரையறதை . . .” என்றாள். அவன் பார்த்தான். ஒரு பிரம்மாண்ட போர்டில் பெண்ணின் நெருங்கிய முகத்தை வரையும் ஆயத்தத்தில் ஓவியன் ஒருவன் அவளின் கன்னப்பகுதியில், சாரத்தில் அமர்ந்து காதைத் தீட்டிக் கொண்டிருந்தான். அக்காட்சியைக் கண்ட தருணத்தில் வியப்பு ஒன்று ஏனோ அவனைத் தொற்றிக் கொள்ள, அவளை நோக்கினான். அவளின் காதையும் காதோர முடிச்சுருள்களையும் பார்த்தான்.

“என்ன நடந்தது?” என்று கேட்டான். “காரணமா முக்கியம். திருமணம் ஒரு விலங்கு. இன்றோடு உறவு முறிந்தது. வக்கீலைப் பாருங்கள். தங்க இடம் பாருங்கள்” என்றாள்.

“என்ன நடந்தது? விளக்கமாகச் சொன்னால்தானே அதற்கு ஏற்றாற்போல் காரியம் செய்ய முடியும்” என்றான். அவள் சற்று நேரம் அமைதியாக இருந்து யோசித்தாள்.

பிறகு தன்னுடைய மனத்தின் தன்மையையும் இயல்பையும், அவற்றிற்குப் பொருந்தாத சூழ்நிலைகளையும், அவள் கணவன் பற்றியும் சொல்லி நடந்ததைக் கூறினாள். அவள் முகம் சிவந்து அழுகை ததும்பி நிற்பது போல் தோன்றியது. அவள் எழுந்து சென்று ஜன்னலோரமாக நின்றாள். அவன் சிகரெட் புகைத்துக் கொண்டிருந்தான். திரும்பி வந்தவள், இதோ பாருங்கள் என்று வலது காலைக் கட்டிலில் வைத்து சேலையை இழுத்துக் காண்பித்தாள். பெல்ட் வரிகள் தெரிந்தன.

"ஒரு வாரத்திற்குள் வீடு ஒன்று பார்த்துவிடலாம். அதுவரை யாராவது தெரிந்தவர் வீட்டில் தங்கிக் கொள்ள முடியுமா?" என்று அவன் கேட்டான். மிருணாளினி யோசித் தாள். பிறகு, "உறவினர் ஒருவர் வீட்டிற்குச் சென்று நிலையை விளக்கி ஒருவார காலம் தங்க வேண்டியதுதான். வேறென்ன செய்வது? உங்கள் வீட்டிற்கா வரமுடியும்?" என்றாள்.

அவள் இதைக் கூறிக் கொண்டிருக்கும் போதே அடுக் களையில் கை வேலையாக இருக்கும் மனைவி ஞாபகம் வந்தது. மனைவியைப் பற்றி நினைப்பு எற்படுகையில் பிரிக்க முடியாமல் அடுக்களையும் சேர்ந்தே நினைவுக்கு வருகிறது.

"குழந்தை தூங்கும்போதே குளித்துவிட்டு வந்து விடுகி றேன்" என்று மாற்று உடைகளையும், துண்டையும், சோப்பு டப்பாவையும் எடுத்துக்கொண்டு பாத்ரூமிற்குள் நுழைந்தாள்.

அவனுடைய குழந்தைகள் தோன்றி, 'அப்பா . . . எங்களை விட்டுப் போய்விடாதீர்கள்' என்றன. பையன் அவன் கழுத்தை கட்டிக் கொள்ள, பெண் அவன் முதுகைக் கட்டிக்கொண் டாள். ஜன்னலோரம் சென்று நின்றான். ஓவியன் காதோர முடிச்சுருள்களைச் செம்மை செய்துகொண்டிருந்தான்.

பாத்ரூம் கதவைத் திறந்து மிருணாளினி பளிச்சென்று வெளியே வந்தாள். கூந்தலைத் துண்டினால் கசக்கிக் கொண்டிருந்தாள். துண்டைப் படீரென்று உதறி, தலையை லேசாக உலுக்குவது போல் அசைத்தாள். கூந்தல் இடுப்புவரை இருந்தது. தலையைக் குனிந்து கூந்தலை முதுகுப் புறத்திலிருந்து முன்புறத்திற்கு தூக்கிப் போட்டு துண்டினால் கசக்கினாள். அவன், அவள் பிடரியைப் பார்த்தான். மழையில் நனைந்த மலர்ச்செடி போலிருந்தாள். இன்று காலையில்தான் கணவ னால் வீட்டை விட்டு விரட்டப்பட்டிருக்கிறாள். அடி வாங்கி யிருக்கிறாள். 'என்ன சோதனை இது' என்று தன்னைக் கட்டுப்படுத்திக் கொள்ளும் முயற்சியில் பார்வையை அவளிட மிருந்து எடுத்தான். "ஒரு வாரத்திற்குள் வீடு பார்த்து விடலாம்.

கவலை வேண்டாம். பல விஷயங்கள் பற்றி உன்னிடம் பேச வேண்டும்" என வார்த்தைகள் ஏதோ யோசனையில் அவனிடமிருந்து வந்தன.

அவள் கூந்தலை முதுகுப்புறம் தள்ளி அவனைப் பார்த்துச் சிரித்தாள். கூந்தலின் கருமையும் அடர்த்தியும் நீளமும் அவனைத்தாக்கின.

போன் வந்திருப்பதாக பியூன் சொல்லி எழுந்தவன் போனை நோக்கி இன்னும் நடந்து கொண்டிருந்தான். தொலைவு கடக்க முடியாதது போல் நீண்டுகொண்டே இருந்தது.

இந்தியா டுடே, நவம்பர் 1994

✶

உயிருள்ள பிணம்

சிறை போன்றதொரு அறையில் அவள் கட்டிலில் சம்மணமிட்டு அமர்ந்திருந்தாள். சுவர்களும், வெளியே பார்க்க முடியாத கண்ணாடிக் கதவுகளும், நீலவண்ணத் திரைகளும் அறையைச் சிறை என உணரவைத்துக் கொண்டிருந்தன. அதிர்ஷ்டவசமாக முதல் தளத்தில் இருந்த இந்த அறையாகிய சிறையிலிருந்த ஒரு திரையிட்ட மரச்சட்டத்தின் ஓர் இடைவெளியில் தெரிந்த அந்த மரத்தைப் பார்த்துக் கொண்டிருந்தாள். அந்த மரமே அவனாக மாறி நின்று கொண்டிருந்தது. ஒளிரும் கண்களுடன். சிரித்த முகத்துடன். கறுத்த மீசையுடன். இந்த மரம் மட்டும் தெரியவில்லையெனில் சிறை போன்ற இந்த அறை சிறையாகவே மாறியிருக்கக் கூடும்.

மரமே நீ காற்றைத் தருகிறாய். உனது கிளைகளின் வினோதங்கள் வசீகரமாக இருக்கின்றன. அடர்ந்த இலைகள் உன்னைப் புதிர் என நினைக்கத் தூண்டுகின்றன. உனது இலைகளின் பசுமை நிறம் வசீகரமாக மனத்தைக் குதூகலப்படுத்துகிறது. நீ வெளி உலகத்தின் ஒரு பிரதிநிதி. எனக்கும் வெளி உலகத்திற்குமான இணைப்பு. நீ அசையும்போது எழும் காற்று இந்த அறைக்

குள்ளும் பரவி என் சுவாசத்தில், நெஞ்சின் உள்ளே சென்று வெளியேறிக் கொண்டிருக்கிறது. இடைவெளியினூடே நீ என்னைக் கவனித்துக் கொண்டிருக்கிறாய். என் முகத்தின் பக்கவாட்டுத் தோற்றத்தை. என் புருவத்தை. என் நீண்ட கைவிரல்களை. நான் சம்மணமிட்டு அமர்ந்திருப்பதை. நான் சாய்ந்து படுத்து மூச்சு விட்டுக்கொண்டிருப்பதை. நான் ஆடைகள் மாற்றுவதை. நான் உறங்குவதை. உறங்கும் என் முகத்தை. முகத்தில் படரும் புன்முறுவலை. மரமே, உன்னைத் தொட விரும்புகிறேன். உன் இலைகளினூடே என் கைகள் அலைவதை விரும்புகிறேன். வினோத கிளைகளினூடே சரளமாக நடந்து செல்ல விரும்புகிறேன். எங்ஙனம் நான் உன்னை அடைவது? சுவர்கள் இறுக்குகின்றன. நீல வண்ணத் திரைகளைத் தாண்ட இயலாது கைகள் தவிக்கின்றன. மனிதர்களும் மனுஷிகளும் அறையினுள் நுழைந்து உன் தோற்றத்தை நான் காணுவதைத் தடுத்து மறைக்கிறார்கள். இலைகளினூடே சூரியன் மிளிருவதைக் காண நான் துடிப்பதை எவ்வாறு கூற இயலும்? மரமே, நீயே எனது தோழன். நீயே எனக்கு நிழல் கொடுக்கிறாய். நீயே சந்தோஷத்தை உருவாக்கி இலைகளை அசைத்து நிற்கிறாய். உன்னருகே நான் வந்து தீண்ட இயலாது. தூரத்தே இடை வெளியில் அந்தரத்தில் தெரிகிறாய். மரமே, என் தோழனே அங்கே நின்று என்னைப் பார்த்துக் கொண்டிரு. செயற்கையான நீலவண்ணத் திரைகளையும், சிமிண்டு, செங்கற்களால் கொத்தனார்களால் கட்டப்பட்ட இந்த ஆஸ்பத்திரிச் சுவர்களையும் தாண்டி உன்னை அடைகிறேன். அந்தரத்தில் என்னை உன்னோடு சேர்த்து வானத்திற்குக் கொண்டு சென்று மேகங்களுள் நுழைந்து கொள்.

திடீரென நீ மின்னல் வெட்டி, இடித்துக்கொண்டே மழையாய்ப் பொழிகிறாய். சாரலாய் விழுகிறாய். நான் அறையை விட்டு வெளியே வந்து உன்னை ரசிக்கிறேன். பல நாட்கள் குடையை மடித்து விட்டு சாரலில் நனைந்திருக்கிறேன். என்மீது விழுந்த நீரால் என் பாதாதி கேசத்தை நனைக்கிறாய். உன்னோடு கைகோர்த்து சாரலில் நனைந்த நாட்கள் என் மனதில் பசுமைகொண்டு அலைகின்றன. கடல் அலையாய் மாறி என் கால்களை நனைக்க வருகிறாய். பெரிய அலையாக நீ வருவது கண்டு நான் மலைக்கையில் சுருண்டு கடலுக்குள் செல்கிறாய். எதிர்பாராத அலையில் என் பாதங்களை நனைத்து முழங்காலுக்குக் கீழேயும் நனைத்து விடுகிறாய். நீ கூறியிருக்கிறாய். என் கைவிரல்களும் முழங்காலின் கீழ்ப்பகுதியும் சிற்பி செதுக்கியிருக்கிறான் என்று. மியூசியத்தில் பார்த்த நடனச் சிற்பத்தின் காலைக்

காட்டி என்னைப் புன்முறுவலுடன் பார்த்தாய். நான் முழுவதுமாக நனைந்து உன் கிளைகளின் இலைகளில் குடியேறுவது எப்போது? என்னை நோக்கிக் கூரிய கத்தியுடன், பாதி மறைத்த முகத்துடன், கையுறையுடன் ஆட்கள் வந்து கொண்டிருக்கும் போது? மரமே, சாரலே, கடலே, பொறுத் திரு. சொஸ்தமாகி வருகிறேன். உன்னை நாடி.

○

தோழியே, நான் இலைகளை அசைத்து உன் சுவாசத்தின் காற்றில் பரவி உன் நெஞ்சிற்குள் சென்று வெளியேறிக் கொண்டிருக்கிறேன். உன்னைப் பார்த்துக் கொண்டிருக் கிறேன். உன் அசைவுகளைக் கவனித்துக் கொண்டிருக்கிறேன். உனக்குப் பாதுகாப்பாக உன் பார்வையில் படும்படி இடை வெளியினூடே உன் கண்களுக்குத் தெரியும்படியாக இலை களை அசைத்து நின்று கொண்டிருக்கிறேன். என் கிளைகள் அறையினுள் நுழைய இயலாது பாறைச் சுவர்கள் என்னை மறித்து நிற்கின்றன. ஜன்னலுக்குள் நுழைய யத்தனிக்கும் கிளைகளை வெட்ட அரிவாள்கள் அலைந்து கொண்டிருக் கின்றன.

உனக்குப் பிடித்த மலர்கள் இல்லாத மரமாய் நான் தற்போது நின்ற போதிலும் உன்னை என் கிளைகளில் ஏற்றி மலர்கள் நிறைந்த நந்தவனத்திற்கு, நான் கூட்டிச் செல்வேன். நீ மலர்கள் அருகில் நிற்பதைக் காண்பேன். சூடிக்கொண்டு முறுவலிப்பதைக் காண்பேன். நீளும் நீண்ட விரல்களைக் காண்பேன். என் கிளைகளினூடே அணில்கள் தாவி ஓடுவதை நீ கவனித்துக் கொண்டிருக்கிறாயா? அணில் கள் கொறிப்பதும் துள்ளித் திரிவதும் உன் கண்களுக்குத் தெரிகிறதா? இலைகளைச் சரி செய்து உன் பார்வைக்குத் தெரியும்படியாக அமைத்துத் தருகிறேன். தோழியே, உன்னு டன் ஒரு நாள் தங்கியிருந்தபோது காலை உணவாக ரொட்டித் துண்டுகளைச் சாப்பிட்டுக் கொண்டிருந்தோம். உன் தோளில் கை போட்டு ரொட்டியைக் கொடுத்துக் கொண்டிருந்தேன். கண்ணாடியில் கண்டு சிரித்தாய். மீந்த ரொட்டித் துண்டுகளைத் தூக்கி எறியச் சொன்னேன். நீ என்ன செய்தாய்? மெல்லிய காம்பவுண்டுச் சுவரின் மீது அவற்றை வைத்து விட்டு, 'அணில் வந்து சாப்பிடும் பாருங்கள்' என்றாய். அணிலுக்கும் உனக்கும் என்ன உறவென்று தெரியவில்லை. நீ கூறியபடியே அணில் ஒன்று வந்து மலங்க மலங்க விழித்துக் கொறித்து ஓடிப்போய் மீண்டும் மீண்டும் கொறித்து ஓடிக் கொண்டிருந்ததை ஜன்னல் வழியாகக் காண்பித்துப் பார்த்துக் கொண்டிருந்தாய். இதோ, என்

இலைகளைச் சரி செய்கிறேன். அணில்கள் ஓடி விளையாடு வதையும் கொறிப்பதையும் பார். மனத்தைக் களிப்பாக வைத்துக்கொள். என் சட்டையை விருப்பமுடன் அணிந்து கொண்டு நானாக மாறி நின்றவளே. என்னை வசீகரிக்கப் பல தோற்றங்கள் கொண்டவளே. காத்திரு. நானும் வருகிறேன். பயணிகள் பார்க்கக் கை கோர்த்து அலைவோம். தலையில் ஓலைத்தொப்பிகள் அணிந்துகொண்டு வேடிக்கையாய்த் திரிவோம். உன் நீண்ட விரல்களைப் பற்றிக்கொண்டு கால்கள் நனைவதற்காகக் கடற்கரையில் நிற்போம். அலைகள் என் கால்களையும் உன் சிறப்பக் கால்களையும் நனைக்கட்டும். கூரிய கத்தியுடன் வந்துகொண்டிருப்பவர்கள், வந்து செல்லட் டும். சொஸ்தமாகி, பின் காத்திருக்கும் உன், நீண்ட விரல் களைப் பற்றிக் கொள்கிறேன். கருமேகங்களுக்குள் நுழைந்து கொள்வோம்.

○

உயிருடனிருந்தபோது காணாத களையுடனும், வசீகரத் துடனும், பிரகாசத்துடனும் அவள் பிணமாகக் கிடந்தாள். உயிருள்ள பிணமாக அவள் எப்போது மாறினாள்? உறங்கும் முகத்தில் களையும் வசீகரமும் பிரகாசமும் எப்படி இப்போது பளீரிடுகின்றன? மூச்சு நிற்கும்போது எதைக் கண்டு அவள் பிரகாசமடைந்தாள்? மரமாக நின்று மனிதனாக மாறிய அவனின் சித்தம் குலைந்து கண்கள் கலங்கி நீர் வடிந்தது. பிணத்திற்கு உயிர் இருக்கிறதென்று கூறினால் நம்புவதற்கு யார் இருக்கிறார்கள்? அவன் பரபரப்படைந்தான்.

கடற்கரையைப் பார்த்திருந்த அந்தத் தனி வீட்டில் உயிருள்ள பிணத்துடன் அவன் வந்திருந்தான். நீலம் பாரித் திருந்த கைவிரல்கள் அவன் ஸ்பரிசிக்க விரல்களிலிருந்த நீலம் மறைந்து மீண்டும் அழகான விரல்களாக மாறின. அவளைப் போர்த்தியிருந்த துணியை விலக்க முயன்றான். அவள் கைவிரல்கள் உயிர்பெற்று அவனைத் தடுத்தன. கைவிரல்களின் உயிரில் அவன் திடுக்கிட்டு, ஆச்சரியத்துடன் குதூகலமடைந்தான். அவள் எழுந்து அமர்ந்து போர்த்தியிருந்த துணியைச் சுற்றிக் கொண்டாள். ஒட்டியிருந்த உதடுகள் பிளந்து அவன் பெயரை உச்சரித்தன.

என்னால் என் கண்களைத் திறக்க இயலவில்லை. ஜீவனில்லை போலிருக்கிறது. உயிருள்ள பிணமாக நான் உன்னுடன் வாழ்வேன். என் உடல் அழுகாது. நாற்றமெடுக் காது. உன்னை அணைத்துக் கொள்வேன். மடியில் தலை வைத்துப் படுத்துக் கொள்வேன். என் கூந்தலின் சுருள்களைச் சரி செய்து களிப்பை உருவாக்கு. என் கண்களின் இருளில்

நான் கண்டிருந்த உனது பிம்பங்கள், தோற்றங்கள் தருகின்றன. என் கற்பனைக்கொத்த வடிவங்களில் நீ உலவுவாய். எப்போதும் எனக்கு இருள்தான். உனக்குத் தெரியும் இருளில் என் மீது படரு. நான் உனக்காகக் காத்திருப்பவள். நாம் இருவரும் வாழ்வோம். மலர்களைக் காண என்னால் இயலாது. அறையின் இறுக்கத்தினூடே கண்டுகளித்த மரத்தைக் காண இயலாது. உன்னை ஸ்பரிசிக்க என்னால் இயலும். ஸ்பரிசத்தில் காணும் உள்தோற்றம் வினோதங்கள் கொண்டு களிப்பைத் தரட்டும். வா, என் தோழனே என் அருகில் வா, என்னை அணைத்து என் கூந்தலைத் தடவிக் கொடு.

தோழியே, நீ மரணமடைந்து விட்டாய். உயிருள்ள பிணமாக என் முன்னால் கிடந்து தற்போது துணியைப் போர்வையாய்ச் சுற்றிக்கொண்டு உட்கார்ந்திருக்கிறாய். நாற்றமும், அழுகலும் உன் உடலை அண்டாது. பசுமையாய் இருப்பாய். உன் கண்களின் இருளில் எவ்விதம் அழகுகளைக் காண இயலும். ஓடும் நீரையும் பூத்த மலர்களையும் எவ்விதம் காண்பாய். துணியைப் போர்த்திக் கொண்டு சிறுபெண்ணைப் போல் நீ உட்கார்ந்திருக்கிறாய். என் கண்கள் உன்னைக் கண்டு மின்னுகின்றன. இருள் கவிந்த பின் உன் கையின், காலின் பூனை மயிர்களோடு சம்பாஷிக்க விரும்புகிறேன். உன் அழைப்பிற்கு நான் காத்திருக்கிறேன்.

இரு மூங்கில் கம்புகளுக்கிடையே கட்டப்பட்ட பச்சை ஓலையில் அவள் கிடந்தாள். புடவையின் ஒழுங்கற்ற விசிறலில் அவள் முகம் பாதி இருளடைந்து பார்க்க பயங்கொள்ளும்படி தோன்றியது. வாய் விட்டு யாரோ ஒருவர் கூற புடவை சரிசெய்யப்பட்டு முகம் வசீகரமாய், களையுடன் பிரகாசத்துடன் மின்னியது. சிதை தயாராகியிருந்தது. எவரெவரோ ஏதேதோ கூற என்னென்னவோ நடந்து கொண்டிருந்தன. அவளின் கணவன் கொள்ளியுடன் நின்றிருந்தான். சிதையில் தூக்கி வைக்க முயன்றனர். அவன் கையில் அவள் கன்னம் பட்டு, அதன் ஜில்லிப்பு அவன் நரம்புகளில் ஊடுருவியது. எருக்கள் அடுக்கப்பட்டு ஏதேதோ நடந்தன. முகம் மட்டும் விடுபட்டு மின்னிக் கொண்டிருந்தது. முகத்தில் எருவை வைக்கும் முன், யாரும் அறியாது அவள் கண்கள் ஒருகணம் திறந்து அவனை மட்டும் பார்த்து, மூடிக் கொண்டன.

சுபமங்களா, ஜனவரி 1994

✶

சிறுமியும் வண்ணத்துப்பூச்சிகளும்

நான் சிங்கப்பூரிலிருந்து, தாய்லாந்திற்கு விமானத்தில் சென்றுகொண்டிருக்கும் போது, அதிர்ஷ்டவசமாக எனக்கு அடுத்த இருக்கையில் ஜப்பான் எழுத்தாளர் டோகுடோ ஷோனினைச் சந்தித்தேன். முதலில் அந்தப் பெயரைப் பார்த்ததும் 'சிறுமியும் வண்ணத்துப் பூச்சிகளும்' என்ற நாவல் எழுதியிருந்த டோகுடோ ஷோனின் ஞாபகமே எனக்கு வந்தது. அதனால் அவரை விசேஷமாகக் கவனித்துக் கொண்டிருந்தேன். என்னருகே அவர் அமர்ந்த சற்று நேரத்திற்கெல்லாம் அவரிடம் விசாரித்து இவர்தான் அவர் என்று அறிந்துகொண்டேன். நான் விசாரித்தது அவருக்கு மிகவும் ஆச்சரியமாக இருப்பதை அவர், முகம் காட்டியது. 'நீங்கள் இந்தியாவா ஸ்ரீலங்காவா?' என்று அவர் கேட்டார்.

ராபர்ட் அகஸ்ஸி மொழிபெயர்த்திருந்த அவரின் 'சிறுமியும் வண்ணத்துப் பூச்சிகளும்' நாவல் என்னை மிகவும் ஈர்த்திருந்தது. ஒரு சிறுமியின் இயற்கையான அறிவுக்கூர்மையும் சிருஷ்டிகரமும் எவ்விதம் அவள் பெற்றோர், சுற்றத்தார், பள்ளி ஆசிரியைகள் ஆகியோரினால் நாசமாக்கப்படுகின்றது என்பதை வெவ்வேறு

கோணங்களில் அந்நாவலில் அவர் சித்தரித்திருக்கிறார். நாவலில் வரும் சிறுமிக்குப் பெயர் கிடையாது. அவள் மனம் இயற்கையாகக் கட்டமைக்கப்படுவதைச் சுற்றியுள்ள வர்கள் காலங்காலமாகச் சொல்லப்பட்டுவரும் கருத்துக்கள் ஆக்கிரமிப்பதையும், பள்ளிக்கூடங்கள் பயத்தை உருவாக்கி மதத்தைச் சாரும் மனத்தை உருவாக்குவதையும் ஆழமான பார்வையுடன் பார்த்திருந்தார். வீட்டின் பின்புறத்திலுள்ள நந்தவனத்தில் திரியும் வண்ணத்துப்பூச்சிகளுக்கும் சிறுமிக்கும் உள்ள உறவை அவர் சித்தரிக்கும் இடங்களில் இயற்கையான கவித்துவம் வெளிப்பட்டிருந்தது.

நான் டோகுடோ ஷோனிடம் இந்த நாவலைச் சிலா கித்துப் பேசினேன். தான் எழுதிய நாவல்களில் பிடித்தமான நாவலாக இதைக் கருதுவதாகவும், ஆனால் பெரும்பாலோர் ‘சுழலும் காலம்’ என்ற நாவலையே முக்கியமானதாகக் கருதுவதாகவும் அவர் தெரிவித்தார். அவர் எழுத்துத்துறைக்கு வந்த விதம் பற்றிக் கேட்டேன். அவர் கூறியதன் சுருக்கத்தைக் கூறுகிறேன்.

நான் எழுத்தாளர் யாசுனாரி கவாபட்டாவின் எழுத்துக் களினால் ஈர்க்கப்பட்டிருந்தேன். அதன் விளைவாக எழுத முற்பட்ட எனக்கு என் ஆசிரியர் கரஷீமாவின் வழிகாட்டல் உதவியாக இருந்தது. அவர் மது அருந்தும் சந்தர்ப்பங்கள் என் விருப்பத்திற்குரியனவாக இருந்தன. அவருக்குத் தெரிந்த எந்த ஒரு விஷயம் பற்றியும் கூர்மையான பார்வையுடன் வித்தியாசமாகப் பேசுவார். நான் எழுதியிருந்த கதையை முதலில் அவரிடம் காட்டியதும், அவர் அதைப் படித்துவிட்டு, ‘இந்தக் கதையைக் கிழித்து உன் வீட்டில் இருக்கும் ஏதாவது ஒரு மலர்ச் செடியின் கீழே புதைத்துவிடு’ என்று கூறினார். சில நாட்கள் கழித்து என்னைக் கூட்டிக்கொண்டு மியூசியம் சென்றார். அங்கு இருந்த சில சிலைகளை அவர் சுட்டிக் காட்டிய பின்னே அவற்றின் சிருஷ்டிகரம் என்னைத் தாக்கியது. அவர் கூடச் சென்று கொண்டிருக்கும் போது திடீரென்று ஒரு மரத்தையோ, செடியையோ, கல்லையோ, காட்சியையோ சுட்டிக் காண்பித்துப் பார்க்கச் சொல்வார். அவற்றின் அழகு என் மனதில் பதியத்தக்கதாக இருக்கும். அவர் கூட ஒரு நாள் சென்றுகொண்டிருந்தபோது வழியில் ஒரு வாடகைக் கார் டிரைவர், அவரைப் பார்த்து ஓடிவந் தான். அந்த டிரைவர் தன்னுடைய குடும்ப விவகாரங்களை ஏற்கனவே இவருக்குத் தெரிவித்திருப்பான் போலிருக்கிறது. மனைவியை இழந்த இரண்டு குழந்தைகளையுடைய அவனை மறுமணத்திற்கு உறவினர்கள் வற்புறுத்திக் கொண்டிருந்த

போதிலும் மறுத்துக் கொண்டிருக்கிறான் என்று தெரிந்தது. நோயுற்ற மனைவி உயிரோடு இருந்தவரை அவளது நலனுக்காகவும் தற்போது குழந்தைகளின் நலனுக்காகவும் தன்னை ஒப்படைத்துக் கொண்டுள்ளவனாகத் தோன்றினான். தியாகியாக பாவித்து இயங்கிக் கொண்டிருப்பது மனதிற்குச் சோர்வைத் தரும் என்றும், உட்புறமாக மறுமணத்தின் விருப்பத்தை மனம் வற்புத்திக்கொண்டேயிருப்பதால் வெளிப்புறத்தில் மனம் அதை மறுத்துக்கொண்டேயிருக்கிறது என்றும், மறுமணம் செய்வதன் மூலம் மனம் சோர்விலிருந்து விடுதலையடைந்து உற்சாகமுறும் என்றும் ஆனால் மறுமணத்திற்குப் பின்னாலும் ஏதாவது ஒரு தியாகத்தைத் தேடி மனம் அலைந்தால் அதை அவன் பரிசீலனை செய்யவேண்டும் என்றும் கரஷீமா கூறினார்.

அவருக்குப் பல வகையான மனிதர்கள் நண்பர்களாக இருந்தனர். எவ்வாறு இத்தனை வகையான மனிதர்களிடம் இவர் நட்புறவு கொண்டிருக்கிறார் என்று நான் ஆச்சரியமடைவதுண்டு. சமூகத்தின் அந்தஸ்து மிக்க மனிதர்கள், வட்டாரப் போக்கிரிகள், சிறுவியாபாரிகள், கெய்ஷா பெண்கள் என்று அவருடைய உலகம் பெரியதாக இருந்தது. ஒரு நாள் நான் அவரைக் காணச் சென்றிருந்தபோது வெளியே கிளம்பிக்கொண்டிருந்தார். ஒரு கெய்ஷா பெண்ணைப் பார்க்கச் செல்வதாகக் கூறி, நான் மறுத்த போதும், விடாது என்னையும் கூட்டிச் சென்றார். கரஷீமா மீது மிகுந்த மரியாதையுடையவளாக அவள் தோன்றினாள். அவளுக்கு லௌகீகக் காரியங்களில் இவர் பல உதவிகள் செய்திருக்கிறார் என்று என்னால் யூகம் செய்து கொள்ள முடிந்தது. அவர்களுடைய பேச்சு, பிரதானமாகக் குழந்தைகளுக்கும், பெரியவர்கள், சூழல், சமூகம் ஆகியவற்றிற்கும் இடையேயுள்ள உறவைப் பற்றியதாக இருந்தது. ஒரு சுற்றுலா மையத்தில் மரங்கள் சூழ்ந்திருந்த குளக்கரையில் சிறுமியான தன் மகளுடன் அமர்ந்திருந்த போது, பளபளக்கும் நீரைப் பார்த்துக்கொண்டிருந்த அந்தச் சிறுமி கையில் இருந்த சிறு தட்டை அக்குளத்தில் மிதக்கும்படியாக வீசி எறிய வேண்டும் போல் இருப்பதாகத் தெரிவித்த சம்பவத்தை அப்பெண் கூறினாள். இதே போல் இன்னொரு நாள் டேபிள் வெயிட்டான கண்ணாடிக் கோளத்திற்குள்ளே செல்ல வேண்டும் போல் இருப்பதாகக் கூறியதாகவும், மற்றொரு நாள் வண்ணத்துப்பூச்சிகளுடன் பறந்து திரியும் கனவு கண்டதாகக் கூறியதாகவும், இவை எல்லாம் மனத்தின் சிருஷ்டிகர அடையாளங்கள் என்றும், இவற்றை நாசப்படுத்தும் சக்திகளே குழந்தைகளைச் சுற்றிலும் உள்ளதாகவும் அந்தப் பெண் தெரிவித்தாள். அனைத்து

விஷயங்களிலும் பெரியவர்களின் கருத்துத் திணிக்கப்படும் நிலையில், குழந்தைகளின் இயற்கையான கூர்மை அறிவு நிலையில் சிதைக்கப்படுவதாக கரஷீமா கூறினார். அந்தப் பெண்ணின் பெயர் எனக்கு நினைவில் இல்லை. இது நடந்து பல காலம் ஆகிவிட்டது. கரஷீமாவும் இறந்துவிட்டார். இந்த உரையாடல் எனக்குள் மிகுந்த தாக்கத்தை ஏற்படுத்தி யிருந்தது. அப்போது அந்த அறையில் இருந்த சில பொருட்கள் அவற்றின் வடிவம், நிறம், அவர்கள் உட்கார்ந்திருந்த தோரணை ஆகியவை தற்போதும் அப்படியே நினைவில் உள்ளன. எழுத ஆரம்பித்தபின் இந்த உரையாடல் என்னைத் தொந்தரவு செய்துகொண்டேயிருந்தது. கலைவடிவமாக எழுத இயலாமல் தள்ளிப் போட்டுக்கொண்டே வந்தேன். தொந்தரவைத் தாள இயலாமல் எப்படியோ எழுத ஆரம்பித்து முடித்துவிட்டேன். அதுதான் நீங்கள் விரும்பும் 'சிறுமியும் வண்ணத்துப்பூச்சிகளும்' என்ற நாவல்.

– டோகுடோ ஷோனின் கூறியதன் சுருக்கத்தை மேலே கொடுத்திருக்கிறேன். அவரின் தொழில் பற்றி விசாரித்ததற்கு, ஒரு எலெக்ட்ரானிக் கம்பெனியில் பணிபுரிவதாகக் கூறி அது சம்பந்தப்பட்ட விஷயங்களைக் கூறினார். அதில் எனக்குச் சிறிதளவிற்கு மேல் விளங்கவில்லை. தவிர அவை இந்தக் கதைக்கு அவசியமானவையுமல்ல.

1993

✶

சந்திக்கும் இரு உலகங்கள்

சாராய வியாபாரியான ஜடாமுனி, தனது நண்பன் இந்திரஜித்தைக் காணாது அந்த மூன்று நட்சத்திர ஹோட்டல் வாசலில் வாட்சில் நேரத்தைப் பார்த்துத் தவித்துக்கொண்டிருந்தான். அந்த ஹோட்டலில் ஓர் அமைப்பு சார்பில் நடக்க இருக்கும் வீணைக் கச்சேரியைக் கேட்டு விட்டு பாருக்குச் சென்றுவிட்டு இரவு சென்னை செல்லவேண்டும் என்று திட்டமிட்டிருந்தார்கள். ஜடாமுனிக்கு சங்கீதத்தில் எந்தவித ஈர்ப்பும் கிடையாது. இந்திரஜித்திற்காக வந்திருந்தான். ஆறு மணிக்கு வருவதாகக் கூறியிருந்த இந்திர ஜித்தை இன்னும் காணோம். ஒருவேளை தன் பார்வையில் படாது தன்னைத் தேடிவிட்டு உள்ளே சென்றிருப்பானோ என்றும் ஜடா முனிக்குத் தோன்றியது. ஹோட்டலின் பிரம் மாண்டமும், நடமாடும் மனிதர்களும், ஹோட்ட லின் உள்ளே நுழைவதற்கும் விசாரிப்பதற்கும் அவனுக்கு மிகுந்த தயக்கத்தை ஏற்படுத்திக் கொண்டிருந்தது. மனதைத் தயார் செய்து கொண்டு வரவேற்புப் பகுதியில் இருந்தவனிடம், சங்கீதக் கச்சேரிக்கு வந்திருப்பதாகவும் டிக்கெட் வேண்டுமென்றும் கேட்டான். தமிழில் அவன் பேசுவானா என்ற சந்தேகத்துடன் நின்றிருந்த

ஜடாமுனியிடம் அவன் மாடிப்படிகளைச் சைகையால் காட்டினான். 'மாடியிலேயா?' என்று ஜடாமுனி கேட்டான். 'ஆமாம்' எனத்தொனிக்க அவன் தலையாட்டினான். ஜடா முனிக்குத் திரும்பச் சென்றுவிடலாமா என்று தோன்றியது. அந்த எண்ணத்தை மீறி மாடிப்படி ஏறினான். லிப்ட் அருகே சிலர் நின்றுகொண்டிருப்பதைப் பார்த்தான். லிப்டில் செல் வதற்கு ஜடாமுனிக்குத் தடுமாற்றம் இருந்தது.

முதல் மாடியில் தெரிந்த ஒரு குளிர்சாதன அறைவாச லில் நிறைய செருப்புகள் கிடந்தன. டிக்கெட் கொடுப்பவராக வெளியே ஒரு முதியவர் உட்கார்ந்திருந்தார். டிக்கெட் விலை பற்றித் தெரியாததனாலும், அனுமானிக்க முடியாததா லும் நூறு ரூபாய் நோட்டை எடுத்து 'ஒரு டிக்கட்' என்று நீட்டினான். அவர் டிக்கெட்டையும் மீதி ரூபாய்களையும் கொடுத்தார்.

உள்ளே நுழைந்தான். மேடையில் அழகான பெண் வீணை வாசித்துக் கொண்டிருந்தாள். அவளைச் சுற்றி ஜமுக் காளத்தில், வந்திருந்தவர்கள் அமர்ந்திருந்தனர். அவனும் அமர்ந்து இந்திரஜித்தைத் தேடினான். காணவில்லை. வீணை வாசித்துக் கொண்டிருந்தவள், சிந்தையைக் கவர்ந்துகொண் டிருந்தாள். அவள் சருமத்தின் நிறம் வேகவைத்து உரித்த உருளைக் கிழங்கின் நிறத்தை அவனுக்கு நினைவுபடுத்தியது. பிராந்தி சாப்பிட்டுவிட்டு வந்திருக்கலாமே என்று தோன் றியது.

அவள் வீணை வாசித்துக்கொண்டிருந்தாள். சுற்றி உட் கார்ந்திருந்த ஆண்களில் தன்னையும் சேர்த்து மூன்று நபர் களே மீசையுடன் இருந்ததைக் கவனித்தான். வந்திருந்தவர்கள் உயர் ஜாதியைச் சேர்ந்தவர்களாகவும், பணக்காரர்களாகவும் தெரிந்தார்கள். ஒரு பாட்டு உச்சஸ்தாயிக்குச் சென்று இறங்கி முடிந்தது. ஒருவரும் கைதட்டவில்லை. கை தட்டுவது நாகரிகக் குறைவு போலும் என நினைத்துக்கொண்டான். அவள் அடுத்த பாட்டை வாசிக்க ஆரம்பித்தாள்.

மேடையில் அவள் அமர்ந்து வாசிக்க, சுற்றி ஆட்கள் அமர்ந்திருப்பது அவனுக்கு காபரே ஆட்ட அரங்கை நினைவு படுத்தியது. அவள் எழுந்து நின்றாள். மைக்கில் ஒருவன் பாட அவள் ஆடலானாள். வீணையின் ஒலி அவனுக்கு லகரியை ஏற்படுத்த உரித்த உருளைக்கிழங்கு நிறத்தையுடை யவள் ஆடலானாள். அங்கங்கள் ஆங்காங்கு கிளர்ச்சியூட்ட, சிரித்தவாறு ஆடினாள். கறுப்பு நிற மனைவி அவ்வப்போது நினைவிற்கு வந்தாள். ஜமுக்காளம் மறைந்து டேபிள் சேர்கள் தோன்ற மீசையற்ற பளபள ஆண்களும், பளபள பெண்களும்

சேர்களில் அமர்ந்திருந்தனர். அவர்கள் முன் இருந்த மேஜை யில் பிராந்தி ஊற்றிய கிளாஸ்கள் இருந்தன. தட்டுகளில் இறைச்சி வகைகள் இருந்தன. அவர்கள் பிராந்தியைக் குடித்து இறைச்சி வகைகளைச் சுவைத்துக் கொண்டிருக்க, அவள் ஆடிக்கொண்டிருந்தாள்.

ஒருபெரியவர் தலையாட்டிக்கொண்டே தாளம் போட் டுக்கொண்டிருந்தார். கூட்டம் இசையைப் பெருமையுடனும் மரியாதையுடனும் ரசித்துக்கொண்டிருந்தது. ஜடாமுனியோ, அவள் கைவிரல்களின் மீட்டலிலிருந்து எவ்விதம் வீணையின் ஒலி லகரியை ஏற்படுத்தும்படியாக உருவாகிக்கொண்டி ருக்கிறது என ஆச்சரியமடைந்து கொண்டிருந்தான். பெங் களூர் ஆட்ட ஆரங்கில் பார்த்த காமினியின் நினைவு வந் தது. அன்று காமினியை அடைந்து அவளுடன் இரவைக் கழித்தான்.

இப்போதும், காமினி அவனுக்கு ஓர் அபூர்வமான பெண்ணாக நினைவில் இருக்கிறாள். சொந்த ஊர் சேலம் பக்கத்தில் என்றாள். நான்கு சகோதரிகளில் தான் மூன்றாவது என்றாள். இவன் கொடுத்திருந்த பணத்தில் முக்கால் பகுதி கிறிஸ்டோபருக்கும், விடுதிக்காரர்களுக்கும் சென்றுவிட கால்பகுதியே தனக்குக் கிடைக்கும் என்றும், பார்ட்டி தனி யாக விருப்பப்பட்டுத் தனக்குக் கொடுக்கும் பணத்தையும் சேர்த்துத்தான் காலந்தள்ள வேண்டியிருக்கிறது என்றும் கூறினாள். ஜடாமுனி, அவள் சந்தோஷப்படுகிற மாதிரி தனியாகப் பணம் கொடுப்பதாகக் கூறினான். அவன் விசாரித் தபோது அவள் தன்னைப் பற்றிக் கூறினாள்.

அவளுக்கும் தனியார் நிறுவனத்தில் வேலைபார்க்கும் ஒருவனுக்கும் திருமணம் நடந்தது. அவன் ஒரு மடையன். பெண்டாட்டியை வைத்துக்கொள்ளத் தெரியாதவன், சினிமா வுக்குக்கூட கூட்டிக்கொண்டு போனதில்லை. எலக்டிரிக் வேலைபார்க்கும் – அவன் பெயரை மறைத்தே சொன்னாள் – ஒருவனுடன் தொடர்பு ஏற்பட்டு அவனுடன் சென்னைக்கு வந்துவிட்டாள். அவன் ஒரு சினிமாக் கம்பெனியில் எலெக்ட் டிரிக் வேலை பார்த்தபோது அவளும் எக்ஸ்ட்ரா நடிகையாகி விட்டாள். அவளுக்கு ஆசைகாட்டி மயக்கமருந்து கொடுத்து கிறிஸ்டோபர் இங்கு கூட்டி வந்துவிட்டான். இரண்டு ஆண் குழந்தைகள் இருப்பதாகவும், அவர்களுக்கு விவரம் தெரி வதற்கு முன்னால் எங்காவது சென்று செட்டில் ஆகிவிட வேண்டுமென்றும், ஆனால் வழிதான் தெரியவில்லை என்றும் கூறினாள்.

அனுதாபப்படும்படியாக ஒரு கதையைச் ஜோடித்துப் பசப்புகிறாள் என்று ஜடாமுனிக்குத் தோன்றியது. அதே சமயம், அவனிடம் அவள் தனிப்பிரியங் கொண்டிருப்பதாக வும் தோன்றியது. அவள், அவனைப் பற்றிக் கேட்ட போது, பெயர், ஊர், தொழில் உட்பட எல்லாவற்றையும் மாற்றிப் புளுகினான்.

சிலகாலம் கழித்து அவன் பெங்களூர் வந்திருந்தபோது, ஹோட்டலின் அறைகளைக் கூட்டிச் சுத்தம் செய்துகொண் டிருந்தவரிடம் காமினியைப்பற்றி விசாரித்தான். அவளைச் சில மாதங்களுக்கு முன் சிலர் கொலை பண்ணிவிட்டதாக அவர் கூறினார். இவன் அவரைத் துருவித்துருவி விசாரித்த போதும் மேற்கொண்டு தகவல் கிடைக்கவில்லை.

உருளைக்கிழங்குக்காரி அணுகுவதற்கு அப்பாற்பட்ட வளாகத் தோன்றி ஆவலைத் தூண்டி அபிமானத்தை உரு வாக்கிக்கொண்டிருந்தாள். திடீரெனப் பயங்கரச் சத்தம் கேட்டது. உட்கார்ந்திருந்த அறையிலுள்ள கண்ணாடிக்கதவு கள் உடைந்து நொறுங்க, ஓலமும், கூச்சலும் எழும்பி அங்கு மிங்கும் ஓடினர். அவன் மேல் யாரோ விழ, எழுந்து ஓடி தள்ளி நின்று பார்த்தான். சிலர் ரத்தக் காயங்களுடன் இருந்தார்கள். ஹோட்டலின் கீழே பெருங் கூச்சலும், அலற லும் கேட்டன. கரும்புகையும் நெருப்பு ஜுவாலையும் தெரிந் தன. ஒன்றும் புரியவில்லை. அனைவரும் அறையை விட்டு உடைந்த கண்ணாடித் துண்டுகளைத் தாண்டி வெளியேற முண்டியடித்துக் கொண்டிருந்தனர். களேபரமாக இருந்தது. பளபள ஆண்களும், பெண்களும் நாசூக்கை விட்டு, வெளியேற முண்டிக்கொண்டும் தவித்துக்கொண்டும் இருந்தனர். ரத்தம் வழியும் காலைப் பிடித்துக்கொண்டு உருளைக்கிழங்குக்காரி துணையற்றுத் தவித்துக்கொண்டிருந்தாள். அவளை நெருங்கி, 'கையைப் பிடியுங்கள்' என்றான், அவன். கட்டளைக்குக் கீழ்ப்படிபவளைப் போல் அவன் கையைப் பற்றினாள். 'தவறாக நினைத்துக் கொள்ளாதீர்கள்' என்று அவளைத் தூக்கிக்கொண்டு கண்ணாடித் துண்டுகளைக் கடந்தான். கண்ணாடித் துண்டுகளுக்கு அந்தப்பக்கம் ரத்தச்சுவடுகள் பதிந்திருந்தன. உள்ளங்கால்களில் வலியும், பிசுபிசுவென்ற உணர்வும் ஏற்பட்டது. அவளைத் தூக்கிக்கொண்டு மாடிப்படிகளில் கூட்டத்தினூடே இறங்கிக்கொண்டிருந்தான். நாசூக்கை விட்டு, தங்களைக் காப்பாற்றிக்கொள்ளக் கூட்டம் முனைப்பாக முண்டியடித்து இறங்கிக்கொண்டிருந்தது.

1993

★

பறக்கும் திருடனுக்குள் . . .

வேன் ஒன்று ரப்பர் மாதிரி வளைந்து சென்றுகொண்டிருந்தது. உட்கார்ந்த நிலையிலிருந்த போதிலும் மஞ்சக்காளைக்குச் சுற்றுப்புறம் சுழன்று கொண்டிருப்பதாகத் தோன்றியது. புகையை நெஞ்சின் ஆழத்திற்கு இழுத்து விட்டான். கஞ்சாவின் மணம் இதத்தை அளித்தது. இருள் விரைவாகக் கவிழ்ந்துகொண்டிருந்த வேளையில், அந்தச் சாலையில் பூட்டப்பட்டிருந்த கடைவாசலில் அமர்ந்து புகையை இழுத்துக் கொண்டிருந்தான். இன்று ஞாயிற்றுக்கிழமை. ஆட்கள் நடமாட்டம் அதிகமில்லை. எதிரே உள்ள வீட்டு வாசலில் ஒரு பெண் அமர்ந்து புத்தகம் படித்துக் கொண்டிருக்க அவள் குழந்தை வாசற்படிகளில் விளையாடிக்கொண்டிருந்தது. எப்போது படிகளிலிருந்து விழுந்துவிடுமோ என்றிருந்தது. மஞ்சக்காளைக்கு அந்தப் பெண்ணைக் கண்டு ஆத்திரம் ஏற்பட்டது. சமயங்களில், அவள் சரியற்ற கண்ணாடியில் தெரிவது போல் நெளிந்து தெரிந்தாள்.

மஞ்சக்காளை மூன்று நாட்களுக்கு முன் சிறையிலிருந்து வெளிவந்திருக்கிறான். நேற்று பஸ்ஸில் பிக்பாக்கெட் அடித்ததில் நாற்பத்தி

யிரண்டு ரூபாய் கிடைத்திருந்தது. இரவு நன்றாகச் சாப்பிட்டான். நேற்று பிக்பாக்கெட் அடித்தபின், சற்று நேரத்திற்கெல்லாம், பர்ஸ் காணாமல் போய்விட்டதையறிந்து பறிகொடுத்தவன் பரக்கக் கத்திக்கொண்டிருந்தான். ஒரு சோப்ளாங்கியைப் பிடித்து அவனைச் சோதனையிட்டான். பஸ் அதன் போக்கில் ஓடிக்கொண்டிருக்க, பயணிகள் ஒருவரும் சிரத்தை எடுக்கவில்லை. கண்டக்டர் எவ்வளவு ரூபாய் இருந்தது என்று கேட்டுவிட்டு விரல்களை எச்சில்படுத்தி டிக்கெட் கொடுக்கும் வேலையிலிருந்தார். அவனுக்கு மிகுந்த சௌகரியமாகப் போய்விட்டது. பறிகொடுத்த ஆளின் துணிச்சலையும், கண்டுபிடிக்கும் திறமையையும் பொறுத்தே மாட்டிக்கொண்டு அவதிப்படவேண்டும். மாட்டிக்கொண்டு விட்டால், சத்தம் கொடுத்தால் பறந்து போகிறவனுக்கெல்லாம் அடிப்பதற்கு ஆசை வந்துவிடும். அவ்வாறு ஒருதடவை மாட்டிக்கொண்டு அடிவாங்கியதில் உதடு கிழிந்து, காய்ச்சல் வந்து அவதிப்பட்டுப் போனான்.

மஞ்சக்காளைக்குத் தாயார் யாரென்று தெரியாது. குஷ்டரோக நோயுடையவர் என்று பின்னால் தெரிய வந்த சொந்தமற்ற ஒரு தாத்தாவின் பராமரிப்பில் வளர்ந்து, அவர் இறந்த பின், இவ்விதம் என்று சொல்ல முடியாத வகைகளில் உருவாகி சுயேச்சையாகத் திரிகின்றான். ஒருநாள், தாத்தாவின் குஷ்டரோக உடலை ஒட்டிப் படுத்திருந்து எழுந்தவன், அவர் எழுந்திருக்காதது கண்டு திகைத்துப் பயந்தான். முனியாண்டி ஓடிவந்து பார்த்து அவர் இறந்துவிட்டதாகக் கண்கலங்கக் கூறினான். தாத்தாவின் மூட்டையில் கொஞ்சம் ரூபாய்களும், ஒரு சிறுமி நின்றுகொண்டிருக்கும் பிரேம் போடப்பட்ட ஒரு புகைப்படமும் இருந்தது. அந்தப் புகைப்படத்தைப் பார்த்து தாத்தா சிலநேரங்களில் அழுவதை மஞ்சக்காளை பார்த்திருக்கிறான். அந்த பிரேம் போட்ட புகைப்படத்தை மஞ்சக்காளை பத்திரப்படுத்தினான். இடமற்று அலைந்து ஜெயிலுக்குச் செல்ல ஆரம்பித்த பின் அந்தப் புகைப்படத்தை மாதாகோயில் பின்புறம் இருக்கும் ஒரு புளிய மரத்தடியில் பள்ளம் தோண்டிப் புதைத்து வைத்தான். ஜெயிலிலிருந்து வந்த சில வேளைகளிலும், வாழ்க்கையின் சோகம் தாளாது குமுறும் வேளைகளிலும், அவன் அந்த இடத்திற்குச சென்று அந்தப் புகைப்படத்தை எடுத்துப் பார்த்து, அழுது மனச்சாந்தியடைவான். யாரென்று அறியாத அச்சிறுமியின் புகைப்படத்திற்கும் அவன் மனத்திற்கும் இடையே தாத்தாவை ஊடகமாகக் கொண்டிருந்த உறவின் புதிர்களை யாரால் அறிய இயலும்?

குழந்தை அழுதுகொண்டிருக்க, அந்தப் பெண் கையிலிருந்த புத்தகத்தைப் படிப்பதில் கவனமாக இருந்தாள். மஞ்சக்காளைக்கு, தான் அக்குழந்தையைத் தூக்கி வந்து இங்கே உட்காரவைத்ததாகத் தோன்றியது. எரிச்சலுடன் புத்தகத்தை வைத்துவிட்டுக் குழந்தையைத் தூக்கி அப்பெண் சமாதானப் படுத்திக் கொண்டிருந்தாள். அப்பெண்ணின் உடல் மீது பாலியல் ரீதியாக ஆதிக்கம் செலுத்த வேண்டுமென்று மஞ்சக்காளைக்குத் தோன்றியது.

சுமார் ஆறு மாதங்களுக்கு முன் நல்லூர் பாலத்தின் கீழ் சரோஜாவைப் பார்த்து அவர்கள் இருவரும் ஒதுக்குப்புறமாகச் சென்றார்கள். அவள் தொடையில் நீளமான, ஆறிப் பொருக்கு நிலையிலிருந்த சூட்டுக் காயத்தைப் பார்த்தான். 'சண்டையிலே அந்தாளு வைச்சது' என்றாள். 'ஒங்கூட வந்திரவா' என்றாள். அவன் பதில் பேசவில்லை. பிறகு, 'பாதி நாள் உள்ளே, பாதி நாள் வெளியேன்னு இருக்கேன். பெரிசா ஏதாவது கிடைச்சதுனா வாரேன்' என்றான் மஞ்சக்காளை.

மஞ்சக்காளைக்குத் தலை சுற்றியது. குழந்தையின் தாயான அப்பெண்ணின் கைகோர்த்துப் பறந்து சென்றான். 'நீ தான் என் கணவன்' என்று அவள் கூறினாள். குழந்தையைக் காணோம். பறக்கும் போதே ஆடைகள் ராஜா ராணி ஆடைகளாக மாறின. தர்பார் மண்டபத்தில் ராஜாவும் ராணியுமாக இருவரும் அமர்ந்திருந்தனர். மந்திரிகள் வரிசையாக உட்கார்ந்திருந்தனர். இருபுறமும் பெண்கள் சாமரம் வீசிக் கொண்டிருந்தனர். ராஜாவாக இருந்த மஞ்சக்காளை ஒரு பீடியை எடுத்துப் பற்ற வைத்தான். ஈட்டியுடன் நின்றிருந்த ஒருவனை அழைத்து, சாராயம் கொண்டு வரச்சொன்னான். மந்திரி ஒருவரை அழைத்து நாட்டியத்திற்கு ஏற்பாடு செய்யச் சொன்னான். சாராயம் வந்தது. சாராயக்கோப்பை அருகே மாமிச வகைகள் தட்டில் இருந்தன. இவை மாதா கோயில் அந்தோணி கடையில் வாங்கப்பட்டவைதானா என்று விசாரித்தான். கொண்டு வந்தவன், 'ஆமாம் அரசே' என்றான். சாராயத்தை அருந்தி மாமிசத்தைச் சுவைத்தான். நாட்டியமாடும் மங்கை அரங்கத்திற்கு வந்து அனைவரையும் வணங்கினாள். அவள் முகம் நிமிர்ந்ததும்தான் தெரிந்தது அவள் சரோஜா என்று. 'சரோஜா உன் தொடையில் ஏற்பட்ட காயம் சரியாகிவிட்டதா?' என்று கேட்டான். சரியாகி விட்டதாக அவள் பணிவுடன் தெரிவித்தாள். உன்னைக் காயப்படுத்திய அந்த ஆள் பற்றிய விவரங்களை என் தளபதியிடம் கூறு என்றான். அவள் தளபதியினருகே சென்று

கூறினாள். தளபதி அவரருகே இருந்த சேவகர்களிடம் கூற, சற்று நேரத்தில் அந்த ஆள் கைவிலங்கிடப்பட்டு சபைக்குக் கொண்டு வரப்பட்டான். 'ஆட்டம் முடியும் வரை இவனைத் தூணில் கட்டி வையுங்கள். பிறகு மாதா கோயில் சரக போலீஸ்காரர்களைக் கொண்டு அடிக்கச் செய்து சிறையில் தள்ளுங்கள். ஆட்டம் துவங்கட்டும்' என்றான்.

சரோஜாவின் ஆட்டம் ஆரம்பமானது. நையாண்டி மேளம் சகிதம் அவள் ஆடிய ஆட்டத்தைச் சாராயத்தை அருந்திக்கொண்டே அவன் பார்த்தான். ஆட்டம் முடிந்ததும், 'இவளை மரியாதையுடன் கூட்டிச்சென்று அந்தப்புரத்தில் வைக்கவும். கேட்கும் வசதிகளைச் செய்து தரவேண்டும். அந்த ஆளை இழுத்துச் சென்று நான் சொன்னபடி செய்யவும்' என்றான்.

மந்திரியைப் பார்த்து, 'இன்று ஏதாவது வழக்கு உள்ளதா? என்றான். 'ஆமாம் அரசே, நகைக்கடைச் செட்டியார் வீட்டில் வேலைபார்த்த வேலைக்காரன் அவர்கள் வீட்டி லிருந்த நிறைய பணம், நகைகளைத் திருடிச்சென்றுவிட்டான். அவனைப் பிடித்தாயிற்று, விசாரணை நடத்தி நீதி வழங்குங் கள் அரசே' என்றான் மந்திரி.

வேலைக்காரன் கொண்டுவந்து நிறுத்தப்பட்டான்.

'நீ நகைகளையும் பணத்தையும் திருடினாயா?'

'ஆமாம் அரசே.'

'ஏன் திருடினாய்? இதற்கு முன் திருடியிருக்கிறாயா?'

'சௌகரியமாக வாழ ஆசைப்பட்டேன். அதனால் திருடினேன். முன் திருடியதில்லை!'

'திருடிவிட்டு வேலைக்கு வராமல் போனால் உன்மேல் சந்தேகம் ஏற்படும் என்று உனக்குத் தோன்றவில்லையா?'

'தெரியும், தப்பித்து விடலாம் என்று நினைத்தேன். ஆனால் மாட்டிக் கொண்டேன்.'

'உனக்குத் தப்பிப்பதற்குரிய திறமை போதாது. உனக்குத் திருடுவது தவிர வேறு தொழிலும் தெரியும். எனவே திருடுவது தவறு. மேலும் நகைகளையும், பணத்தையும் பார்த்தபின்தான் அந்த எண்ணம் உருவாகியிருக்கிறது. எனவே நீ இயற்கையான திருடனில்லை. நீ தண்டனைக்குரியவன். மந்திரி, இவனுக்கு மூன்று மாதம் சிறைத்தண்டனை வழங்கி உத்தரவிடுகிறேன். அடுத்த வழக்கைக் கொண்டு வாருங்கள்.'

‘அரசே, இவன் காரை மறித்து வழிப்பறி செய்தவன். இவனை விசாரித்து நீதி வழங்குங்கள்’ என்றான் மந்திரி.

வழிப்பறி செய்வதன் கொண்டுவந்து நிறுத்தப்பட்டான்.

‘நீ வழிப்பறி செய்தாயா?’

‘ஆமாம்.’

‘இதற்கு முன் செய்திருக்கிறாயா?’

‘இதற்கு முன் பலதடவை வழிப்பறி செய்திருக்கிறேன். ஆனால் மாட்டிக் கொண்டதில்லை.’

‘ஏன் வழிப்பறி செய்கிறாய்?’

‘இது எனக்குத் தொழில். எனது உலகில் இதுவே ஜீவனமாக உள்ளது. நான் எவ்வாறு ஜீவனத்தைக் கைவிட இயலும்?’

‘ஆமாம், நீ அரசன் ஆகும் பாக்கியம் கிடைத்தாலல்லவா கைவிட இயலும். மந்திரி, இவனுக்கு நல்ல சாப்பாடும், ஆடைகளும் வழங்கி அனுப்ப உத்தரவிடுகின்றேன். இத்துடன் இன்றைய தர்பாரை முடித்துக் கொள்ளலாம்’ என்று எழுந்து நடந்தான்.

போகும் வழியில் மகராஜாவாக வரையப்பட்டிருந்த குஷ்டரோகத் தாத்தாவின் ஓவியத்தின் அருகே நின்று வணங்கினான். பிறகு நடந்து சென்றுகொண்டிருக்கும் போது கூடவே வந்துகொண்டிருந்த ராணியிடம், ‘எங்கே குழந்தை?’ என்று கேட்டான். ‘குழந்தை தாதியிடம் உள்ளது’ என்றாள், ராணி. ‘போய் குழந்தையைக் கவனி. என் கூட ஏன் வருகிறாய்?’ என்று கத்தியபடி ராணியின் கன்னத்தில் அறைந்தான். ‘அவ்வாறே செய்கிறேன், அரசே’ என்று ராணி கூறினாள்.

தூரத்தே சரோஜா மோகப்பார்வையுடன் நின்றுகொண்டிருந்தாள். அவன், அவளை நோக்கிச் சென்றுகொண்டிருந்தான். இந்த அரசு, அரண்மனை அதிகாரம் ஆகியவற்றைக் கொண்ட மஞ்சக்காளை என்ற அரசனாகிய நான் உன்னை அடைவதை யாரால் தடுக்க முடியும். நான் உனக்கு நல்ல சாப்பாடு வழங்குவேன். நல்ல சேலைகள் தருவேன். நகைகள் தருவேன். பணம் தருவேன். நான் உன்னை அடைவேன். அவன் அவளை நோக்கிச் சென்றுகொண்டிருந்தான்.

மங்கிய வெளிச்சத்தில் நிறைய நகைகள் கழுத்தில் மின்ன இரு பெண்கள் அவனைக் கடந்தனர். ‘சரோஜா . . . சரோஜா . . .’ என்று நகைகள் கூவின. கூந்தலில் இருந்த மல்லிகைச் சரங்கள் ‘வா . . . வா’ என அழைத்தன. காற்றில் மிதந்து

செல்வது போல் அவன் மிதந்து சென்று அந்த நகைகளைக் கைப்பற்றினான். பற்றிய நகைகளுடன் பறக்க ஆரம்பித்தான். திடீரென அவன் மேல் விழுந்த அடிகள் பறப்பதைத் தடுத்தன. பறக்க இயலாது கீழே விழுந்தான். வலி உறைத்தது. முகத்தில் விழுந்த உதையில் அவனுக்குப் போலீஸ் நினைவு வந்தது. 'அம்மா' என்று அலறினான். சிறுமியின் புகைப்படம் பிரக்ஞையின் அடியிலிருந்து மேலே வந்துகொண்டிருந்தது.

1993

✶

மறைந்து திரியும் கிழவன்

TCX *6838* என்ற எண்ணுள்ள என் ஸ்கூட்டரில் விருமாண்டியைப் பார்க்கச் சென்றுகொண்டிருந்தேன். சாலையின் இருபுறமும் தென்னந்தோப்புகளும், வயல்வெளிகளும் மாறிமாறி வந்துகொண்டிருந்தன. விருமாண்டி என் நண்பன். ஓடும் ஆற்றின் கரைகளில் விருமாண்டித்தேவர் குடும்பத்திற்குச் சொந்தமான தென்னந்தோப்புகள் இருக்கின்றன. தென்னந்தோப்புக்குள் ஓர் அழகான வீடும் அவர்களுக்கு இருந்தது. அநேகமாக விருமாண்டி மட்டுமே அங்கு இருப்பான். அவன் குடும்பத்தினர் ஊருக்குள் குடியிருந்தனர். தென்னந்தோப்பு வீட்டிலிருந்து ஒரு கிலோ மீட்டர் தொலைவில் ஒரு கள்ளுக்கடை உண்டு. அங்கே அயிரை மீன் குழம்பு கிடைக்கும். ஆற்றில் வெகு நேரம் குளித்துவிட்டு விருமாண்டியின் தோப்பு வீட்டில், வாங்கி வைத்திருந்த கள்ளைக் குடித்துவிட்டு அயிரை மீன் குழம்புச் சாப்பாடு முடித்துத் திரும்பி வருவது ஆனந்தமான அனுபவம்.

சாலையில் ஓர் உருவம் வண்டியை நிறுத்தும் சைகையுடன் கைநீட்டி நின்று கொண்டிருந்தது. சற்று அருகில் வந்ததும்தான் நின்றுகொண்டிருக்

கும் உருவம் இந்திரஜித் என்று தெரிந்தது. ஸ்கூட்டரை நிறுத்தினேன். விருமாண்டியைப் பார்த்துவிட்டு வரும் வழியில் தன்னுடைய மோட்டார் சைக்கிள் பழுதடைந்து நின்று விட்டதாக இந்திரஜித் கூறினான். தற்செயலாக நான் வந்தது நல்லதாகப் போயிற்று என்றும், மெக்கானிக்கை எனது வண்டியில் போய் அழைத்து வருவதாகவும் கூறினான். 'உன்னுடைய மோட்டார் சைக்கிளுக்கு நான் காவலா?' என்று கேட்டேன். 'அந்த மோட்டார் சைக்கிளை எவனும் எடுத்துச் செல்ல முடியாது. அப்படி ஓர் கோளாறு. நீ இங்கு காத்திருக்க வேண்டாம். அதோ தெரிகிறதே ஓர் இடிந்தவீடு அதுவரை நடந்துசென்று விட்டு வா. பொழுது போகும்' என்று கள் வாசனையடிக்கக் கூறினான் இந்திரஜித். 'எதற்கு அங்கே போக வேண்டும்?' என்று நான் கேட்டதற்கு, 'போய்ப் பார் தெரியும்' என்றவாறே என் ஸ்கூட்டரை வாங்கிக்கொண்டான். அவன் ஸ்கூட்டரை ஸ்டார்ட் செய்யும் போது, ஞாபகம் வந்து, விருமாண்டி தோப்பு வீட்டில் இருக்கிறானா என்று கேட்டேன். விருமாண்டி, தென்னை மரங்களுக்கு உரம் வைக்கும் வேலையைச் செய்துகொண் டிருப்பதாகக் கூறிவிட்டு இந்திரஜித் கிளம்பினான். வயல் வெளியைப் பார்த்தேன். சற்று தூரத்தில் இடிந்த வீடு தெரிந்தது. அதை ஏன் பார்க்கச் சொல்கிறான் என்று எனக்குப் புரிய வில்லை. போய்ப் பார்க்கலாம் என்று தோன்றியது. தென்னந் தோப்பையும், கதிர்கள் நிற்கும் வயல்களையும் கடந்து அந்த இடத்திற்குச் செல்ல வேண்டும். நடக்க ஆரம்பித்தேன். தென்னந்தோப்பைத் தாண்டி வயல்வரப்புகளில் செல்லும் போது எனக்குத் தடுமாற்றமாக இருந்தது. இரண்டு பெரிய புளிய மரங்களும் இடிந்த வீடும் திடல் போன்று காணப்பட்ட அந்த இடத்தில் இருந்தன. ஆள் அரவமற்ற இடம். நான் இடிந்த வீட்டை நோட்டமிட்டுக் கொண்டே உள்ளே ஜாக் கிரதை உணர்வுடன் நுழைந்தேன்.

உடைந்து கிடந்த சுவர்களின் மீது ஏறி நின்று உள் அறையை நோக்கினேன். உத்திரம் ஒன்று குறுக்காக விழுந்து கிடந்திருந்தது. உள் அறையின் ஜன்னலைப் பார்த்ததும் எனக்குத் திகில் ஏற்பட்டது. துருப்பிடித்த ஜன்னல் கம்பி களைப் பிடித்துக்கொண்டு நிலைத்த பார்வையுடன் ஒரு கிழ உருவம் நின்றுகொண்டிருந்தது. நிலைத்திருந்த கண்கள் அசைந்து என்னை நோக்கின. பைத்தியம் போல எனக்குத் தோன்றியது. உள் அறையின் வாசலில் கிடந்த செங்கற் குவியலின்மீது ஏறி நின்று அந்தக் கிழ உருவம் என்னை நோக்கியது. குளித்துப் பல காலம் ஆகியிருக்கும் போல அப்படி ஓர் அழுக்குத் தோற்றம். அடர்ந்த வெள்ளைத் தாடி,

மீசை. தலை முடிகளுக்கிடையே கண்கள் அசைந்து கொண்டிருந்தன.

கிழவன் என்னை நோக்கிக் கேட்டான்: 'நீ யார்?' நான் என் பெயரைச் சொன்னேன். 'நீ வெள்ளைக்காரன் உளவாளியா? உண்மையைச் சொல், யார் நீ?' என்றான் கிழவன். எனக்கு ஒன்றும் புரியவில்லை. 'எந்த வெள்ளைக்காரன்?' என்றேன். 'எந்த வெள்ளைக்காரனா? அன்னியனை ஒப்புக் கொண்ட துரோகியா நீ?' என்றான் கிழவன். 'அன்னியன் போனது உங்களுக்குத் தெரியாதா?' என்றேன். கிழவன் என்னைச் சற்றுநேரம் உற்றுப் பார்த்தான். 'அப்படித்தான் சிலர் சொல்கிறார்கள். ஆனாலும் நம்புவதுதான் சிரமமாக இருக்கிறது. நம்பி வெளியே வந்தால் திரும்பவும் சூடு வைத்து விடுவார்களோ என்றுதான் இப்படித் திரிந்துகொண்டிருக் கிறேன். அன்னியர்களின் சூழ்ச்சியையும், தாட்சண்யமற்ற தன்மையையும் நான் நன்கு அறிந்திருக்கிறேன். அதனால்தான் நான் யோசித்துக்கொண்டிருக்கிறேன்' என்றான் அவன்.

'நீங்கள் எவ்வளவு காலமாக மறைந்திருக்கிறீர்கள்?' என்று கேட்டேன். 'பல வருடங்கள் ஆனது போன்ற உணர்வை ஏற்படுத்தக் கூடியவை அந்தப் பத்து நாட்களும்!' என்றான் கிழவன். 'பத்து நாட்கள் என்பது என்ன கணக்கு?' என்றேன். 'பத்து நாட்கள் என்பது ஓர் யுகம்தான். 1942 ஆகஸ்டு 18–ந்தேதி பிடிபட்டு, ஒரு பத்து நாட்களைப் பல வருடங்களெனக் கழித்தேன். பத்து நாட்களிலும் நான் நரகவேதனையில் இருந்தேன் என்பதை அறிய வேண்டும். என் நண்பர்களைச் சித்திரவதையில் இழந்தேன் – இதோ பார் சூடுபட்ட காயங்களை ...' என்று சட்டையைக் கழட்டி நெஞ்சையும் முதுகையும் காட்டினான். குறுக்கும் நெடுக்கு மாகச் சூடுபட்ட வடுக்கள் குரூரமாகக் காட்சி தந்தன.

நான் கிழவனை அமரச் சொன்னேன். 'நீங்கள் என்னைக் கண்டு அஞ்ச வேண்டாம். நான் உங்கள் நண்பன். நீங்கள் வெளியே வரலாம். அன்னியன் இங்கு இல்லை என்பதுதான் உண்மை' என்றேன். 'அன்னியன் இங்கு இல்லை என்றால் சுபாஷ் சந்திரபோஸ் வந்து விட்டாரா? 1941 ஜனவரி 26–ந்தேதி வீட்டுச்சிறையிலிருந்து தப்பித்த போஸ் வந்து விட் டாரா? அவரிடமிருந்து கடிதம் கொண்டு வந்தால் நான் மறைவிலிருந்து வரலாம். திரிபுரா காங்கிரஸ் மாநாட்டில் நான் அவரைச் சந்தித்துப் பேசியிருக்கிறேன். போஸ் அன்று கோபத்திலும் வருத்தத்திலும் இருந்தார். நான் மிகவும் கொந் தளித்துப் போயிருந்தேன். அவர் என்னைச் சமாதானப்படுத் தும் நோக்கில் பேசினார், என்றான் கிழவன்.

நான், போஸ் இறந்துவிட்டதாகக் கூறப்படுவதைக் கூற லாமா என்று நினைத்து, பிறகு கூறாமல் பேச்சை மாற்றும் விதமாக, 'நீங்கள் எந்தக் கட்சியில் சேர்ந்திருந்தீர்கள்?' என்று கேட்டேன். அதற்குக் கிழவன் 'நான், சங்கரய்யர், பெருமாள் ஆகியோர் நாராயணசாமி தலைமையில் இயங்கும் தலைமறைவு இயக்கத்தின் முக்கிய உறுப்பினர்களாகச் சேர்ந்தோம். நீங்கள் பெயரைக் கேள்விப்பட்டிருக்கலாம்' என்று சொல்லி 'யுவபாரத்' என்ற பெயரை ரகசியமாகச் சொன்னான். அந்தப் பெயரைக் கேள்விப்பட்டிருப்பதாக ரகசியத்தைக் கேட்கும் பொறுப்பில் நானும் பாவனை செய்தேன்.

'குதிராம் போஸ் என்னைத் தனிப்பட்ட முறையில் கவர்ந்திருந்தார். அறுபத்து மூன்று நாட்கள் உண்ணாவிரத மிருந்து இறந்த ஜதீன் தாஸ், சிட்டகாங் ராணுவத்தளவாடப் பாசறையைச் சூறையாடிய சூர்யா சென் ஆகியோர் எங்கள் அனைவரையும் ஈர்த்திருந்தார்கள். இவற்றையெல்லாம், ஏன் சொல்கிறேன் என்றால் இவற்றையெல்லாம் பலர் மறந் திருக்கலாம். பலருக்குத் தெரியாமலேயே இருந்திருக்கலாம். பலருக்கு இட்டிலி தின்றுகொண்டேயிருக்க வேண்டும் என்று தோன்றிக்கொண்டேயிருக்கும். வேறு விஷயங்கள் நினைவி லிருக்காது. யுவபாரத் பற்றி உங்களுக்கு என்ன தெரியும்?' என்றான் கிழவன். 'தலைமறைவு இயக்கம் என்று நீங்கள் சொல்லும்போது அது பற்றி விபரங்கள் எனக்கு எப்படித் தெரியும். அதைப் பற்றிக் கேள்விப்பட்டிருக்கிறேன் என்பதைத் தான் நான் ஏற்கனவே கூறிவிட்டேனே' என்றேன்.

'சொல்கிறேன். யுவபாரத் நாராயணசாமி தலைமையில் துவங்கியது. பெங்காலைச் சேர்ந்த அஜாய் போஸ் என்பவருக் கும் அவருக்குமிடையே தொடர்பு இருந்தது. நானும், என் நண்பர்கள் சங்கரய்யரும், பெருமாளும் அவரைத் தேவகோட் டையில் ஓரிடத்தில் ரகசியமாகச் சந்தித்தோம். எங்கள் மீது அவருக்கு நம்பிக்கை ஏற்பட்டது. அந்த நம்பிக்கை தொடர்ந்தது. நான் மிகுந்த துணிச்சல்காரன் என்பதுதான் உங்களுக்குத் தெரியுமே. காட்டுக்குள் போலீஸ் பட்டாளத்திட மிருந்து, சாமோன் ஆர்னால்டிடமிருந்து நான் மட்டும் தப்பித்து வந்தது மட்டுமே என் துணிச்சலைக் காண்பிக்காதா? அதுகூட தப்பு. அதிர்ஷ்டம் என்றுதான் சொல்ல வேண்டும். நாகனாறு பாலத்தை நாங்கள் வைத்த குண்டுதான் தகர்த்தது. சூப்பிரண்டு பெஞ்சமினைச் சங்கரய்யர்தான் சுட்டுக் கொன் றான். சங்கரய்யர் காங்கிரஸ் கட்சியிலும் உறுப்பினராக இருந்துகொண்டு யுவபாரத்திலும் உறுப்பினராக இருந்தான்.

நாங்கள் ரகசியமாகக் கூடி ஒரு இடத்தில் மறைந்திருந்தபோது எங்களைப் போலீஸ் சுற்றிக் கொண்டது. பெருமாள் எல்லோரும் இறந்து விடலாமா என்று கேட்டான். பிறகு நாங்கள் கைதாகி நீதிமன்றத்தின் மூலம் சுதந்திர உணர்வை மக்களுக்கு உருவாக்கலாம் என்று நினைத்துக் கைதானோம். அது என்ன சந்தர்ப்பம் என்று தெரியுமல்லவா. காந்தி ஆகஸ்டு 8–ந்தேதி வெள்ளையனே வெளியேறு இயக்கத்தை ஆரம்பித்திருந்தார். நாங்கள் 18–ந்தேதி கைதானோம். ஆனால் நாங்கள் போலீஸ் ஸ்டேசனுக்கோ நீதிமன்றத்திற்கோ கொண்டு செல்லப்படவில்லை. எங்கள் கண்களையும் கைகளையும் இறுகக் கட்டி எங்கோ அழைத்துச் சென்றனர். ஓரிடத்தில் கண்கட்டுகளை அவிழ்த்தனர். காடுபோலத் தோன்றியது. பிறகு கால்களில் விலங்கு போட்டனர். போலீஸ் அதிகாரி ஆர்னால்டு எங்கிருந்தோ வந்தான். அவன் வந்ததும், எங்களைத் தனித்தனியே மரத்தில் கட்டினர். அதற்கு முன் எங்கள் ஆடைகளை அவிழ்த்து விட்டனர். கையில் வைத்திருந்த லத்தியினால் முதலில் நாங்கள் பார்க்க, பெருமாளை அடித்தான். வலி பொறுக்க முடியாமல் பெருமாள் அலறியதை நாங்கள் கேட்டுக்கொண்டும், பார்த்துக்கொண்டுமிருந்தோம். கை ஓய்ந்ததும் சாவகாசமாகத் தண்ணீர் குடித்து ஓய்வெடுத்தான். ஆர்னால்டு. பெருமாளின் முகம், உடம்பெல்லாம் தடியினால் அடிபட்டு வீங்கிச் சிவந்திருந்தது. வலியில் முனகிக் கொண்டிருந்தான். ஓய்வெடுத்த பின் சங்கரய்யரை அடித்தான். என்னை அடிக்கும் முறை வருவதற்குள் நான் இறந்துவிட வேண்டும் என்று நினைத்தேன். ஆனால் இறக்கவில்லை. சங்கரய்யரை அடித்து ஓய்வெடுத்த பின் என்னருகே வந்து என்னை அடித்தான். அதைப் போன்றதொரு இம்சையை உங்களால் கற்பனை பண்ண முடியாது. வலியை அனுபவிக்காமல் இறந்துவிட வேண்டும் என்று மனம் விரும்பியது. வலியில் உயிர் துடித்தது. அப்படியே எங்களை விட்டுவிட்டு ஆர்னால்டும் அவரது பட்டாளமும் சென்றுவிட்டன. வலியில் எங்களுக்குப் பேசுவதுகூட இயலாத காரியமாகிவிட்டது. பசி கொன்றுகொண்டிருந்தது. நா வறட்சியில் தொண்டை தவித்துக்கொண்டிருந்தது. இரவு முழுக்கக் குளிர் பயங்கரமாகத் தாக்கியது. ஏதேதோ பூச்சிகள் உடம்பில் ஊர்ந்தன. உயிர் சீக்கிரம் போக வேண்டும் என்பதே பிரார்த்தனையாக இருந்தது. சூடு வாங்கித்தான் ஆக வேண்டும் என்று இருக்கும் போது என்ன செய்வது? அடுத்த நாள் ஆர்னால்டு பட்டாளத்துடன் வந்தான். சாவகாசமாக சிகரெட் பிடித்துக்கொண்டே, நெருப்பை உருவாக்கச் சொன்னான். கையோடு கொண்டு வந்திருந்த இரும்புக் கம்பியை அதில் பழுக்கக் காய்ச்சச்

சொன்னான். அவன் காரியம் எல்லாம் பதற்றமின்றி நிதான மாக இருந்தது. ஆத்திரப்பட்டோ ஆவேசம் கொண்டோ காரியம் செய்யவில்லை. மிகவும் நிதானமாக காய்ச்சிய இரும்புக் கம்பியை எடுத்து வந்து சங்கரய்யரின் உடம்பில் இழுத்தான். கடைசியாக சங்கரய்யரின் வயிற்றில் குத்தினான். ஓர் அலறலில் சங்கரய்யரின் கழுத்து சாய்ந்தது. உயிர் போக வேண்டும் என்று என்னையறியாது அவசரமாகவும் வேகமாகவும் பிரார்த்திக் கொண்டிருந்தேன். ஆர்னால்டு கம்பியை நெருப்பில் காய்ச்சக் கொடுத்துவிட்டு, ஓய்வெடுத்துக் கொண்டிருந்தான் பிறகு சாவகாசமாக எழுந்து, அதை எடுத்து பெருமாளின் வயிற்றில் மாறி மாறிச் சொருகினான். அதற்குப் பிறகு கம்பியைக் காய்ச்சக் கொடுத்துவிட்டு ஓய்வெடுத்தான். பின் கம்பியை வாங்கிக்கொண்டு என்னை நோக்கி வந்தான். அவன் முகத்தில் அப்படி ஓர் அமைதி தவழ்ந்தது. என் உயிர் எழுந்து அவன் குரல்வளையை நோக்கிப் பாய்ந்தது. பிறகு சூன்யத்திற்குள் உயிர் சுருண்டது. கம்பியின் இழுப்பில் அலறினேன். உடம்பெல்லாம் எரிந்தது. சாவகாசமாகக் கம்பியினால் என் உடலில் கோடுகள் வரைவது போல் இழுத்தான். உயிர் அலறித் துடித்தது. சற்று நேரத்தில் கோடுகள் வரைவது நின்றது. கண்களைத் திறந்தேன். சாவகாசமாக சிகரெட் பிடித்துக்கொண்டு ஆர்னால்டு நின்றிருந்தான். பின் சிகரெட்டைக் கீழே போட்டுவிட்டுத் தன் பட்டாளத்துடன் வாகனத்தில் சென்றுவிட்டான். என்னை ஏன் கொல்லாமல் விட்டுச் சென்றான் என்று தெரியவில்லை. நினைவுகள் மங்கிக்கொண்டிருந்தன. உயிர் சாகத் துடித்துக்கொண்டிருந்தது. யாரோ போலீஸ்காரர் வெள்ளையாக இருந்தார். வானத்திலிருந்து வந்த வெள்ளைப் போலீஸா அல்லது இயேசுநாதரா என்று தெரியவில்லை. என் கட்டுகளை அவிழ்த்தார். என் கால் விலங்குகளை உடைத்தார். மடியில் கிடத்தி, வாயில் நீரூற்றினார். மருந்து போட்டார். என் காதருகே பிராயச்சித்தம் என்றார். போர்வையால் போர்த்தினார். வானத்தில் பறந்து மறைந்து சென்றார். பிறகு தோன்றினார். எனக்கு உணவூட்டினார். மறைந்தார். தோன்றினார். ஒரு நாள் மறைந்தேவிட்டார். ரணத்தோடு எழுந்தேன். வெகு தூரம் நடந்து, பிச்சை எடுத்து உண்டு, அந்தப் புதிய இடத்தில் ஓர் அரசாங்க ஆஸ்பத்திரியில் சேர்ந்தேன். என்னை யாருக்கும் தெரிய வில்லை. வானத்திலிருந்து வந்த வெள்ளைப் போலீஸ் அல்லது இயேசுநாதர் எனக்கு அப்படி ஓர் பாதுகாப்பை அளித்திருந் தார். அவரை என்னால் தெளிவாகப் பார்க்க முடியவில்லை. 'மறைந்திரு' என்றார். நானும் மறைந்திருக்கிறேன். இன்னும்

மறைந்துகொண்டேயிருக்கிறேன். சுதந்திரத் தாய் வெற்றி கொண்ட பின் வரலாம் என்றிருக்கிறேன்.' கிழவன் பேச்சை முடித்துவிட்டு வெறித்துப் பார்த்துக்கொண்டிருந்தான்.

பிறகு எழுந்து, 'உன்னிடம் சொன்னதை யாரிடமும் சொல்லாதே. நான் மறையப் போகிறேன். யாரிடமும் சொல்லாதே' என்று எழுந்து என்னைப் பார்த்து மலங்கலாக விழித்துப் பார்த்துக்கொண்டிருந்தான். பிறகு 'வருகிறேன்' என்று சொல்லிவிட்டு வயல்களினூடே ஓடி, பார்வையிலிருந்து மறைந்தான்.

நான் திகைத்து நின்றிருந்தேன். கண்டதெல்லாம் கனவா அல்லது நினைவா என்ற பிரமை ஏற்பட்டது. மனம் துயரமாக இருந்தது. சிந்தனையிலேயே தென்னந்தோப்பையும் வயல் வெளிகளையும் கடந்து சாலைக்கு வந்தேன். சாலையில் என் ஸ்கூட்டர் மட்டும் நின்றிருந்தது. சாவி ஸ்கூட்டரிலேயே இருந்தது. இந்திரஜித் என்னைச் சந்தித்ததும் என் ஸ்கூட்டரை வாங்கிச் சென்றதும் உண்மைதானா என்று சந்தேகம் ஏற்படும் படியாக ஸ்கூட்டர் சாவியுடன் நின்றுகொண்டிருந்தது. சாலையில் ஒருவரும் இல்லை.

புதிய பார்வை, 16 – 30 ஜூன் 1993

★

கழூரி ரிடாகாவின் பேட்டி

'நகாரோ சரோமா' பத்திரிகை அலுவலகத்திற்கு, அங்கு துணை ஆசிரியராகப் பணிபுரியும் நண்பர் தொம்பராவைக் காணச் சென்றிருந்த சமயம், அவர் வெளியே கிளம்பிக்கொண்டிருந்தார். என்னைக் கண்டதும் அறைக்குள் அழைத்துச் சென்று அமர்ந்து டீ கொண்டு வரச் சொன்னார். அவர் வெளியே கிளம்பிக்கொண்டிருந்ததைப் பற்றிக் கேட்ட போது, பத்திரிகைக்காக கழூரி ரிடாகாவைப் பேட்டி காணச் சென்றுகொண்டிருப்பதாகக் கூச்சத்துடன் கூறினார். கழூரி ரிடாகா சழூரியா நாட்டின், குறிப்பாகத் தளகர் மொழி சினிமாவின் பிரபல கவர்ச்சி நடிகை. ரிடாகா, சரியாக பத்தரை மணிக்கு வரச் சொல்லியிருப்பதாகவும் தற்போது மணி பத்து ஆவதாகவும், இன்னும் வராத போட்டோகிராபர் மடையனை ஸ்டூடியோ சென்று அழைத்துக் கொண்டு செல்ல வேண்டியிருப்பதாகவும், தற்போது கிளம்பினால்தான் நேரம் சரியாக இருக்கும் என்றும், ஆட்சேபணை இல்லையென்றால் நானும் வரலாம் என்றும் நண்பர் கூறினார். நான் சற்று யோசித்துவிட்டுக் கூட வருவதாகக் கூறினேன்.

வெளியே வந்தோம். தொம்பராவிற்கு உதவியாளன் போல் தோன்றிய ஒருவன் டேப்ரிக்கார்டருடன் வந்தான். அனைவரும் தயாராய் நின்றிருந்த 5555 என்ற எண்ணுள்ள வேனில் ஏறிக்கொண்டோம். போட்டோகிராபர் மடையன் ஏன் வரவில்லை என்று அவர் உதவியாளனிடம் கேட்க, அவன் பதில் கூறிக் கொண்டிருந்தான். பின், அவர் என் பக்கம் திரும்பி என்னிடம் சாவகாசமாகப் பேச முடியாத சூழ்நிலையில் இருப்பதற்கு வருந்துவதாகக் கூறினார்.

சமூரியாவின் அரசியல், திரைமறைவு சூழ்ச்சிகளுக்கு ஆட்பட்டிருந்த சமயம், அது. பலவித யூகங்களுக்கு இடமிருந் தது. அதுபற்றித் தொம்பராவிற்குத் தெரிந்தவற்றை அறிந்து கொள்ளலாம் என்பதற்காகத்தான் பிரதானமாக அவரைக் காண வந்திருந்தேன். பொருத்தமற்ற ஒரு சந்தர்ப்பத்தில் நான் வந்துவிட்டேன். தற்போது லட்சக்கணக்கான ஆண்களின் ஆகர்ஷணக் கேந்திரமான ரிடாகாவைக் காணச் சென்று கொண்டிருக்கிறேன்.

வேன் ஒரு இடத்தில் நிற்க, உதவியாளன் இறங்கி ஸ்டுடியோவிற்குள் சென்றான். சற்று நேரத்தில் தொப்பை வயிறும், குறுந்தாடியுமாக கழுத்தில் காமிரா தொங்க வந்த ஒருவனுடன் உதவியாளன் ஸ்டூடியோவிலிருந்து வெளியே வந்தான். போட்டோகிராபர் தொம்பராவை அணுகி ஏதோ சமாதானம் கூறினார். அதைக் காதில் வாங்கிக் கொள்ளாத அவர், டிரைவரை அவசரமாகச் செல்லும்படி கூறினார். இருவரும் வேனில் ஏறிக்கொண்டனர். வேன் விரைந்தது.

ரிடாகாவின் பங்களாவை அடைந்தபோது, நேரம் 10.35 ஆகியிருந்தது. பங்களா வாசலில் துப்பாக்கி ஏந்திய காவலர் வேனை நிறுத்தி விசாரித்தார். தொம்பரா தனது பத்திரிகை வழங்கியிருந்த அடையாள அட்டையைக் காண்பித்ததும் செல்ல அனுமதித்தார். வேனிலிருந்து இறங்கி உள்ளே நுழைந் தோம். இடதுபுறம் இருந்த அறைக்கு ஒருவர் அழைத்துச் சென்றார். அந்த அறை டைப்ரைட்டர்கள் சகிதம் ஓர் அலுவலகமாகக் காட்சி தந்தது. அதனுள் இருந்த இன்னொரு அறைக்கு அழைத்துச் சென்றார். சுழல் நாற்காலியில் மேஜைக்குப்பின் உட்கார்ந்திருந்த மிடுக்கான தோற்றம் உடைய ஒரு நடுத்தர வயது நபர் – ரிடாகாவின் காரியதரிசி யாக இருக்க வேண்டும் – எங்களைக் கண்டதும் எழுந்து நின்று அனைவரிடமும் கை குலுக்கி வரவேற்று அமரச் சொன்னார். சற்று நேரத்தில் குளிர்பானங்கள் வந்தன. மேடம் தயாராகிக் கொண்டிருப்பதாக அவர் கூறினார். இண்டர்காமில் தொடர்பு கொண்டார். என்ன செய்தியை

அடைந்தார் என்று தெரியவில்லை. போனை வைத்துவிட்டு ரிடாகா, முன்னணி நடிகர்களுடன் நடித்து வரவிருக்கும் படங்களின் சிறப்புத் தன்மைகளைக் கூறிக்கொண்டிருந்தார். சுவரில் பெரிய அளவில் பொருத்தி வைக்கப்பட்டிருந்த அரசாங்க, அரசியல், சினிமா பிரமுகர்களுடன் ரிடாகா காட்சியளிக்கும் பெரிய படங்களை நான் வேடிக்கை பார்த்துக் கொண்டிருந்தேன். சமூரியாவின் ராணுவ ஜெனரலும் ரிடாகாவும் கையில் மதுக் கோப்பைகளுடன் பேசிக்கொண் டிருப்பதைக் காட்சியாகக் கொண்ட படம் என் கவனத்தை ஈர்த்திருந்தது. அடுத்தாற்போல் என் கவனத்தை ஈர்த்திருந்த படம், சமூரியாவின் பிரபல ஆன்மீகப் பிரசங்கியான சகோ தரர் ஜெகாரியா, ரிடாகாவிற்கு ஆசிதரும் காட்சியைக் கொண்டது. இவை தவிர ரிடாகாவின் முகத்தை குளோசப்பில் காட்டும் படங்களும் பிரபல நடிகர்களுடன் இருக்கும் படங்களும் இருந்தன.

இண்டர்காம் ஒலித்தது. காரியதரிசி பேசிவிட்டுப் புன்னகை முகத்துடன், மேடம் தயாராக இருப்பதாகக் கூறி பங்களாவுக் குள் அழைத்துச் சென்றார். உட்புறம் அழகும் ஆடம்பரமும், மிக்க சுத்தத்துடன் காட்சியளித்தது. சோபாவில் அமர்ந்தோம். சற்றுநேரத்தில் மாடிப்படிகளிலிருந்து ரிடாகா இறங்கி வந்தார். உதவியாளர் எனத் தோற்றம் தந்த ஒரு பெண் கூடவே வந்தார். எங்கள் அனைவரிடமும் ரிடாகா கைகுலுக்கினார். சம்பிரதாயமான அறிமுகங்களுக்குப் பிறகு பேட்டி ஆரம்ப மாகியது. தொம்பரா கேள்வி கேட்க ரிடாகா பதிலளித்தார்.

கேள்வி : நீங்கள் நடிக்க வந்திருக்காவிட்டால் என்னவாக இருந்திருப்பீர்கள்?

பதில் : குறைந்த வருவாய் உள்ள ஒருவரின் மனைவியாக இருந்திருக்கலாம்.

கேள்வி : எந்தச் சூழ்நிலையில் நீங்கள் நடிக்க வந்தீர்கள்?

பதில் : உங்களுக்குத் தெரியும். என் தந்தை சினிமா வாய்ப்புகளை முற்றிலும் இழந்த நிலையிலிருந் தார். அவரது கனவுகள் அனைத்தும் கலைந்து போயிருந்தன. அன்றாடச் செலவுக்கே மிகவும் கஷ்டமான நிலை. மோசமான குடிகாரனாகவும் மாறியிருந்தார். எங்கள் மீது அவர் மிகுந்த பாசத் துடன் இருந்தார். குடும்பத்தைக் கஷ்டமின்றி வைத்திருக்க இயலாத தன் நிலையை எண்ணி நொந்து புலம்புவார். அந்தச் சூழ்நிலையில் படித்துக்கொண்டிருந்த நான் சம்பாதிக்கத்

தயாரானேன். சினிமா உலகில் புகுந்தேன்.

கேள்வி : உங்களுக்கு எப்படி சினிமா வாய்ப்புக் கிடைத்தது?

பதில் : ஆண்களின் உலகில், அவர்கள் விரும்பும் வகையில் அமைந்த பெண்ணின் கவர்ச்சி, அப்பெண் விரும்பினால் பல சாதனைகளை நிகழ்த்தும்.

கேள்வி : நீங்கள் கவர்ச்சி நடிகையாகப் புகழ் பெற்றுவிட்ட பின், உங்கள் தந்தை அதை விரும்பினாரா?

பதில் : உண்மையில் நான் நடிப்பதையே அவர் விரும்பவில்லை. ஆனால் வேறு வழியில்லாது போயிற்று, குடித்துத் தன் தோற்றத்தை விகாரமாக்கிக் கொண்ட ஒருவருக்கு யார் சினிமா வாய்ப்புக் கொடுப்பார்கள்? சமயங்களில் நான் படப்பிடிப்பு முடிந்து வரத் தாமதமானால், நான் வரும்வரை விழித்திருப்பார். 'உன்னைச் சுரண்டி வாழும் நிலையை உருவாக்கியதற்கு எனக்கு மன்னிப்பே கிடையாது' என்று கூறுவார்.

கேள்வி : நீங்கள் பாதகமான சூழ்நிலையில் நடிக்க வந்திருக்கிறீர்கள். இந்தச் சூழ்நிலைமேல் ஏற்பட்ட வெறுப்பைத் தற்போது உங்கள் கவர்ச்சியினால் பழிவாங்குகிறீர்களா?

பதில் : பழிவாங்கவில்லை. ஆனால் என் ஈகோ மகிழ்கிறது என்பது உண்மை.

கேள்வி : கவர்ச்சி நடிகை என்ற திட்டத்துடன்தான் சினிமா உலகில் நுழைந்தீர்களா? அல்லது அவ்வாறு நேர்ந்துவிட்டதா? ஆரம்ப நாட்களில் நீங்கள் கூச்சத்தையும் சங்கடத்தையும் உணர்ந்தீர்களா?

பதில் : சினிமா உலகில் நிலை பெற வேண்டும் அல்லது சாக வேண்டும் என்ற வெறியில்தான் சினிமாவில் நான் நுழைந்தேன். குடும்பச் செலவு, தந்தையின் உடனடி மருத்துவ சிகிச்சைக்கான செலவு என்ற நிர்ப்பந்தம் எனக்கு இருந்தன. தயாரிப்பாளர்களும் இயக்குநர்களும் என் தோற்றம் கவர்ச்சிகரமானது என்று கருதியிருந்தனர். ஆரம்ப நாட்களில் சங்கடமாகத்தான் இருந்தது. நான் நடித்த முதல் படம் பெரிய வெற்றியடைந்த பின் எனக்குக் கிடைத்த பணம், புகழ், மதிப்பு என் மனநிலையைச் சரிசெய்துவிட்டது.

கேள்வி : நீங்கள் நடிக்க வருவதற்கு முன் உங்களுக்கு இருந்த நெருங்கிய நண்பர்கள், தோழிகள் தற்போது சினிமா உலகில் உள்ள நெருங்கிய நண்பர்கள், தோழிகள் பற்றிக் கூறுங்கள்.

பதில் : நான் பள்ளியில் படித்துக்கொண்டிருந்த போது கஜிரா என்பவன் என்னுடன் படித்துக்கொண்டிருந்தான். சாதுவான, அழகான புத்திசாலியான பையன். அவன் மேல் எனக்கு ஆகர்ஷணம் இருந்ததுண்டு. என் மனதிற்கு நெருக்கமானவனாக அவன் இருந்தான். அவன் இப்போது எங்கிருக்கிறான் என்று தெரியாது. சில நெருங்கிய தோழிகளும் எனக்கு இருந்தனர். நடிக்க வந்த பின்னர் மிகவும் மாறிவிட்ட என் சூழ்நிலை பெரிய இடைவெளியை உருவாக்கிவிட்டது. தற்போது அவர்களைச் சந்தித்து நீண்ட காலமாகிவிட்டது. சினிமா உலகில் நெருங்கியவர்களென்று உடனடியாக யாரையும் சொல்ல முடியவில்லை. வெவ்வேறு சந்தர்ப்பங்களில் வெவ்வேறு ஆட்கள் நெருக்கமாக இருந்து உதவி செய்திருக்கின்றனர்.

கேள்வி : உங்களால் மறக்க முடியாத சம்பவம்?

பதில் : ஒரு தலைவரை அல்பமாகப் பார்க்க நேர்ந்த சம்பவம்.

கேள்வி : தற்போதைய உங்கள் நிலை பற்றி உங்களின் அபிப்பிராயம் என்ன?

பதில் : கேளிக்கைச் சினிமாவுடன் தொடர்புடைய எனக்குத் தற்போது கிடைத்துள்ள அனைத்துச் சிறப்புகளும் அந்தக் கேளிக்கை மனோநிலையின் பின்னணியில்தான் என்பதையறிந்துள்ளேன். ஆனால் தற்போதைய புகழ், அங்கீகாரம் நிலைத்திருக்கவே நான் விரும்புகிறேன். வெற்றிகரமான பெண்ணாக இருக்க என் சகல சாமர்த்தியங்களையும் சோர்வின்றிப் பயன்படுத்திக்கொண்டே இருப்பேன்.

கேள்வி : ஏன் அவ்வாறு நடந்துகொள்ள வேண்டும்?

பதில் : இல்லாவிட்டால் 'நகாரோ சரோமா' பத்திரிகையிலிருந்து பேட்டி காண வரமாட்டார்களே?

கேள்வி : உங்கள் தற்போதைய நிலை ஒரு கட்டத்தில் காலாவதியாகி விடுமே?

பதில் : ஆம். அப்போது நான் வேறு ஒரு நிலையில் செல்வாக்குள்ளவளாக ஆகியிருப்பேன்.

கேள்வி : உங்களுக்குப் பிடித்த நிறம்?

பதில் : வான் நீலம்.

ரிடாகா வாட்சைப் பார்த்துவிட்டுத் தன் உதவியாளரைப் பார்த்தார். அவள், தொம்பராவிடம், ரிடாகா தற்போது ஜி. என். ஸ்டுடியோவிற்கு ஒரு படப்பிடிப்புக்காகச் செல்ல நேரம் நெருங்கிக்கொண்டிருப்பதாகக் கூறினாள். ரிடாகா, 'முடித்துக் கொள்ளலாம்' என்று கூறி அனைவரிடமும் மீண்டும் கை குலுக்கினார். ரிடாகா, உதவியாளரிடம் ஏதோ சொல்ல அவள் தன் கைப்பையிலிருந்து இரண்டு போட்டோவை எடுத்து தொம்பராவிடம் அளித்து, இவற்றைப் பிரசுரித்தால் நல்லது என்றாள். நாங்கள் கிளம்பினோம்.

நான் தொம்பராவைச் சந்தித்ததும், 5555 என்ற எண்ணுள்ள வேனில் ஏறியதும், ஸ்டூடியோ சென்று போட்டோகிராபரை ஏற்றிக்கொண்டதும், சமூரி ரிடாகாவைப் பேட்டி காணச் சென்றதும், அவர் பேட்டி கொடுத்ததும் மிக்க உண்மை. ஆனால் பேட்டிதான் மேற்கண்டவாறு இருக்கவில்லை.

(சமூரியா நாட்டைச் சேர்ந்த எழுத்தாளர் Gadarie யின் Beyond the Words என்ற புத்தகத்திலிருந்து.)

புதிய நம்பிக்கை, 52 மே 1993

✶

அறிக்கை

அமெரிக்காவிலிருந்து விமானத்தில் வந்த சரவணன், ஒரு நீளமான காரில் வீட்டை நோக்கிச் சென்றுகொண்டிருந்தான். சாலையின் இருபுறமும் வயல்கள் இருந்தன. தலையில் புல்லுக் கட்டுடன் சாலையில் பிருஷ்டத்தை ஆட்டியபடி சென்று கொண்டிருந்தாள், ஒரு பெண். திடீ ரென்று மாடு ஒன்று மிரள, கார் வர, கிட்டத் தட்ட காரில் மோதியபடி அவள் கீழே விழ, அவன் காரை நிறுத்தி இறங்கி வர, அவள் திரும்ப, நல்ல சிவப்பாக, ஒழுங்கு செய்யப்பட்ட புருவங்களுடன் அவள் இருந்தாள். அவள், அவனை நோக்கிக் கிராமிய பாஷையில் திட்டி னாள். அவன், 'ஓடிக் கொண்டிருக்கும் காரின் முன்னால் வந்து விழுந்ததும் அல்லாமல், பேச வேறா செய்கிறாய்?' என்றான். இவ்விதமாக மேலும் பேசினர். அவள், தான் கட்டியிருந்த பட்டுப் புடவையில் சேறு படிந்ததைப் பார்த்து மேலும் கத்தினாள்.

வீட்டிற்குள் நுழைந்ததும் அம்மா எதிர் கொண்டு வர, அவன், அவள் காலைத் தொட்டு வணங்கி, தழுவிக்கொண்டான். அம்மா அழு தாள். இருவரும் மாலையிடப்பட்ட அவன் தகப்ப

னாரின் படம் அருகே சென்றனர். அவன் கண்களும் கலங்கியிருந்தன. மானேஜர், அலுவலக அறைக்கு அழைத்துச் சென்று சில பைல்களைக் காட்டினார். அவன் சில செலவுகள் பற்றி விசாரித்தான்.

நகர சாலையில், அவன் நீளமான காரை, பாட்டுக் கேட்டபடி ஓட்டி வந்து கொண்டிருந்தான். திடீரென்று மாடு ஒன்று சாலையில் காருக்கு முன்னால் வர, கார் கிறீச்சிட்டு நின்றது. சாலை ஓரத்திலிருந்து முன்னர் அவன் காரின் முன் விழுந்த பெண் ஆடிக்கொண்டே ஓடிவந்தாள். கார் முன் வந்து ஆடினாள். பாட்டு ஒன்று பாடினாள்.

தில்லாட்டாங்கு தாங்கு
நீ மாட்டிக்கிட்டா ஏங்கு
எங்கிட்டே வந்தா
தாங்குமா உடம்பு
ஆடுவேன் நானும்
தாண்டிக்குடி கள்ளு
தில்லாட்டாங்கு தாங்கு
நீ மாட்டிக்கிட்டா ஏங்கு

சாலையின் இருபுறமிருந்தும் வண்ண ஆடைகள் அணிந்த பெண்கள் சாலையின் நடுவே ஆடினர். விசிலடித்துக் கொண்டே வந்த ஒரு நோஞ்சான் போக்குவரத்துக் காவலரின் பிருஷ்டத்தை, ஆடிக்கொண்டே, தனது பிருஷ்டத்தால் இடித் தாள், அவள். காவலரும் அவர்களுடன் சேர்ந்து ஆடினார். அவள் காரின் பேனட்டில் படுத்துக்கொண்டே பாட, சில பெண்கள் காரின் மேல் நின்று ஆடினர்.

லாரி டிரைவர் ஒருவரிடம் மானேஜர் ரகசியமாக ஏதோ பேசினார். பின்னர் லாரி ஒன்று வேகமாக வந்து கொண்டிருந்தது. பல்லைக் கடித்தபடி முகத்தைக் கோணிக் கொண்டே டிரைவர் லாரியை ஓட்டிக்கொண்டிருந்தார். லாரி இவர்கள் ஆடிக்கொண்டிருந்த இடத்தை நெருங்கியது. லாரியைக் கவனித்த சரவணன், விலக, காரை இடித்துவிட்டு லாரி செல்ல, அவள் எவ்விதமோ கீழே விழுந்து பிளாட் பாரத்தில் மோதி அவள் நெற்றியில் ரத்தமும் வந்தது.

அந்தப் பக்கம் ஆட்டோ ஓட்டிக்கொண்டு வந்த ஆட்டோ டிரைவர், ஆட்டோவை நிறுத்தி இறங்கி விழுந்தவளை நோக்கி ஓடி வந்தான். நாடித்துடிப்பைப் பார்த்தான். கைக்குட் டையை எடுத்து அவள் தலையில் கட்டினான். சரவணனைப் பார்த்து, கார் சேதமடைந்திருப்பதால் ஆட்டோவில் சென்று விடலாம் என்றான். அவள் கூட ஆடியவர்கள் எல்லாம்

காணாமல் போயிருந்தனர். ஆட்டோவில், அவளைக் கிடத்தி சரவணனும் அமர்ந்துகொண்டான்.

அழகான ஆஸ்பத்திரி வராண்டாவில் ஆட்டோ டிரைவராக வந்தவன் ஸ்டெதாஸ்கோப்பை மாலையாகப் போட்டுக்கொண்டு வர, அருகில் சரவணன் வந்துகொண்டிருந்தான். 'டாக்டராக இருந்தும் நீங்கள் ஏன் முத்து ஆட்டோ ஓட்ட வேண்டும்' என்று சரவணன் கேட்க, 'உழைப்பின் பெருமையை உலகுக்கு எடுத்துக் காட்டத்தான்' என்று முத்து பதில் கூறினான். 'உங்களைப் போன்றவர்கள் இருப்பது தான் உழைப்பாளிகளுக்குப் பெருமை' என்று சரவணன் நெகிழ்ந்து கூறினான்.

மரிக்கொழுந்து – அதுதான் அவள் பெயர் – கண் விழித்தாள். அருகே ஒரு கிழவர் நின்றுகொண்டிருந்தார். 'அப்பா' என்று அழைத்த அவள், அவரருகே நின்று கொண்டிருந்த சரவணனைக் கண்டு நாணினாள். பிறகு அப்பாவிடம் அவரை அறிமுகப்படுத்த முயல, அவரோ, 'தம்பியைத் தூக்கி வளர்த்த தோள் அம்மா இது; தர்ம தேவனாகப் பார்த்து அனுப்பி வைத்த தங்கம் அம்மா; இவர் வீட்டுக்கு மட்டும் அல்ல, இவருக்கும் நான் வாட்ச்மேன் அம்மா, என்றார் வாட்ச்மேனான அவர். சரவணன் நெகிழ்ந்து அவரைத் தட்டிக் கொடுத்தான்.

அவள் கண்கள் எதிரேயிருந்த ஒரு இயற்கைக்காட்சிப் படத்தில் லயிக்க, எவ்விதமோ புகை சூழ்ந்த ஒரு பூங்காவின் நடுவேயிருந்த மணிமண்டபத்தில், ஆபணரங்கள், கச்சையணிந்த தோற்றத்தில் அவள் தோன்ற, கிரீடமணிந்த ராஜா தோற்றத்தில் அவளை நோக்கி சரவணன் வந்தான். அவன் வாய் அசைய பாட்டுப் பாடினான். அவளும் பாடினாள்.

சரவணன் : எங்கேயும் உன் எண்ணம்
இங்கேயும் உன் வண்ணம்

மரிக்கொழுந்து : தர்மராஜா நீ என் ரோஜா
தலைவனே என் புரட்சி மணவாளனே

இவ்விதமாக அவர்கள் ஆரம்பித்து சரசமாடி முடித்தனர்.

தொழிற்சாலையில் தொழிலாளர்களைக் கூலி வாங்குமாறு ஒருவன் அலட்சியமாக அழைத்தான். கண்ணாடி அணிந்த ஒரு வயதானவர் மேஜையில் பணப்பெட்டியை வைத்து வழங்கத் தயாராக இருந்தார். காக்கி ஆடைகள் அணிந்த தொழிலாளர்கள் கூட்டத்திலிருந்து ஒரு பெரிய மனிதர், அனைத்துத் தெழிற்சாலைகளிலும் கூலி அதிகமாகக்

கொடுப்பதாகவும், இங்கு மட்டும் கொடுக்கும் குறைவான கூலியை நாம் வாங்கக் கூடாது என்றும் பேசினார். 'ஆமாம் கூலி உயர்வு வேண்டும்' என்று தொழிலாளர்கள் கோஷமிட்டனர். இந்த நேரம் அங்கு தோன்றிய மானேஜர், 'செங்கோடா' என்று அழைத்தார். உடனே ஆஜானுபாகுவான தோற்றமுடைய ஒரு முரட்டு மனிதன் தோன்றினான். அவன் முதலில் பேசிய அந்தப் பெரிய மனிதரை நோக்கி முன்னேறினான். அவரும், தொழிலாளர்களும் பின் நகர்ந்தனர். அவன், அவரை நெருங்கும் சமயம், 'நிறுத்து' என்று ஒரு குரல் ஒலித்தது. சரவணன் அங்கு தோன்றி அவர்களை நோக்கி வந்தான்.

மானேஜர் முகம் மாறியது. சரவணனைக் கண்டதும், 'சின்ன முதலாளி' என்று அனைவரும் அவனைச் சூழ்ந்து கொண்டனர். மற்ற தொழிற்சாலைகளில் தொழிலாளர்களுக்கு நாளொன்றுக்கு ரூ. 40 கொடுப்பதாகவும், இங்கு ரூ. 25 தான் கொடுப்பதாகவும் தொழிலாளர்கள் அவனிடம் கூறினார்கள். சரவணன் மானேஜரை அழைத்து விசாரித்தான். மானேஜர் சமாளித்தார். சரவணன், தொழிலாளர்களிடம், 'இன்று முதல் நாளொன்றுக்கு ரூ. 50 வழங்கப்படும்; தொழிற்சாலையில் கிடைக்கும் லாபத்தில் தொழிலாளர்களுக்கும் பங்கு கொடுக்கப்படும்' என்று அறிவித்தான். 'சின்ன முதலாளி வாழ்க! தொழிலாளர் தலைவர் வாழ்க! மக்கள் தலைவர் வாழ்க!' என்று தொழிலாளர்கள் கோஷமிட்டார்கள். மானேஜர் இடது கை உள்ளங்கையில், மடக்கப்பட்ட வலது கைவிரல்களால் குத்திச் சலித்துக் கொண்டார்.

ஒரு வீட்டின் ஜன்னலின் வழியே ஒரு பெண் கடைக் கண்ணால் பார்த்துக் கொண்டிருந்தாள். எதிர் வீட்டு ஜன்னலின் வழியே ஆட்டோ டிரைவர் – கம் – டாக்டரான முத்து அவளிடம் ஏதோ சைகை செய்துகொண்டிருந்தான். சந்திக்க வேண்டிய இடம் பற்றிய சைகைப் பரிமாற்றமாக அவை இருந்தன. 'தெய்வானை' என்ற குரல் ஒலித்ததும் அவள் 'என்ன அப்பா' என்று ஓடினாள். தொழிலாளர்களிடையே பெரிய மனிதராகத் தோற்றம் தந்து பேசிய அவர் – மாணிக்கம் அண்ணன் –'கொஞ்சம் தண்ணீர் கொண்டு வாம்மா' என்றார். தெய்வானை தண்ணீர் கொண்டு வந்து கொடுத்தாள். மாணிக்கம் அண்ணன், 'எப்போது கல்யாணக் கோலத்தில் உன்னைப் பார்க்க எனக்குக் கொடுத்து வைத்திருக்கிறதோ' என்று பெருமூச்செறிந்தார். அவள் வெட்கப்பட்டு ஓடி, ஜன்னலருகே நின்று கடைக்கண்ணால் பார்த்தாள்.

○

பூங்காவின் ஒருபுறம், சரவணன் தோன்றிப் பாடினான்.

வெற்றிக் கொடி நாட்டி வா – திருமகளே
என் மனதில் புகுந்தவளே
விழி வாள் வீசி வென்றவளே
வா . . . வா . . . வா . . .

மரிக்கொழுந்து இடுப்பை அசைத்து அசைத்து நடந்து வந்தாள்.

திடீரென இன்னொருபுறம் முத்து தோன்றிப் பாடினான்.

எட்டுத் திக்கும் பாடிவா – என்னவளே
என் இதயத்தில் நின்றவளே
வான் அதிரவே நடனமாடி வா
வா . . . வா . . . வா . . .

தெய்வானை இதற்கேற்றாற்போல் வந்தாள்.

ஒருபுறம் பாடி ஆடிக்கொண்டிருந்த ஜோடிக்கு, இன்னொருபுறம் ஒரு ஜோடி பாடி ஆடிக் கொண்டிருப்பது தெரியாது. ஆட்டமும் பாட்டமும் தொடர்ந்து நடைபெற்று முடிந்தது. சரவணனும், மரிக்கொழுந்தும் கைகோர்த்து ஓடிவந்து கொண்டிருந்தபோது 'சின்ன முதலாளி' என்று ஒரு குரல் ஓலமிட்டது. மாணிக்கம் அண்ணன் ரத்தம் கசியும் வயிற்றைப் பிடித்தபடி தள்ளாடியபடி அவனை நோக்கி வந்தார். 'மாணிக்கம் அண்ணே' என்று கத்தியபடி சரவணன் அவரைத் தாங்கிக்கொண்டான்.

மாணிக்கம் அண்ணன் கூறினார், 'தம்பி நீ மக்கள் தலைவன். நான் ஒரு ரகசியம் சொல்றேன். உங்க அப்பா இயற்கையா சாகலை. இந்த மானேஜர் கொன்று விட்டு விபத்துலே இறந்ததா எல்லோரையும் நம்ப வைச்சுட்டான். இன்னிக்கு செங்கோடன்கிட்டே அவன் பேசிக்கிட்டிருந்ததை நான் கேட்டுட்டேன். அதைப் பார்த்த செங்கோடன் என்னைத் துரத்திக் கத்தியாலே குத்திட்டான். அது மட்டு மில்லை. கழுகு மலைக் காட்டிலே தேசத் துரோகக் கும்ப லோடு சேர்ந்து ஆயுதங்கள் தயாரிச்சு நாட்டின் அமைதியை நாசமாக்கத் திட்டம் போட்டிருக்கான்; இந்த நாட்டை, தம்பி நீதான் காப்பத்தணும் . . .

முத்துவும், தெய்வானையும் அவரைப் பார்த்துவிட்டனர். 'அப்பா' என்று அழுது கொண்டே தெய்வானை ஓடிவந்தாள். மாணிக்கம் அண்ணன், அவள் கையைப் பற்றி சரவணனிடம் கொடுத்து, 'இனிமே நீதான் தம்பி இவளைக் காப்பாத்தணும், தகப்பன் இல்லாத குறையை நீதான் தீக்கணும். தம்பி,

உன் தங்கச்சியா நினைச்சு, இவளுக்கு ஒரு கல்யாணத்தை . . .' அவரின் உயிர் போய்விட்டது. தெய்வானை 'அப்பா' என்று அலறினாள்.

போர் வீரர்களுக்குரிய உடைகளுடன் சரவணனும், முத்துவும், ஜீப்பில் கழுகுமலைக் காட்டிற்குள் சென்றுகொண்டிருந்தனர். சரவணன் அருகே மரிக்கொழுந்து பான்ட் சட்டை அணிந்து உட்கார்ந்துகொண்டிருந்தாள். பாதையில் வழியை அடைத்து விழுந்து கிடந்த ஒரு மரத்தினை அகற்ற சரவணனும், முத்துவும் இறங்கி மரத்தைத் தூக்கினர். திடீரென பெருங்கூச்சல் கேட்டது. அவர்களைச் சுற்றி ஆதிவாசிகள் நின்றிருந்தனர். அவர்கள் கையில் ஈட்டி இருந்தது. முகத்தில் வண்ணங்களில் ஏதோ வரைந்திருந்தார்கள். தலையில் எதையோ கிரீடம் போல அணிந்திருந்தனர். மூவரும் அவர்களிடம் சிக்கிக்கொண்டனர்.

'ஜூம்மக ஜூம்மா . . . ஜூம்மக ஜூம்மா' என்று கூச்சலிட்டவாறு அந்த ஆதிவாசிகள், சிம்மாசனத்தில் அமர்ந்திருந்த தலைவனிடம் அழைத்து வந்தனர். ஒருவன், 'தலைவா, நகரத்தைச் சேர்ந்த இவர்கள் நம் எல்லைக்குள் வந்துவிட்டனர்' என்றான். கனத்த சரீரமுடையவனாக இருந்த தலைவன், 'இவர்களைப் பலியிடுங்கள்' என்றான். ஆதிவாசிகள் உற்சாகக் குரல் எழுப்பினர்.

முரசங்கள் முழங்கின. 'தொய்யர தொய்யோ . . . தொய்யர தொய்யோ' என்று ஆதிவாசிப் பெண்கள் கவர்ச்சிகரமான உடையில் சீராக அசைந்து ஆடினர். மூவரும் தனித் தனி மரத்தில் கட்டப்பட்டிருந்தனர். முரசங்கள் முழங்கின. ஆதிவாசிப் பெண்கள் ஆடிக்கொண்டிருந்தனர். திடீரென இடி இடித்தது. மின்னல் வெட்டியது. மழை பெய்ய ஆரம்பித்தது. மழையில் நனைந்துகொண்டே ஆதிவாசிப் பெண்கள் ஆடிக்கொண்டிருந்தனர். சரவணனும், முத்துவும், மரிக்கொழுந்தும் மழையில் நனைந்தனர். டோப்பா முடியிலும் பவுடர் முகத்திலும் மழை விழுவது அவர்களுக்கு மிகுந்த அசௌகரியமாக இருந்தது. வாளைக் கையில் வைத்துக்கொண்டு ஒருவன் ஆடிக்கொண்டிருந்தான். இன்னும் சற்று நேரத்தில் தெய்வானை, ஆதிவாசிப் பெண்கள் உடையில் தோன்றிப் பாடிக் கொண்டே, மது அருந்திய பாவனையில் கையில் மதுக் குடுவையுடன் வந்து ஆதிவாசிகள் அனைவருக்கும் மது விநியோகித்து மயக்கலாம், அல்லது ஆதிவாசிப் பெண் உடையில் கையில் கத்தியுடன் பாடிக் கொண்டே வந்து ஆதிவாசிகளுக்குத் தெரியாமல் அவர்கள் கைக்கட்டுகளை அறுத்துவிடலாம் என்று நினைத்துக்கொண்டே, சரவணனும்,

முத்துவும், மரிக்கொழுந்தும் இன்னும் மழையில் நனைந்து கொண்டிருந்தனர். நேரம் நெருங்கிக் கொண்டிருந்தது. முரசங் கள் முழங்கிக்கொண்டிருந்தன. மழை பெய்துகொண்டிருந்தது. ஆனால் இன்னும் பாட்டுச் சத்தம் கேட்கவில்லை.

அதே சமயம் சென்னை பல்லாவரம் பகுதியில் ஒரு பிரியாணிக் கடையருகே கிடந்த சில காகிதங்களைக் குப்பை பொறுக்கும் ஒரு சிறுவன் எடுத்துக் கோணிப்பைக்குள் திணித்தான். அந்தக் காகிதங்கள் 1991 ஆகஸ்டு மாதத்திய 'ப்யூச்சர் இந்தியா' பத்திரிகையின் பக்கம் 39 முதல் 42 வரையுள்ள பகுதிகளாகும். அதில் குறிப்பிட்டிருந்த சில தகவல்கள் மட்டும் வருமாறு:

1991 – 1992ஆம் நிதியாண்டிற்கு மூன்றுவித பற்றாக்குறை கள் இருப்பதாக மதிப்பிடப்பட்டுள்ளது. நிதிப் பற்றாக்குறை மதிப்பீடு ரூ. 37,727 கோடி, வருவாய்ப் பற்றாக்குறை ரூ. 13,584 கோடி. வழக்கமான பட்ஜெட் பற்றாக்குறை ரூ. 7,719 கோடி. நிதிப் பற்றாக்குறை என்பது அரசு செலவு செய்யத் திட்ட மிட்டுள்ள தொகைக்கும் வரி மற்றும் வரியில்லா வருவாய்க் கும் உள்ள வித்தியாசம். இதைச் சரிக்கட்ட அரசு கடன் வாங்கவேண்டும் அல்லது நோட்டு அச்சடிக்க வேண்டும் அல்லது இரண்டையும் செய்தாக வேண்டும். வெளிநாடு களிடம் அரசு பட்டுள்ள கடன் ரூ. 1,20,000 கோடி. இது செலாவணி மதிப்பை குறைத்ததற்கு முன் இருந்த தொகை. உலகவங்கி கூறும் தொகை இன்னும் அதிகம். உள்நாட்டில் தன் மக்களிடம் அரசு வாங்கியிருக்கும், வாங்கவிருக்கும் கடன் ரூ. 3,20,000 கோடி. அத்தனைக் கடன்காரர்களும் ஒரே நாளில் வந்து கடனைத் திருப்பிக் கேட்டால் நம் தேசீய வருமானத்திற்குச் சமமான தொகையை அரசு கொடுக்க வேண்டியிருக்கும். அதாவது இந்த நாட்டின் ஒவ்வொரு ஆணும் பெண்ணும் குழந்தையும் தனது ஒரு ஆண்டுச் சராசரி வருமானத்தைத் தியாகம் செய்ய வேண்டி யிருக்கும்

விருட்சம் 18 – 19, அக்டோபர் 92 – மே 93

★

எலும்புக்கூடுகள்

என் பெயர் லூயி பெர்டினாண்ட். நான் 1875ஆம் ஆண்டு ஏப்ரல் 29-ந் தேதி பாரிஸில் பிறந்தேன். என் படிப்பு மானிட இயல் சம்பந்தப் பட்டிருந்ததாலும், அந்த இயலில் நான் ஆர்வம் கொண்டிருந்ததாலும், 1897ஆம் ஆண்டு ஆஸ்திரே லியா சென்று, பின் அங்கிருந்து கரேஷியா சென் றேன். என் ஆராய்ச்சி நீக்ரோ – ஆஸ்திரேலிய இனம் சம்பந்தப்பட்டதாக இருந்தது. ஐரோப்பிய நாட்டைச் சேர்ந்தவர்களால், நீக்ரோ – ஆஸ்திரே லிய இனத்தினர் வாழும் ஆஸ்திரேலியா, கரே ஷியா, மரேலியா நாடுகள் ஆக்கிரமிக்கப்பட் டிருந்தன.

கரேஷியாவிலேயே நான் என் வாழ்க்கையை அமைத்துக்கொண்டேன். 1901ஆம் ஆண்டு ஜனவரி 22-ந் தேதி ஜெனிஃபரை நான் மணந்தேன். அதே நாளில்தான், பிரிட்டனின் ராணி விக்டோ ரியா இறந்தார் என்பதை என் மனைவி அடிக் கடி சொல்லிக்கொண்டிருப்பாள். எங்கள் மண வாழ்க்கை மகிழ்ச்சியாக இல்லை. மானிட இயல் பற்றிய என் ஆர்வங்கள் அவளுக்கு ஏனோ வெறுப்பை ஏற்படுத்திக் கொண்டிருந்தன. என்னி டம் சொல்லிக் கொள்ளாமலேயே ஒரு நாள்

எங்கள் மகன் பெர்னார்டு ரேன்ஸையும் அழைத்துக்கொண்டு பிரிட்டன் சென்றுவிட்டாள்.

நான், என்னுடைய இரண்டு உதவியாளர்களுடன், நீக்ரோ – ஆஸ்திரேலியா இனம் பற்றிய ஆராய்ச்சியில் ஈடுபட்டிருந்தேன். நீக்ரோ – ஆஸ்திரேலிய இனம் பின்வரும் அடையாளங்களை இயல்பாகக் கொண்டது. தோல், மயிர், கண்கள் ஆகியவற்றின் கருமை நிறம். புரிவடிவாகச் சுருண்ட அல்லது அலை படிந்த தலைமுடி. முகத்தின் மேலும், உடம்பின் மேலும் மிகவும் அருகிய, ஆனால் சிலருக்கு அடர்த்தியான மயிர். முகம், தாடைப்புறம் ஓரளவு அகன்றிருக்கும். மூக்குத் துவாரங்கள் அகலமானவை. மேல்தாடை கொஞ்சம் துருத்தியிருக்கும். தடித்த உதடுகள். உடலுடன் ஒப்புநோக்கும் போது பெரும்பாலோருக்குக் கால்கள் நீளமானவை.

நீக்ரோ – ஆஸ்திரேலியா வகைத் தன்மைகொண்ட குழு இந்தியாவிலோ, சீனாவிலோ, தெற்கு ஆசியாவின் ஒரு பகுதியிலோ பின் தொன்மைக் கற்காலத்தின் ஆரம்பத்தில் வசித்தது என்றும், பிற்காலத்தில் இது மேற்குக் கிளையாகவும், கிழக்குக் கிளையாகவும் பிரிந்தது என்றும், பின்னர் இந்தக் கிளைகள் பிரதேசத் தொடர்பைத் தமக்குள் இழந்துவிட்டன என்றும் நான் அபிப்பிராயம் கொண்டிருந்தேன்.

1930ஆம் ஆண்டு செப்டம்பர் 28–ந் தேதி நாங்கள் அதிர்ச்சியும், ஆச்சரியமும் அடையும்படியாக ஏகப்பட்ட எலும்புக்கூடுகள், 'கம்பக்டி டமரு' என்ற நகரின் வெளிப்பகுதியில் கிடைத்தன. இவற்றின் நீளம், கபாலத்தின் கொள் அளவு, மண்டையோடு ஆகியவற்றைக் கொண்டு, இவை கரேஷியர்களின் எலும்புக்கூடுகள் என்ற அபிப்பிராயத்திற்கு வந்தேன். இவ்வளவு எலும்புக்கூடுகள் அந்தக் குறிப்பிட்ட இடத்தில் கிடைப்பதற்கான காரணம் எனக்கு விளங்கவில்லை. தோண்டத் தோண்ட எலும்புக்கூடுகள் வெளிவந்து கொண்டிருந்தன. இன்னதென்று கண்டறிய இயலாத காரணங்களினால் அதிகமானோர் இறந்திருக்கலாம் என்ற பொதுவான அபிப்பிராயத்திற்குத்தான் வரவேண்டியிருந்தது.

ஆஸ்திரேலியா, கரேஷியா, மரேலியா நாடுகள் ஒன்றுக்கொன்று அருகிலுள்ள நாடுகள். பிரிட்டன் மற்றும் ஐரோப்பியர்களின் குடியேற்றம் ஏற்படுவதற்கு முன்பும், தற்போதும் கரேஷியாவில் மக்கள் தொகை விகிதத்தில் கரேஷியர்களே பெரும்பான்மையானவர்களாக இருந்தார்கள்.

எனினும் மரேலியர்களின் நெடுங்கால ஆட்சியின் கீழ் தான் கரேஷியா இருந்தது. மரேலிய பிரிவைச் சேர்ந்த

நரோமா பரம்பரையே கரேஷியாவை ஆண்டு வந்தது. பிரிட்டனின் ஆட்சி ஏற்பட்ட பின் அரசர் குடும்பே நரோமா பொம்மையாக்கப்பட்டார். இக்காலகட்டத்தில் கரேஷியா வில், பெருமளவு பிரிட்டன் சார்ந்த ஐரோப்பியக் குடிகளின் எண்ணிக்கை மொத்த எண்ணிக்கையில் பதினைந்து சதவீத மாக இருந்தது.

பெருமளவில் எலும்புக்கூடுகள் கிடைத்தது பற்றி அடுத்த நாள் பத்திரிகைகளில் செய்திகள் வெளிவந்தன. மூன்று நாட்கள் கழித்து, ஒரு ராணுவ அதிகாரி என்னைச் சந்தித் தான். தொப்பியைக் கழற்றியதும் அவனுடைய பொன்னிற முடி பளபளத்தது. அதற்காகவே அவன் தொப்பியைக் கழற்றி னானோ என்றும் தோன்றியது. ராணுவச் செயலகத்தின் உதவி அலுவலர் என்னைச் சந்திக்க விரும்புவதாகவும், கையோடு அழைத்து வரச் சொல்லி உத்தரவு என்றும் கூறினான். நான் உடைகள் மாற்றிக்கொண்டு அவன் கூடச் சென்றேன். பாதுகாப்பு நிலைகளையும் ஆங்காங்கே ஓர் ஒழுங்குக்கு உட்பட்டு நின்றுகொண்டிருந்த ராணுவத்தினரை யும் கடந்து அந்த அலுவலரின் அறைக்குச் சென்றோம். உள்ளே நுழைந்து திரும்பி வந்து, என்னை அழைத்துச் சென்றவன் அலுவலர் அழைப்பதாகக் கூறினான். நான் மட்டும் உள்ளே சென்றேன்.

இந்தச் செயலகக் கட்டிடம், என் சுதந்திரத்தைப் பறித் துக்கொண்டிருப்பதாகத் தோன்றியது. அலுவலர் என்னை வரவேற்று அமரச் சொன்னார். எனது கண்டுபிடிப்புகளும், ஆராய்ச்சிகளும் பேரரசின் பெருமையைக் காட்டுவதாகக் கூறினார். பெருமளவில் கிடைக்கும் எலும்புக்கூடுகள் தொடர் பாக விசாரித்தார். நான் உற்சாகமாக விவரிக்க ஆரம்பித்தேன். ஆரம்பித்த சற்றைக்கெல்லாம் அவர் பொறுமையின்றி ஆனால் அதை அடக்கிக் கேட்டுக்கொண்டிருப்பதாகத் தோன்றியதால் நான் விரைவிலேயே நிறுத்திவிட்டேன். இந்த எலும்புக்கூடுகள் எப்படி அந்த இடத்தில் வந்தன என்றும், அந்த எலும்புக் கூடுகளின் பின்னணி பற்றியும் கேட்டார். அந்த எலும்புக் கூடுகள் அனைத்தும் கரேஷியர்களுடையவை என்று அறிய வந்திருப்பதாகக் கூறினேன். இன்னதென்று அறிய இயலாத இயற்கையின் உற்பாதங்களினால் ஏற்பட்ட அழிவின் காரண மாக இருக்கலாம். பாதுகாப்புக் கருதி ஒரே இடத்தில் குழுமியிருந்த போது அழிவு ஏற்பட்டிருக்கலாம். கரேஷியர் களின் வெவ்வேறு குழுக்களிடையே ஏற்பட்ட சண்டை காரணமாக அழிவு ஏற்பட்டிருக்கலாம். அழிவுக்குட்பட்ட குழுவினர் ஏதோ சதிக்கு உட்படுத்தப்பட்டு அல்லது ஒரே இடத்தில் குழும வைக்கப்பட்டு அழிக்கப்பட்டிருக்கலாம்.

சரியான காரணம் பிடிபடவில்லையென்று கூறினேன். நான் கடைசியாகக் கூறிய காரணம் மிக சுவாரஸ்யமாக இருப்ப தாகவும், மரேலியர்களால், கரேஷியர்கள் தாக்கப்பட்டிருக் கலாம் என்ற கருதுகோளுக்கு வரச்சான்றுகள் உண்டா என்றும் கேட்டார். இந்தக் கருதுகோளுக்கு வர வாய்ப்பில்லை என்றும், மரேலியர்களின் குடியேற்றக் காலம் பிற்காலத்தியது என்றும், அதற்கு முற்பட்ட காலத்தைச் சேர்ந்தவை இந்த எலும்புக்கூடுகள் என்றும் கூறினேன். இதில் மாற்றம் ஏற்பட வாய்ப்புண்டா என்று கேட்டார். நான் இல்லை என்றேன்.

அவர் பேசினார்: 'கரேஷியாவில் நமது அரசுக்கு எதிரான போராட்டங்கள் பற்றி உங்களுக்குத் தெரியும். உங்களுடைய கண்டுபிடிப்புகள் சரித்திர முக்கியத்துவம் வாய்ந்தவை. சரித் திரப் பதிவுகள் பெற்ற சில சம்பவங்கள் மாறாத தழும்புகளாக மக்கள் மனங்களில் இடம் பிடித்திருக்கும். நம்மை ஸ்திரப் படுத்திக் கொள்ள நாம் பல தந்திரங்களிலும் ஈடுபட வேண்டி யிருக்கிறது. எதைக் காட்டிலும் நமது பேரரசின் பெருமை மிக முக்கியமானது. மரேலியர்களுக்கும், கரேஷியர்களுக் குமான பிளவை ஆழப்படுத்துவதன் மூலம் சச்சரவுகள் ஏற்பட்டு மக்களின் வாழ்வை ஒழுங்கு செய்வதற்கான சக்தி என்ற தேவையில் நாம் ஸ்தாபிதம் பெறலாம். மேலும் இவர்களுக்கு இடையேயான ஒற்றுமை நமக்கு எதிரான செயல் என்பதையும் நாம் அறிந்திருக்கிறோம். நமது பாதுகாப் பிற்காகச் சில சமயம் நாம் சிலவற்றைத் தியாகம் செய்ய வேண்டியிருப்பது, நமது இனத்திற்கு நாம் செய்யும் அஞ்சலி. இவற்றையெல்லாம் உத்தேசித்து, தேசபக்தியைக் கணக்கி லெடுத்துக்கொண்டு யோசித்தால், மரேலியர்களின் தாக்குத லுக்கு உட்பட்டு இறந்த கரேஷிய ஆண்கள், பெண்கள், குழந்தைகளின் எலும்புக்கூடுகளே அவை என்று சொல்வதில் எந்தத் தவறும் இல்லை என்று தோன்றும். நீங்களும், அவ்வாறே செயல்பட வேண்டும் என்று நான் விரும்புவது நமது நலன் கருதியே என நீங்கள் விளங்கிக்கொள்ள வேண்டும்.'

சூசகமாகத் தெரிந்த வலை தற்போது கண்களுக்கு முன்னாலேயே வெளிப்பட்டு விட்டது. என்னால் அவ்வாறு கூற இயலாது என்றும், மானிட இயலுக்கு உண்மையானவ னாகவே நான் இருக்க விரும்புகிறேன் என்றும் கூறினேன். நாங்கள் அரசுக்கு உண்மையாக இருக்க விரும்புகிறோம். முடிவை பரிசீலனை செய்யுங்கள் என்றார் அலுவலர். எனது முடிவில் மாற்றம் இல்லை என்றேன்.

இறுகிய முகத்துடனிருந்த அலுவலர் என்னைச் சற்று நேரம் வெளியே இருக்கும்படி கூறினார். நான் வெளியே

வந்து ஜன்னல் வழியே வந்த காற்றைச் சுவாசித்தேன். பொன்னிற முடிகொண்ட இளைஞன் என்னைப் பார்த்துச் சிரித்தான். கதவைத் திறந்துகொண்டு அலுவலர் வெளியேறி னார். பொன்னிற முடி இளைஞன், அவரைக் கண்டதும் உடல் விறைப்புற்று, அவர் பின்னாலே சென்றான். நான் என் கவனத்தையும், சிந்தனையையும் கட்டுப்படுத்தி என் பதற்றத்தைத் தளர்த்த முயற்சித்துக் கொண்டிருந்தேன். ஜன் னல் வழியாகத் தெரிந்த ராணுவத்தினரின் நடவடிக்கைகளைச் சாதாரணமாகப் பார்க்க முயன்றுகொண்டிருந்தேன்.

சுமார் அரைமணி நேரம் கழித்து அலுவலர் திரும்பி வந்து அறைக்குள் நுழைந்தார். சற்றுநேரத்தில் பொன்னிற முடி இளைஞன், அலுவலர் என்னை அழைப்பதாகக் கூறி னான். நான் உள்ளே நுழைந்து இருக்கையில் அமர்ந்தேன். மரேலியர்களின் தாக்குதலுக்குட்பட்டு இறந்த ஆண்கள், பெண்கள், குழந்தைகளின் எலும்புக்கூடுகளே அவை என்று ஓர் அறிக்கை மானிட இயல் வல்லுநர் லூயி பெர்டினான்ட் பெயரில் இன்று வெளியிடப்படும் என்று கூறினார். இது மிகவும் அக்கிரமமானது என்றேன். யாரிடம் பேசுகிறீர்கள் என்பதைக் கவனத்தில் கொள்ளுங்கள் என்றவர், பொன்னிற முடி இளைஞனை அழைத்து சங்கேதமொழியில் ஏதோ சொன்னார். அடுத்த விநாடி அவன், என்னைக் கோட்டைப் பிடித்துத் தூக்கித் தள்ளினான். நான் கீழே விழுந்தேன். அலுவலர் சங்கேதமொழியில் ஏதோ சொன்னார். அந்த இளைஞன் என்னை வெளியே அழைத்துச் சென்றான்.

வன்முறை பற்றிய கற்பனைகள் என்னைப் பீதியில் உலுக்கிக்கொண்டிருந்தன. தனி அறைக்கு அழைத்துச் சென்ற இளைஞன், 'உங்களிடம் சில வெற்றுத்தாள்களில் கையொப் பம் வாங்க உத்தரவு' என்றான். நான் அவனிடம் என் நிலையை விளக்க முயன்றேன். அவன் அதைக் கேட்க விரும்பவில்லை. 'கையொப்பமிடுவதுதான் உங்களுக்கு நல்லது. அதுதான் விவேகம். உங்களைக் கையொப்பமிட வைப்பது சிரமமான காரியமில்லை. எதற்காக உங்களைத் துன்பப் படுத்திக் கொள்ள விரும்புகிறீர்கள். உங்களைத் துன்பப் படுத்திக்கொண்டு இந்தச் சூழலில் எதுவும் சாதிக்க இயலாது' என்றான்.

என்னைத் துன்பப்படுத்திக் கொண்டு நிர்பந்தத்தினால் கையொப்பமிடும் நிலை வரை சென்று பார்க்கலாமா என்று தோன்றியது. இப்போதே இருதயத் துடிப்பு அதிகரித்து உடல் வியர்த்திருந்தது. தலைச்சுற்றல் வேறு தோன்றியிருந்தது. எப்படியிருந்தாலும் கையொப்பம் வாங்கித் தீருவது என்ற

நிலையில், துன்பப்படுத்திக் கொள்ளாமல் கையொப்பமிடுவது உசிதம் என்றும், பின்னால் சந்தர்ப்பம் வாய்க்கும் போது உண்மையை வெளியிட்டுக் கொள்ளலாம் என்றும் என் நோஞ்சான் மனதில் எண்ணங்கள் தோன்றின. அவனிட மிருந்த சில வெற்றுத் தாள்களில் கையொப்பமிட்டுக் கொடுத் தேன். கையொப்பமிடும்போது 'மாற்றிக் கையொப்பமிடக் கூடாது' என்றான் இளைஞன். நான், அவ்வாறு செய்ய வில்லை என்றேன்.

அறைக்கதவைத் திறந்து இரண்டு இராணுவத்தினரை என்னைப் பார்த்துக்கொள்ளும்படி கூறிவிட்டு, இளைஞன் உற்சாகத்துடன் சென்றான். இரண்டு இராணுவத்தினரையும் பார்த்து, அறைக்கு வெளியே சற்று நேரம் ஜன்னலோரமாக நிற்கலாமா என்று கேட்டேன். அவர்கள் ஒருவரையொருவர் பார்த்துக்கொண்டு, இளைஞன் வரும்வரை காத்திருக்குமாறு கூறினார்கள். இளைஞன் உற்சாகமாக வந்தான். என்னை வீட்டிற்கு அழைத்துச் செல்வதாகக் கூறினான். நான் உடன் சென்றேன். என் வீட்டைச் சுற்றி இராணுவத்தினர் நின்றிருந் தனர். நான் அதுபற்றி விசாரித்தபோது, எனது நடவடிக்கைகள் பாதுகாப்பிற்கு உட்படுத்தப்பட்டு இருப்பதாக இளைஞன் தெரிவித்தான். அத்துடன் எனது ஆராய்ச்சிக் கூடமும், உதவியாளர்களும், பாதுகாப்பிற்கு உட்படுத்தப்பட்டிருப்ப தாகவும் தெரிவித்தான்.

அடுத்த மூன்று நாட்கள் மிகுந்த மனக்குழப்பத்துடன் இருந்தேன். என் நிலை பற்றியும், உதவியாளர்கள் மற்றும் ஆராய்ச்சிக் கூடத்தின் நிலை பற்றியும் பீதி அடைந்திருந்தேன். மூளையும் உடலும் சோர்வுற்றபோது உறங்கினேன். விழிப்பு வந்தபோது விழித்துக்கொண்டிருந்தேன். இதனால் நேரங்கள் எனக்குக் குழம்பிக் கொண்டிருந்தன. நான்காம் நாள் காலை ஒருவன் வந்து செய்தித்தாள்களைக் கொடுத்துச் சென்றான். எனக்குச் செய்தித்தாள்களைக் கொடுக்கும்படி அவனுக்கு உத்தரவாகியிருக்க வேண்டும் என்று நினைத்துக்கொண்டேன். நான்கு நாட்களின் செய்தித்தாள்களை அவன் கொடுத்துச் சென்றிருந்தான்.

செய்தித்தாள்களில் இருந்து எனக்குக் கிடைத்த தகவல்கள் மேலும் குழப்பங்களையும் அதிர்ச்சியையும் ஏற்படுத்துவதாக இருந்தன. கண்டுபிடிக்கப்பட்ட எலும்புக்கூடுகள் மரேலியர் கள், கரேஷியாவைக் கைப்பற்றிய காலத்தைச் சேர்ந்தவை என்றும், ஆண்கள், பெண்கள், குழந்தைகள் கொண்ட கரேஷிய மக்கள் ஒரே இடத்தில் சேர்க்கப்பட்டு மரேலியர் களால் அழிக்கப்பட்டுள்ளனர் என்றும் இவை லூயி பெர்டி

னாண்டின் ஆராய்ச்சியில் அறிய வந்துள்ளதாகவும், அதற்கான மானிட இயல், புவியியல் ஆதாரங்களுடன் முதல் நாள் பத்திரிகைகளில் செய்திகள் வந்திருந்தன. மற்ற நாட்களின் பத்திரிகைகளில் பல நகரங்களில் மரேலியர்களுக்கும், கரேஷியர்களுக்கும் ஏற்பட்ட மோதல்கள், சொத்துச் சேதங்கள் மற்றும் உயிர் அழிவு பற்றிய விரிவான செய்திகளும் அரசு அமைதியையும், சட்டத்தையும், ஒழுங்கையும் ஏற்படுத்துமாறு விடப்பட்ட அறிக்கைகளும் இருந்தன. மோதலினால் ஏற்பட்ட மனித அழிவுகள் துக்கத்தை ஏற்படுத்துவதாக இருந்தன. கற்பழிக்கப்பட்ட பெண்கள் மற்றும் கொலை செய்யப்பட்ட குழந்தைகள் ஆகியயோரின் எண்ணிக்கை மோதலில் தாட்சண்யமற்ற தன்மை அதிகரித்துக்கொண்டே போவதைக் காட்டிக் கொண்டிருந்தன. பொறுப்பான தகப்பனின் பாவனையில் அரசு மக்களுக்கு அறிவுரைகள் வழங்குவதும், ஆங்காங்கு காணப்பட்டது. 'கம்பக்டிடமரு படுகொலை' என்ற சொற்றொடர் உபயோகப்படுத்தப்பட்டிருந்தது. மரேலியர்களிடமிருந்து காப்பாற்றுவதற்காக லூயி பெர்டினாண்டிற்கு அரசு பாதுகாப்பு வழங்கப்பட்டிருப்பதாகவும் அரசு அறிக்கை காணப்பட்டது.

எனக்கு ஆயாசமும், தலைச்சுற்றலும் ஏற்பட்டன. உண்மையைக் கண்டுபிடிக்க முடியாதபடி சிக்கல்கள் மறைத்துவிட்டன என்று தோன்றியது. உண்மை வெளிப்பட்டாலும், மரேலியர்களுக்குச் சாதகமாக இட்டுக்கட்டப்பட்ட பொய் என்ற பெயரையே அது அடையும் என்றும் தோன்றியது. இவ்வாறு தோன்றியதும் எனக்குப் பீதி ஏற்பட்டது.

என் உதவியாளர்களின் நிலை பற்றி இராணுவத்தினரிடம் நான் விசாரித்து அறிந்து கொள்ள செய்த முயற்சி பயனளிக்கவில்லை. பிறகு எனக்குப் பத்திரிகைகள் அளிக்கப்படவில்லை. பொன்னிற முடி இளைஞனுக்குப் பதிலாக, கன்னத்தில் தழும்பு கொண்ட இளைஞன் வந்திருந்தான். அவன் தற்போது இருக்கும் இடம் பற்றி இவனுக்குத் தெரிந்திருக்கவில்லை. சுற்றியுள்ள மனிதர்கள் உத்தரவுகளுக்கு உட்பட்டு யந்திரமாக இயங்கிக்கொண்டிருந்தனர். கடிகாரம் இருந்தாலும் நேரங்களைப் பற்றிய குழப்பங்களும், நாட்களைப் பற்றிய குழப்பங்களும் ஏற்பட்டுக்கொண்டிருந்தன. சிறிது நாட்களாக என் மகன் பெர்னார்டு ரேன்ஸைப் பற்றிய நினைவுகள் வந்து கொண்டிருந்தன. அவனைப் பார்த்துவிட வேண்டும் என்றும் ஏனோ தோன்றிக் கொண்டிருந்தது.

நாளாவட்டத்தில், தலைச்சுற்றலும் வாந்தியும் ஏற்பட்டுக் கொண்டிருந்தன. நான் சந்தித்த அந்த அலுவலர் ஒரு

மாந்திரீகவாதியாக மாறி வாளால் சரித்திரத்தில் காயங்கள் ஏற்படுத்திக்கொண்டிருப்பதாக ஒரு எண்ணம் எல்லா நேரங் களிலும் அச்சுறுத்திக் கொண்டிருந்தது. சரித்திரம் அலற, மக்கள் கூட்டம் கூட்டமாகத் தங்களுக்குள் தாட்சண்யமற்று சண்டையிட்டு மடிவது எங்கோ பார்த்த ஓவிய அல்லது படக்காட்சி போலத் தோன்றிக் கொண்டிருந்தது. எண்ணமும், காட்சியும் என் சிந்தனையைச் சக்தியுடன் ஆக்கிரமித்துக் கொண்டிருந்தன. தூக்கம் ஏற்படுவது சிரமமாக இருந்தது. நேரங்கள், நாட்கள் பற்றிய குழப்பங்கள் அதிகரித்துக் கொண்டே போயின. பகல் மூன்று மணிக்கு ஏன் இருட்டாக இருக்கிறது என்று எனக்குப் புரியவில்லை. நான்தான் நேரங் களைக் குழப்புகிறேன் என்று நினைப்பு ஏற்பட்டு, நான் மேலும் பீதியடைந்தேன். அலுவலர் ஒரு மாந்திரீகவாதியாக மாறி என்னை அச்சுறுத்திக்கொண்டேயிருந்தார். என் செயல், என் மனம், மாந்திரீகவாதியின் கட்டளைக்கு உட்பட்டது என்று தோன்றியது. மாந்திரீகவாதி கட்டிலுக்குக் கீழே படு என்று உத்தரவிட்டதும், நான் அவ்வாறே கட்டிலுக்குக் கீழே படுத்தேன். காகிதங்களைத் தின்ன உத்தரவிட்டதும் காகிதங்களைத் தின்ன ஆரம்பித்தேன். தலைகீழாக நிற்க உத்தரவிட்டதும் நான் அவ்வாறு நிற்க இயலாமல், உத்தர விற்குப் பணிய வேண்டும் என்ற நினைப்பில் பலமுறை மன்னிப்புக் கேட்டுக்கொண்டு, கீழே விழுந்துகொண்டிருந் தேன். வார்த்தைகள் உருவாகி என்னைக் குழப்பிக்கொண் டிருந்த நேரத்தில் மாந்திரீகவாதி என்னை வார்த்தைகளை விழுங்க உத்தரவிட, அவ்வாறே நான் செய்ய ஆரம்பித்தேன். எப்போது நான் இல்லாமல் போனேன் என்பது என் நினைவில் இல்லை.

சுபமங்களா, ஆகஸ்ட் 1992

★

சந்திப்பு

சமூரியா நாட்டில் தளகர் என்னும் மாநிலத்தைச் சேர்ந்த நான் இன்னொரு மாநில மான மெஜிதாவில் 1980 டிசம்பர் மாதம் சுற்றுப் பயணம் மேற்கொண்டிருந்தேன். நான் தளகர் மொழி பேசுபவனாக இருந்த போதிலும், மெஜிதா மொழியையும் சரளமாகப் பேச அறிந்திருந்தேன். ஆனாலும் மெஜிதா மாநிலத்திற்குள் இதற்கு முன் வந்ததில்லை. அங்குள்ள மக்கள் பெரிய தலைப்பாகையுடன் நீண்ட அங்கிகளை அணிந் திருந்தனர். நான் டிசம்பர் மாதத்தில் சென்றிருந்த தினால் கடுமையான குளிரில் மக்கள் அங்கி களுக்கு மேல் கனத்த போர்வையைப் போர்த்திக் கொண்டு இருந்ததைக் காண முடிந்தது. நடுத்தர, உயர்தர மக்கள் அங்கிகளுக்கு மேல் கம்பளி அணிந்திருந்தனர். நான் இந்த மாநிலத்திற்கு வந்ததற்கான காரியம் என்று எதுவுமில்லை. சமூரியா நாட்டின் பிற மாநிலங்களைச் சுற்றிப் பார்க்க எண்ணி அத்திட்டத்தின் ஒரு பகுதியாக மெஜிதா மாநிலத்திற்கு வந்திருந்தேன். நான் தங்கியிருந்த மாநிலத் தலைநகரில் மக்கள் நெருக்கம் அதிகமிருந்ததாகத் தோன்றியது. ஒரு நடுத்தர ஓட்டலில் நான் தங்கியிருந்தேன். உணவு

தான் பெரும் பிரச்சினையாக இருந்தது. இங்குள்ள மக்களின் உணவுப் பழக்கம் வேறாக இருந்தது. அசைவ உணவு வகைகளையும், ரொட்டியையும் வைத்துச் சமாளித்துக் கொண்டிருந்தேன். அந்த ஓட்டலில் இருந்த மதுபான பாருக்கு, அங்கு தங்கியிருந்தவர்கள் மட்டுமில்லாது வெளியிலுள்ளவர் களும் வந்து கொண்டிருந்தனர்.

1980 டிசம்பர் 14ஆம் தேதி ஞாயிற்றுக்கிழமையன்று – டைரியில் குறித்துவைத்திருக்கிறேன் – பிற்பகல் நாலரை மணியளவிற்கு பாருக்குச் சென்றேன். என்னை வழக்கமாக உபசரிக்கும் ஊழியரின் டேபிளுக்குச் சென்று உட்கார்ந்தேன். நான் வழக்கமாக அருந்தும் மது வகைக்கும் அசைவ உணவு களுக்கும் சுட்ட அப்பளங்களுக்கும் ஆர்டர் செய்தேன். சற்று நேரத்தில் என் எதிரே ஆஜானு பாகுவான தோற்றம் உடைய ஒருவர் வந்து அமர்ந்து என்னைப் பார்த்துப் புன்னகைத்தார். ஊழியர் அவரருகே வந்து வேண்டியதைக் கேட்டுச் சென்ற தும், மீண்டும் புன்னகைத்தார். நான் பதிலுக்கு இருமுறையும் புன்னகைத்திருந்தேன். அவர்தான் முதலில் பேச்சை ஆரம்பித் தார். நீங்கள் எந்த ஊரைச் சேர்ந்தவர் என்று அவர் கேட்டார். நான் தளகர் மாநிலம் என்று சொன்னதும் அவருக்கு ஆச்சரியம் தாளவில்லை. என் நிறமும் தோற்றமும் மெஜிதா மொழி பேசுபவர்களைப் போல இருப்பதாகவும், அதனால் தான் மெஜிதா மொழியில் என்னிடம் பேசியதாகவும் தெரிவித்தார். நான் கம்பையில்[1] வேலை நிமித்தம் சில காலம் இருக்க நேரிட்டபோது அங்கு மெஜிதா மொழியைக் கற்றுக்கொண்டதாகவும், அம்மொழிக்காரர்கள் பலர் தற் போதும் நண்பர்களாக இருப்பதாகவும் நான் அவரிடம் கூறினேன். நான் அவரைப் பற்றி விசாரித்ததற்கு ராணுவத்தில் பணிபுரிவதாகவும் தற்போது விடுப்பில் வந்துள்ளதாகவும் கூறினார்.

மதுபானம், எங்கள் இருவருக்கும் வந்தது. கோப்பைகளை உரசி ஒருவருக்கொருவர் வாழ்த்துச் சொல்லி அருந்தினோம். என் அளவைப் போல பல மடங்கு குடிப்பவர் என்பதை அறிந்துகொண்டேன். எளிய குடிகாரனாக அவர் முன்னால் நான் அடைந்த தோற்றம் எனக்கு வெட்கத்தை ஏற்படுத்தியது. நான் அவரிடம் ஏதாவது போர் முனைக்குச் சென்றிருக்கிறீர்களா என்று விசாரித்தேன். ராணுவம் 1974 –லிருந்து 1977 வரை

கம்பை[1] – தனிமா என்ற மாநிலத்தின் தலைநகர். தனிமா மொழி அம்மாநிலத்தில் பேசப்பட்டாலும் கம்பையில் மெஜிதா மொழிக்காரர்கள் நிறைய உள்ளனர்.

ஜம்புரோ[2] நாட்டில் இருந்தபோது அங்கிருந்த கொரில்லாக்களுடனான சண்டையில் ஈடுபட்டிருந்ததாகக் கூறினார். இதைக் கூறும்போது இரண்டாவது சுற்றுப் பானத்தை அருந்திக்கொண்டிருந்த அவர் முகம் சிவந்து மாறியது. 'அதை நினைவுபடுத்தாதீர்கள்; அங்குதான் என் நண்பன் சோமாவை நான் இழந்தேன்' என்று கூறினார். ஆனால் அந்த ஞாபகத்தையே விரும்பியவர் போலப் பேச ஆரம்பித்தார். அவருடைய வெளிப்பாட்டில் உள்ள குறைகளை முழுவதும் களையாமல் அவர் கூறியதை நான் இங்கு தருகிறேன்.

சோமா எனது உயிர் நண்பன். உங்களுக்கென்று அந்தரங்க நண்பர் யாராவது இருப்பார் அல்லவா, அதுபோல் எனக்கு சோமா இருந்தான். அவனைப் போன்ற நல்லவனைப் பார்ப்பது அரிது. நான்கு வயதிலேயே தந்தையை இழந்தவன். பத்து வயதில் தாயையும் இழந்தான். ஒரு பாதிரியாரின் கருணையினால் விடுதியில் தங்கிப் பள்ளிப் படிப்பை முடித்தான். பின்னர் அவரும் இறந்து விடவே ராணுவத்தில் சேர்ந்தான். குழந்தைகளைக் காணும்போதெல்லாம் அவன் வியாகூலம் அடைவான். குழந்தைகள் ஏதேனும் நெருக்கடிகளுக்குள்ளாகும் சந்தர்ப்பத்தைக் காண நேரிட்டால் அவன் மிகுந்த வேதனையடைவான். குழந்தைகளின் இயலாமை தன்னை துன்புறுத்திக் கொண்டேயிருப்பதாக, மது அருந்தும் பல சந்தர்ப்பங்களில் என்னிடம் கூறியிருக்கிறான். இத்தகைய அவனது தன்மை காரணமாக நான், என்னையறியாமலேயே அவனுடைய பாதுகாவலன் என்ற நிலைக்கு உள்ளாகிவிட்டேன். யாருமற்ற அவனை விடுப்பிற்கு நான் ஊருக்குச் செல்லும்போது அழைத்துச் சென்று திருமணம் செய்து வைத்துவிட வேண்டும் என்று ஆசைப்பட்டேன். என் மனைவிக்கும் கடிதம் எழுதியிருந்தேன். அந்தச் சமயத்தில்தான் நாங்கள் இருந்த அணி ஜம்புரோ நாட்டிற்குச் செல்ல வேண்டியதாயிற்று.

எதிர்எதிரே ராணுவத்துடன் போராடப் பயிற்சி பெற்றிருந்த எங்களுக்கு ஜம்புரோ நாட்டின் அனுபவம் புதியதாக இருந்தது. மக்களுக்குள் கொரில்லாக்கள் இருந்ததால் எங்களுக்கு முன் சென்றிருந்த அணி புது அனுபவத்தின் தடுமாற்றத்தில் கடுமையாகப் பாதிப்படைந்திருந்தது. நாங்கள் சென்றபோது மக்கள் அனைவரும் ராணுவத்தின் கட்டுப்பாட்டுக்கு

ஜம்புரோ[2] – சமூரியாவின் அண்டை நாடு. அந்நாட்டில் உள்ள கொரில்லாக்களுக்கு எதிரான சண்டையில் சமூரியா நாட்டின் ராணுவம் ஈடுபடுத்தப்பட்டிருந்தது.

உள்ளாயிருந்தனர். ராணுவத்தைச் சேர்ந்த எவனும் எந்த வீட்டிற்குள்ளும் நுழைந்து எதுவும் செய்யலாம் என்ற நிலை இருந்தது. நானும் சோமாவும் இன்னும் சிலரும் கொரில்லாக் களைத் தேடி ஒரு வீட்டிற்குள் சென்றிருந்தபோது, குழந்தைகள் நடுக்கத்துடன் பயந்து கட்டிலுக்குக் கீழே ஒளிந்திருந்ததைக் கண்டோம். அந்த வீட்டிலிருந்தவன், தன் மனைவியை ஒன்றும் செய்துவிட வேண்டாம் என்று கெஞ்சினான். வீட்டிலுள்ள பொருட்களில் வேண்டியதைத் தாராளமாக எடுத்துக் கொள்ளுமாறு கூறினான். ரசூமா என்பவன் அவன் மனைவியைக் கட்டிப்பிடிக்க, சோமா அவனைப் பிடித்து இழுத்து வந்துவிட்டான். இதனால் சோமாவுக்கும் ரசூமாவிற்கும் இடையே பெரிய அளவில் வாய்த் தகராறு நடந்தது. அடுத்த நாள் மது அருந்தும் நேரத்தில் ரசூமா வந்து இன்று காலை வேறு சிலருடன் சென்று அந்தப் பெண்ணைப் பாழாக்கிவிட்டதாக, சோமாவிடம் கூறினான். சோமா ஒன்றுமே கூறவில்லை. நிறைய குடித்தான். நாளடை வில் பெண்களைப் பாழாக்கும் நிகழ்ச்சி அதிகரித்துவிட்டது. ஓய்வு நேரங்களில் பேசிக்கொண்டிருக்கும்போது குழந்தைகள் முன்னால் பெண்களைப் பழாக்காதீர்கள் என்று கூறுவதற்கு மேல் சோமாவிற்குச் செய்வதற்கு ஒன்றுமில்லை என்ற நிலைமை ஆகிவிட்டது. ஒரு தடவை முக்கிய கொரில்லா ஒருவன் எங்கள் அணியிடம் உயிருடன் சிக்கிவிட்டான். கொரில்லாக்களின் மறைவிடத்தை அறிவதற்காக அவனைக் கடுமையாகச் சித்திரவதைக்குள்ளாக்கினர். சதாரா என்பவன் எங்கிருந்தோ ஒரு பருத்த எலியை உயிருடன் பிடித்து ஒரு தகர டப்பாவில் போட்டுக் கொண்டுவந்தான். அந்தக் கொரில்லாவைக் கை, கால்களை அசைக்க முடியாமல் கட்டிப்போட்டு அவனுடைய வெறும் வயிற்றில், எலியுடன் டப்பாவைக் கவிழ்த்தி இறுக்கக் கட்டிவிட்டனர். எலி அவன் வயிற்றில் துளையிடும் போது அவன் பயங்கரமாக அலறு வான். அவனுடைய அலறல் தன்னைத் தற்கொலை செய்து கொள்ளத் தூண்டுவதாக சோமா கூறினான். அவன் மிகவும் நிம்மதியற்றுக் கலவரமடைந்திருந்தான். அவன் மனம் மிகுந்த துயரத்திற்கும் சோர்வுக்கும் உள்ளாகியிருந்தது. அவனை நினைத்து எனக்குப் பயம் ஏற்பட்டது. அந்தக் கொரில்லா கடைசி வரை மறைவிடத்தைக் கூறாமலேயே இறந்து போனான்.

ஒரு குடியிருப்புப் பகுதியில் கொரில்லாக்கள் மறைந் திருப்பதாக வந்த ரகசியத் தகவலினால் எங்கள் அணியினர் அந்தக் குடியிருப்புப் பகுதியைத் தாக்க ஆரம்பித்தோம். அதே சமயத்தில் விமானத் தாக்குதலும் நடந்தது. கண்ணுக்குத் தெரிந்தவர்கள் எல்லாம் சுடப்பட்டு வீழ்ந்தனர். குழந்தை

யுடன் ஓடி வந்த ஒரு பெண் சுடப்பட்டுக் கீழே விழுந்தாள். அவளுடன் கீழே விழுந்த அவளின் கைக்குழந்தை உயிருடன் அலறிக்கொண்டிருந்தது. துப்பாக்கியைப் பிடித்திருந்த சோமா திகைத்து நின்றிருந்தான். அந்தச் சமயம் விமானத்திலிருந்து விழுந்த ஒரு குண்டில் குழந்தை சிதறிக் காணாமல் போயிற்று. சோமாவுக்கு என்ன ஆயிற்று என்றே தெரியவில்லை. அவன் முகம் இருளடைந்திருந்தது. தேவையான போது மட்டும் ஓரிரு வார்த்தைகளே பேசினான். பெரும்பாலான நேரங்களில் தனியனாய் மௌனத்துடன் உட்கார்ந்திருக்க ஆரம்பித்தான். அவனை எப்படித் தேற்றுவது என்று எனக்குத் தெரியவில்லை. அவனை உற்சாகமாக்கும் நோக்கில் அவனுடனே என் பெரும்பாலான நேரத்தைக் கழித்து ஏதேதோ பேசிக் கொண் டிருந்தேன். தன்னால் யாரையும் கொல்ல முடியாது என்று ஒரு நாள் கூறினான். கொரில்லாக்களுக்கு எதிரான தாக்குதல் நடக்கும் சமயங்களில் அவன் சுடுவதாகப் பாசாங்கு செய்து கொண்டிருப்பதையும் ஆட்களில்லாத வெற்று வெளியில் சுட்டுக்கொண்டிருப்பதையும் கவனித்தேன். தாக்குதல் நேரத் தில் இவ்வாறு இருக்கக் கூடாது என்றும் அதனால் நாம்தான் உயிரிழக்க வேண்டியிருக்கும் என்றும் கூறினேன். தன்னால் யாரையும் கொல்ல முடியாது என்று தோன்றுவதாக மீண்டும் அவன் கூறினான். அடுத்த நாள், *1977*ஆம் ஆண்டு ஜூன் *16*ஆம் தேதி குடியிருப்புப் பகுதியின் மீதான ஒரு தாக்குதலில் கொரில்லாக்களின் குண்டுகள் தனியே நின்றிருந்த சோமா வின் தலையைத் தாக்க மூளை சிதறி விழுந்து அவன் மரண மடைந்தான். அவன் முகம் உருக்குலைந்திருந்தது. அருமை யான என் நண்பனை நான் இழந்து விட்டேன். அவன் ராணுவத்திற்குப் பொருத்தமில்லாத பிறவி. என் வாழ்நாள் முழுவதும் அவன் என்னைத் துயரப்படுத்திக்கொண்டே யிருப்பான்.

– அவர் இதை முடிக்கும் போது மது அருந்தும் மூன்றா வது சுற்றில் இருந்தார். கண்களில் நீர் வழிந்துகொண்டிருந்தது. எனக்கு அவரைச் சமாதானப்படுத்த வார்த்தைகள் கிடைக்க வில்லை.

பின்குறிப்பு:– சமூரியா நாட்டைச் சேர்ந்த எழுத்தாளர் கடாரி (Gadarie) அந்நாட்டை விட்டு நீங்கி கனடாவில் சிலகாலம் தங்க நேர்ந்தபோது எழுதிய *Witness* என்ற புத்தகத்தின் முதல் அத்தியாயமே இது.

மீட்சி 35, டிசம்பர் 1991

★

உறவு

சந்திரப்பிரபு, அவளுடைய வீட்டைக் கண்டு பிடித்துவிட்டான். தெருவிலுள்ள வீடுகள் அனைத்தும் அடுத்த தெருவைப் புழக்கடை வாசல்களாகக் கொண்டு நீண்டு கிடந்தன. தெருவாசிகளின் பூர்வீக வீடுகளாக அவை தோற்றம் தந்தன. அவன் வீட்டையடைந்தான். சற்று தயக்கமாக இருந்தது. இப்போதுதான் முதன்முறையாக வருகிறான். வீட்டில் அவளைக் காண்பது, அவளின் இன்னுமொரு பக்கத்தைக் காண்பதாக இருக்கும் என்று தோன்றியது. காலிங் பெல்லைத் தேடினான். காணவில்லை. 'ஸார் . . . ஸார்' என்று அழைத்தான். பல நிலைவாசல்களைக் கொண்டு வீடு நீண்டு கிடந்தது. முதல்நிலை வாசலை அடுத்து வேட்டி கட்டிய பையன் ஒருவன் தோன்றி சந்திரப்பிரபுவைப் பார்த்து விழித்தான். சௌதாமினியைப் பார்க்க வந்திருப்பதாக சந்திரப்பிரபு கூறினான். வராந்தாவில் இருந்த ஒரு ஸ்டூல் சேரில் உட்காரும்படி கூறிவிட்டு பல நிலைவாசல்களைக் கடந்து தூரத்திலிருந்த புழக்கடைக்கு அப்பையன் சென்றான். இப்போது புழக்கடையிலிருந்த துளசிமாடம் பார்வைக்குத் தெரிந்தது. தன்னை இங்கு திடீரென்று எதிர்பாராமல் பார்க்க நேரிடுவதில் அவளின் சலனத்தை யோசித்துக் குழம்பினான்.

துளசி மாடத்திலிருந்து முளைத்தாற்போல் பாதி அவளாகவும், பாதி துளசிமாடமாகவும் அவள் தூரத்தே தோன்றினாள். சட்டென்று தோன்றிய இந்தத் தோற்றம் சட்டென்றே கலைந்து துளசிமாடத்தை மறைத்துத் தோன்றினாள். அவள் நின்றிருந்த இடம் வெளிச்சமாகவும், அவளுக்கும் அவனுக்கும் இடையேயான இடம் அரையிருட்டாகவும் இருந்தது. அவள் வந்துகொண்டிருந்தாள். அரையிருட்டு விலக நிலை வாசல்களூடே வந்துகொண்டிருந்தாள். அவன் பார்வை அவ்வாறே நிற்க, பனிச்சூழலில் புல் தரையில், கூந்தலில் மலர்கள் தொங்க அவள் வந்துகொண்டிருந்தாள். தூரத்தைக் கடந்து அவன் முன் தோன்றினாள்.

எதிர்பாராமல் அவனைக் கண்ட தடுமாற்றத்தினூடே முகத்தில் ஆச்சரியம் பளீரிட முன் அறைக்கு அழைத்துச் சென்றாள். அறையைச் சற்று ஒழுங்கு செய்தாள். வீடற்ற நிலைகளில் அவளிடம் அவன் கண்ட குதூகலத்தை வீடு கட்டுப்படுத்திக் கொண்டிருந்தது. கட்டுப்பாட்டை மீறிக் குதூகலம் கொள்ள முயன்று அவள் சிரித்தாள்.

சம்பிரதாயமாக பேசிக்கொண்ட பின் அந்த அறையிலிருந்த ஒரு கதவைத் திறந்தாள். இன்னொரு அறை தெரிந்தது. அவள் வரச் சொல்லிச் சென்றாள். பின் தொடர்ந்த அவன், தொட்டிலைப் பார்த்தான். இரட்டைக் கட்டில், அறையின் இடத்தை அடைத்திருந்தது. சுவரில் கணவனுடன் அவள் இருக்கும் புகைப்படம் மாட்டப்பட்டிருந்தது. அவன் அங்கிருந்த ஒரு கூடைச் சேரில் உட்கார்ந்தான். சௌதாமினி, குழந்தையை கையில் எடுத்து அவனிடம் கொடுத்தாள். தன் கைகள் அவள் கைகளின் மீது படும்படியாக அவன் குழந்தையை வாங்கினான்.

குழந்தை அவனைப் பார்த்துச் சிரித்தது. அருகில் நின்றுகொண்டிருந்த அவளைப் பார்த்தான். அறை மாறி இந்த வீடற்ற ஒரு வீட்டில் அவள் நின்றுகொண்டிருந்தாள். குழந்தையுடன் அவளும், அவனும். குழந்தை தொட்டிலில் இருக்க அவள் மடியில் தலை வைத்து அவன் படுத்திருந்தான். அவள் மீண்டும் குழந்தையை வாங்கித் தொட்டிலில் கிடத்தினாள். சற்று நேரத்தில் வந்து விடுவதாகக் கூறி உள்ளே சென்றாள்.

அறையில் தொட்டில் குழந்தையுடன் அவன் தனித்திருந்தான். சேரிலிருந்து எழுந்து தொட்டிலில் கிடந்த குழந்தையைப் பார்த்தான். அவனைப் பார்த்துச் சிரித்த குழந்தை – இரண்டு மாதக் குழந்தை – 'யார் நீ?' என்றது. அவன் மௌனமாக

இருந்தான். சேரில் சென்று உட்கார்ந்தான். மீண்டும் 'யார் நீ?' என்ற குரல் குழந்தையிடமிருந்து ஒலித்தது.

'நான் யாரென்று உன் தாயார் அறிவாள். நான் அறிவேன். அவள் வாழ்க்கையின் சிக்கல்கள் பற்றி உனக்குத் தெரியாது. அவளின் தவிப்புகள் பற்றி உனக்குத் தெரியாது. அவளின் அலைக்கழிப்புகள் பற்றி உனக்குத் தெரியாது. அவள் மனதின் விசேஷங்கள் பற்றியும் உனக்குத் தெரியாது. அந்த விசேஷங்கள் வெளிப்படும் சூழல் பற்றியும் உனக்குத் தெரியாது. உன் கேள்விக்கு நான் என்ன பதில் கூறுவது? உண்மையில் உனக்கும் எனக்கும் உள்ள இடைவெளி எனக்குக் குழப்பத்தை ஏற்படுத்துகிறது. என்னை மன்னித்துக் கொள். இந்த இடைவெளி ஏற்படுத்தும் வேதனையை எனக்குக் கூறத் தெரியவில்லை. உன் தாயாரின் திடசித்தம் எனக்குக் கிடையாது. அவளைப் புரிந்து கொள். ஆதரவு கொடு. நான் இறந்தபின் உன்கையில் கொள்ளி இருக்காது. உன் தாயார் கூப்பாடு போட்டு அழ முடியாது.'

அறையில் தோன்றிய சௌதாமினியின் ஒரு கையில் இருந்த தட்டில் மைசூர்பாகும் மிக்சரும், இன்னொரு கையில் தண்ணீர் டம்ளரும் இருந்தன. அவன் முன்னால் இருந்த ஸ்டூலில் அவற்றை வைத்தாள். கட்டிலில் உட்கார்ந்தாள். இப்போது இயற்கையான சகஜ சூழல் உருவானதாக அவனுக்குத் தோன்றியது. அத்துடன் அவள் மேல் கொண்ட ஆகர்ஷணத்தின் சக்தியும் அவனுள் சுழன்றது.

குழந்தையிடம் இவ்வளவு நேரமும் பேசிக்கொண்டிருந்ததாகக் கூறினான். அவள், என்ன பேசிக்கொண்டிருந்தீர்கள் என்று கேட்டதற்கு அவன், இடைவெளி பற்றிப் பேசியதாகக் கூறினான். ஆரம்பத்திலிருந்தே இதுதானே உங்களுக்குச் சிக்கல் என்று சொல்லி யோசனை வயப்பட்டாள். பிறகு இனிப்பைச் சாப்பிடுமாறு கூறினாள். இனிப்பை விண்டு வாயில் போட்டான்.

அவள் கட்டிலில் சம்மணமிட்டு சகஜமாக உட்கார்ந்திருந்தாள். அவனுள் ஆகர்ஷணம் சுழன்றது. அவள் தோற்றத்தின் பொலிவு ஈர்த்தது. இந்தச் சூழலில் ஆகர்ஷணத்தின் வசப்படாத பிடிவாதத்துடன் அவள் உட்கார்ந்திருப்பதாக அவனுக்குத் தோன்றியது. அவன் அவளை நோக்கிக் கையை நீட்டினான். அவள் கையைப் பற்றிக் குலுக்கினாள். அவன் பிடி இறுகுவதற்கு முன் கையை விடுவித்துக்கொண்டாள்.

பேசுவதற்கு நிறைய இருப்பது போலவும், பேசுவதற்கு எதுவுமே இல்லாதது போலவும் தோன்றியது. கட்டுப்பாடு

இறுகிக் கொண்டிருப்பது போல் தோன்றியது. இந்தச் செங் கற்கள், சிமிண்ட் தரை, சுவர், சுவரில் அடிக்கப்பட்ட ஆணிகள், தொங்க விடப்பட்ட புகைப்படங்கள், பின் கட்டி லுள்ள மனிதர்கள், கட்டில், கூடைச்சேர், ஸ்டூல், டம்ளர், டம்ளரில் இருக்கும் தண்ணீர் ஆகிய எல்லாமே கட்டுப் பாட்டை இறுக்கிக்கொண்டிருப்பது போல் தோன்றியது. வீடற்ற வெளியில் அவளைக் காண மனம் அவசரம் கொண்டது.

சூன்யத்தில் உட்கார்ந்திருப்பது போல் தோன்றியது. இனிமேலும் இப்படி உட்கார்ந்திருந்தால் தங்கள் உறவுக்குள் ளும் சூன்யம் புகுந்து விடும் என்று தோன்றியது. சூன்யத்தை முடிவுக்குக் கொண்டுவரத் தற்போது பிரிந்து விடுவதுதான் வழி என்று அவளுக்குத் தோன்றியதென அவசரப்பட்டு ஏதோ பேசினாள். பிறிதொரு இடத்தில் சந்திக்கலாம் என் றாள். இடைவெளி வேறு அவனைத் தொந்தரவுக்கு உள்ளாக்கி யிருந்தது.

அவன் விடை பெற்றுக் கொண்டான். அவள் குழந் தையை எடுக்கத் தொட்டிலில் பார்க்க, அது தூங்கிக்கொண் டிருந்ததால், அவள் மட்டும் வாசல் வரை வந்து வழியனுப்பி னாள். செல்லும் வழியில் அவன் மனதில் இடைவெளி, சூன்யம், ஆகர்ஷணம் ஆகியவை அலைந்தவாறு இருந்தன.

காலச்சுவடு மலர், 1991

★

காத்திருந்தவன்

தாயாருடன் சென்றுகொண்டிருந்த அவளின் பின்புறம் தெரிந்தது. அவள் நடையில் சிரமம் இருந்தது. கால்களைச் சற்று அகட்டி நடந்துகொண்டிருந்தாள். சிசு வயிற்றில் தலை கீழாய்ச் சுருண்டிருக்க வேண்டும். இருவரும் தெருக்கடைசியில் இருந்த மருத்துவமனைக்குள் நுழைந்திருந்தனர். ராம் பெட்டிக்கடையருகே நின்று, சிகரெட் பிடித்துக்கொண்டிருந்தான். ஒரு நாள் சிகரெட் பிடிப்பது பற்றி அவள் விசாரித்த போது, ராம் சிகரெட் பிடிக்கும் பழக்கம் இருப்பதை ஒப்புக்கொண்டாலும், அவள் முன்னால் சிகரெட் பிடிப்பது ஒவ்வாதது போல் தோன்றுவதாகப் பதில் சொன்னான். ரிக்ஷா வரும் நேரம் நெருங்கியிருந்ததினால் அவன் சிகரெட்டைப் பாதியிலேயே அணைத்துவிட்டிருந்தான். ரிக்ஷா கடந்தபோது கிடைத்த சந்திப்பு நேரத்தில் அவள், ராமைப் பார்த்துச் சிரித்தாள். அவன் மீண்டும் மீண்டும் நிற்க, ரிக்ஷா கடக்கும் சந்திப்பு நேரத்தில் மீண்டும் மீண்டும் சிரித்துச் சென்று கொண்டிருந்தாள். அவன் பெட்டிக்கடையருகே நின்று சிகரெட் பிடித்துக் கொண்டிருந்தான். அவளை முதன் முதலாக முத்தமிட்டதில் உடல் உஷ்ண

மாகி நடுங்கிக்கொண்டிருந்தது. நடுக்கத்தை மறைத்து நடந்து கொண்டிருந்தான். அவளும் நடந்துகொண்டிருந்தாள். மௌனம் மதுரவெளியில் அலைந்தது. உணர்வுகளின் சிலிர்ப்பு மதுரவெளியினூடே முத்தத்திற்கு, பின்னோக்கிச் சென்றது. யாருடைய கைகள் யாருடைய கைகளைப் பற்றின என்று தெரியவில்லை. பிணைந்த விரல்களில் கடந்தன கணங்கள். பெட்டிக்கடையில் வியாபாரம் நடந்துகொண் டிருந்தது. சாலையில் வாகனங்களின் இரைச்சலும், விரைவும், மனித நடமாட்டமும், நாடகக் காட்சி போலத் தோன்றியது. பூங்கா ஓட்டலில் சப்பாத்திக்கும் டீக்கும் சர்வர் வெகுநேரம் எடுத்துக்கொண்டான். புல்வெளியில் பூங்காச் செடியருகே இருந்த சேர்களில் அமர்ந்திருந்தனர். யார் எனத் தெரியாத சிலர் வேடிக்கை பார்த்துக்கொண்டிருந்தனர். மலர்ச் செடிகள், மரங்கள், லேசான குளிர். அவள் திரும்பும் நேரம் பற்றிய நிச்சயம் இல்லாத போதிலும் நின்றுகொண்டிருக்கத் தோன்றி யது. பஸ்ஸில் நின்றுகொண்டிருந்த மனிதர்களுக்கிடையே, ஜன்னலோரம் உட்கார்ந்திருந்த அவள் விழிகள் அலைந்தன. சாலையில் அவள் எனத் தோற்றம் தந்து எவளோ ஒருத்தி ஏமாற்றினாள். ஒரு மோசமான எமோஷனல் சினிமாக் காட்சியை அப்பா நிகழ்த்திக்கொண்டிருந்தார். தனது அந்த ரங்கம் ஒரு மோசமான எமோஷனல் சினிமாக் காட்சியாக நிகழ்ந்துகொண்டிருப்பது பெரும் பாரங்களுடன் அவன் மனதைக் குழப்பத்தில் சரித்தது. பூங்காவில் ராமும் அவளும் உட்கார்ந்திருந்தனர். தாவரங்கள் அவர்களை வேடிக்கை பார்த்துக்கொண்டிருந்தன. முளைத்திருந்த பிரச்சினையில் அவர்கள் இருவரும் கலங்கியிருந்தனர். நிம்மதியற்ற பாவங் களை வெளிப்படுத்திக்கொண்டிருந்தனர். ஏன் வழக்கத்திற்கு மாறாக எல்லாம் நடக்கிறது என்று புரியாமல் வேப்பமரம் திகைத்துக்கொண்டிருந்தது. கடற்கரையில் தனியனாய் அமர்ந்து கடலலைகளைப் பார்த்துக்கொண்டிருந்தான். கடலலைகள், மன அலைகளைப் போல புறப்பட்டுக் கலைந்துகொண்டிருப் பதைப் பார்த்துக்கொண்டிருந்தான். கடலின் பிரம்மாண்டம் கிலேசத்திற்குள்ளாக்கியது. அவர்கள் இருவர்களுக்கிடையே கடல் உருவாகிக் கொண்டிருந்தது. இங்கிருந்து பார்க்கையில் கடலின் எல்லை தெரியாது, கடல் நீலம், வான் நீலத்துடன் ஐக்கியமாகியிருந்ததைக் கண்டான். திரும்பி வரும் அவள், எப்போது வருவாளென நிச்சயமில்லாது வெகுநேரம் நின்று கொண்டிருப்பதில் சோர்வு ஏற்பட்டது. ராம் கடற்கரையில், வலு இல்லாத நோயுற்றவன் போல் கை கால்களைச் சுருட்டிப் படுத்திருந்தான். கடற்கரையில் மனித நடமாட்டமே இல்லை. எழுந்து அமர்ந்து கடலைப் பார்த்தான். பிறகு எழுந்து நடக்க

ஆரம்பித்தபோது உடலில் சற்று வலு ஏறியிருப்பதாக உணர்ந் தான். கடல் அருகே சென்று கால்கள், கடல் அலைகளில் நனைய நின்றான். கடலுக்குள் இறங்கிய பின், எங்கிருந்தோ, கடலுக்குள் தோன்றிய நண்பன், இவனை வரச்சொல்லிச் சைகை செய்து தனது முதுகில் ஏற்றிக்கொண்டான். ராம் முதுகில் அமர்ந்திருக்க நண்பன் கடலுக்குள் நீந்திச் சென்றான். நடுக்கடலுக்குள் வந்துவிட்டோம் என்று தோன்ற, கரை தெரியாத நடுக்கம் ஏற்பட்டது. கடல் எங்கும் ததும்பிக்கொண் டிருந்தது. வந்த வழியே திரும்ப வேண்டியதுதான் என்ற நினைக்கையில் எங்கும் கடல் என்பதால் எங்கிருந்து வந்தோம் என்பதும் தெரியவில்லை. வந்த திசையை அனுமானம் பண்ணித்தான் செல்ல வேண்டியிருந்தது. கை கால்கள் சோர்ந்து கடற்கரையில் வந்து விழுந்தனர். திடீரென நண் பனைக் காணோம். கடல் நீரில் நனைந்திருந்த உடலுடன் மீண்டும் அந்த மரத்தடியில் படுத்தான். படுத்திருந்தவன் நேரம் நெருங்கிக்கொண்டிருப்பதை உணர்ந்து வலு ஏற்றிக் கொண்டு எவ்விதமோ மண்டப வாசலுக்கு வந்துவிட்டான். வெளியே பந்தல் இருந்தது. ஸ்பீக்கர் அலறிக்கொண்டிருந்தது. கூட்டம் நிறைய இருந்தது. போடப்பட்டிருந்த சேர்களில் எல்லாம் ஆட்கள் அமர்ந்திருந்தனர். திடீரென அவனருகே நண்பன் தோன்றினான். வருகிறவர்கள், செருப்புகளை வெளி யில் இருந்த ஒருவன் முன்பாகக் கழட்டி வைத்துவிட்டு டோக்கன் வாங்கிச் சென்றுகொண்டிருந்தனர். செருப்பை இங்கே வைத்துவிட்டுச் சென்றால், உள்ளுக்குள் திடீரென ஏதாவது அசம்பாவிதம் நிகழ்ந்து ஓடிவரும்போது செருப்பை எடுக்க முடியாமல், செருப்பில்லாமல் ஓட வேண்டியிருக்கும் என்று தோன்றியதால் செருப்புடனேயே இருவரும் உள்ளே சென்றனர். உள்ளே இருந்த கூட்டத்தினுள் பதுங்கிச் சென் றனர், இருவரும். கூட்டத்தினுள் நன்றாகப் பார்த்தபோது, அவளின் மாமா காணக்கிடைக்கவில்லை. கூட்டத்தில் இருந்த யாரும் தன்னைப் பொருட்படுத்தவில்லை என்பது ராமிற்கு ஆச்சரியமாக இருந்தது. கூட்டத்திலிருந்து சற்று முன்னுக்கு வந்தான். மணமேடை நன்றாகத் தெரிந்தது. புரோகிதர் ஏதோ மந்திரம் கூறிக்கொண்டிருந்தார். சிறு சதுரப் பள்ளத்தில் நெருப்பு எரிந்துகொண்டிருந்தது. மணமேடையில் மண மகன் அமர்ந்திருந்தான். ராம் அவனையே பார்த்துக்கொண் டிருந்தான். பூங்காவில் வேப்பமரத்தின் கீழே அவளும் ராமும் இருந்தனர். திடீரென ஒரு பரபரப்பு ஏற்பட்டுக் கூட்டம் ஒதுங்கி வழிவிட மணமகளாக அவள் தலைகுனிந்து வந்துகொண்டிருந்தாள். நெஞ்சம் படபடக்க அவளைப் பார்த்துக்கொண்டிருந்தான். அவள் மணமேடையில் அமர்ந்து

நிமிர்ந்தாள். அவள் கண்களின் கருமணிகள் மாறி நீல வளையத்துடன் பச்சை நிறத்தில் இருந்தன. அவள் முகத்தில் பயங்கரம் தொனித்தது. அவள் திரும்பி வரக்கூடிய நேரம் நெருங்கிக்கொண்டிருப்பதாகத் தோன்றியது. திடுமெனத் தோன்றுவாள் என்று தோன்றியது. அவள் எனத் தோன்றி எவளோ ஒருத்தி மீண்டும் ஏமாற்றினாள். அவனுடைய மனதில், அவள் முகமும் வடிவமும் அசதியுடன் சீர்குலைந் திருப்பதாகப் படிந்தன. அவள் கண்கள் நீல வளையத்துடன் பச்சை நிறத்தில் இருக்குமோ என்று திடுமெனத் தோன்றியது. வெகு நேரமாக நின்று கொண்டிருப்பது அவளுக்குத் தெரியாத போதிலும், தன் முகம் அதைக் காட்டிக் கொடுத்து பரிதாபத் திற்குரியவனாகத் தன்னை ஆக்கிவிடும் என்று சஞ்சலமடைந் தான். அவள் தாயார் கூட வருவதால் ஒளிந்திருந்து பார்க்க லாம் என்றுகூடத் தோன்றியது. தூரத்தே தோன்றுவது அவள்தானென்று தோன்றியது. காத்திருந்தது போதுமென்று அவன் நடக்க ஆரம்பித்தான்.

முன்றில் 12, டிசம்பர் 1991

✶

சரித்திரம்

ஒரு பெரிய ஹாலில் இவ்வளவு நபர்கள் – மொத்தம் நூறு நபர்கள் இருக்கக்கூடும் – குழுக்களாகச் சீட்டு விளையாடி சாத்யகி பார்த்ததில்லை. தரையில் அமர்ந்திருந்தனர். லுங்கி பனியனோடும், மேல் ஆடையில்லாமலும் பல நபர்கள் இருந்தனர். எந்நேரமும் ஏதாவது அசம்பாவிதம் நேரலாம் என தொனித்துக் கொண்டிருந்தது. சாத்யகிக்கு ஆட்டம் பிடிக்கவில்லை. இருநூறு ரூபாய்க்கு மேல் தோற்றிருந்தான். கொஞ்ச நேரத்திற்குத் தனக்குச் சீட்டுப் போடவேண்டாம் எனக் கூறி எழுந்தான். பால்கனியில், சாலையைப் பார்க்கும்படியாக முகத்தில் காற்றடிப்பதை விரும்பி நின்றான். திடீரெனக் கூச்சல் கேட்டுத் திரும்பினான்.

மேல் சட்டையில்லாமல் லுங்கி அணிந்திருந்த ஒருவனும், பேண்ட் சட்டை போட்டிருந்த ஒருவனும் வாய்ச் சண்டையிட்டுக் கொண்டிருக்க, சிலர் வாய் திறந்து ஏதோ சொல்லிக்கொண்டிருந்தனர். லுங்கி அணிந்திருந்தவனுக்கு எதிராகக் குழுவிலுள்ளோர்களின் வாய்கள் சத்தமிட்டுக் கொண்டிருந்தன. மற்ற குழுக்களில் உள்ள சிலர் திரும்பி மட்டும் பார்த்துவிட்டு சகஜமாயினர். லுங்கி அணிந்திருந்தவன் மடியில் போட்டிருந்த

சட்டையை எடுத்து அணிந்துகொண்டே சத்தமிட்டபடி இவன் இருக்கு மிடத்தை நோக்கி வந்தான். தன்னை நோக்கி ஏன் வருகிறான் என்று சாத்யகி விழிக்க, வந்தவன் அருகி லிருந்த வாஷ்பேஸினில் முகம் கழுவினான். லுங்கியினாலேயே முகத்தைத் துடைத்துவிட்டு சாத்யகியிடம் தீப்பெட்டி கேட்டான். இவன் தீப்பெட்டி கொடுக்க, அவன் வாங்கிக் கொண்டே பேசியதில் சாராய வாசனை அடித்தது.

காற்று முகத்தில் அடித்தது. லுங்கிக்காரன் போயிருந் தான். தூரத்தே சாலையில் செல்லும் வாகனங்களைப் பார்த்துக்கொண்டிருந்த சாத்யகி உள்புறம் திரும்ப, நாட்டுப் புறப் சேலைக்கட்டு – அகல முகம் – பெரிய குங்குமப் பொட்டு – கோடாலிக் கொண்டை ஆகியவற்றுடன் நடுத்தர வயதுப் பெண்மணி கண்ணில் தெரிந்தாள். இவள்தானா அவள் என நினைத்துக்கொண்டான். அவளுடன் தெரிந்த நான் கைந்து தடி ஆட்கள் அவள் சொல்வதைச் செய்பவர்கள் எனத் தோற்றம் தந்தனர். அவர்கள் வருகை, சூழலில் ஒரு அலாதியான பணிவைத் தொனிக்க வைத்தது. அவள் வாய் அசைய ஒருவன், இவனை நோக்கி வந்து, ‘அம்மா கூப்பிட றாங்க’ என்றான். இவன் சூழலின் தொனிக்குக் கட்டுப்பட்ட வனாக வர, அந்தப்பெண், ‘ரோட்டைப் பாத்து நிக்காதே ... சீட்டு சரியாப் புடிக்கலைன்னா கீழே போய் உட்காரு ... இங்கே நிக்காதே ... கவுன்டர்லே பணம் கட்டினியா?’ என்றாள். இவன் தலையாட்டினான். அவர்கள் படிகளில் இறங்கிச் சென்றனர்.

அவள் இந்த இடத்திற்கு ஏறி வந்த படிகள் முன்புற மிருக்க, இவர்கள் சென்ற இந்தப் படிகள்தான் அந்த இடத் திற்குச் செல்கிறது என நினைத்துக்கொண்டு, சற்று தாமதித்துப் படிகளில் இறங்கினான். கண்ணில் தென்பட்ட, நெற்றியில் விபூதிப்பட்டையடித்த, உப்பிய முகம் ஜிப்பாவுடன் இருந்தது. இப்போது டேபிள் சேர்களும் மனிதர்களும் தெரிந்தனர். மரப்பெஞ்சு ஆட்களிலிருந்து டேபிள் சேர் ஆட்கள் மாறு பட்டிருந்தனர். விபூதிப் பட்டையைச் சுற்றி சில பாத்திரங்களும் நேரே அடுப்பும் இருக்க, அடுப்பின் மேலிருந்த முட்டையைப் புரட்டிப் போட்டார். ஓர் அடைப்பின் நடுவில் இருந்த சதுரத்திற்குப் பின் நின்றிருந்த மனிதர்கள், வெளியே நின்ற மனிதர்களுக்கு கிளாசைக் கொடுத்துக்கொண்டிருந்தனர். நெடிகுமட்டியது. இன்னொரு புறம் வரிசையாக அடுக்கப் பட்டிருந்த கவர்ச்சியான பாட்டில்கள்முன் ஒருவன் உட்கார்ந் திருந்தான். மரப்பெஞ்சுகளுக்கும், டேபிள் சேர்களுக்கும் இடையே திரை ஆடியது. திரை இவ்விடத்திற்குப் பொருத்த மின்றி அழகாக இருந்தது.

சாத்யகி சேரில் உட்கார்ந்தான். வந்தவனிடம் சாத்யகி சொல்ல அவன் அகன்றான். கண்களை மூடி சற்று நேரம் இருந்து பின் கண்களைத் திறந்து மூடினான். விழிக்க, எதிர்த் தாற்போல் ஒரு சந்தனப் பொட்டு உட்கார்ந்திருந்தான். நிறைய சேர்கள் சும்மா கிடக்க இவனைத் தேடி வந்தவன் போல எதிரே உட்கார்ந்திருந்தான். ஒரே புழுக்கமாக இருக் கிறது என்று தேவையற்ற விதமாக ஆரம்பித்து, சொல்லவந்த விஷயத்தைக் கூறினான். சூழலின் இழுப்பில் செல்வதற்கு மனம் விழைந்தாலும், ஏற்க மறுத்து விருப்பமின்மையை சாத்யகி கூறினான். விநோதமான இணைப்பு எனத் தோன்றி யது. டேபிள் மேல் இரண்டு கிளாஸ்கள் வந்தன. வாய் வழியே வயிற்றுக்குள் ஊற்ற ஆரம்பித்தான்.

கூச்சல் கேட்டுத் திரும்ப, சர்வர்களெனத் தெரிந்த சிலர் வாயிற்பக்கம் ஓடினர். சாத்யகி எழுந்து அவர்கள் சென்ற திசைப்பக்கம் பின்னால் சென்றான். ஒரு ஆளைச் சிலர் சேர்ந்து அடித்து இழுத்தவாறே ஒற்றை நாற்காலியில் அமர்ந்திருந்த அந்த நாட்டுப்புறச் சேலைக்கட்டுப் பெண்மணி யிடம் கொண்டு வந்தனர். அவள் கோபத்தில் ஏதோ கத்திய வாறே எழுந்து, கத்திக்கொண்டே அந்த ஆளைக் கன்னத்தில் அறைந்தாள். பின்னர் வாசலில் நின்ற இரண்டு கார்களில், ஒரு காரில் அந்தப் பெண்மணியும் சிலரும், இன்னொரு காரில் அடித்து இழுத்து வந்த ஆளை உள்ளே தள்ளிச் சிலரும் ஏறிக்கொள்ள, கார்கள் கிளம்பின. சர்வர்கள் எனத் தெரிந்த சிலரை சாத்யகி விசாரிக்க, அவர்கள் பயந்த தோர ணையில் ஒன்றுமே பேசாததைப் பதிலாக அடைந்தான். உள்ளே வந்து அவரவர்கள் தத்தம் நிலையில் சகஜமாயினர். இவன் இரண்டு ஆம்லெட் சாப்பிட்டான்.

வெளியேறி சாலைக்கு வந்தான். சந்தனப் பொட்டு ஆசாமி ஒரு பெட்டிக்கடையருகே நின்று பீடி புகைத்துக் கொண்டிருந்தான். செல்ல வேண்டிய இடம் பற்றிய குழப்பத் தோடு சாத்யகி பஸ் ஸ்டாப்பில் நின்றுகொண்டிருந்தான். அருகில் உள்ள ஒரு ஸ்தலத்தின் பெயரைக் குறிப்பிட்ட பலகையோடு வந்த பஸ்ஸில் ஏறினான். கண்டக்டர், பணத்தை வாங்கி, டிக்கெட் கொடுத்துவிட்டு மீதிச் சில்லறை கொடுக் காமல், சில்லறை இல்லை என்பதால் பிறகு தருவதாகவும் சொல்லாமல், வேறிடத்திற்குச் சென்று விட்டான்.

அடிக்கடி ஜன்னல் வழியாகத் தெரிந்த மரங்களுடன், பஸ்ஸைத் துறந்து செல்வது போல இருந்தது. ஸீட்டுகளில் அமர்ந்திருந்த மானுடர்களுடன் பஸ் சாலைக்கு மேல் பறந்துகொண்டிருப்பதாகத் தோன்றியது. மல்லிகைப் பூக்கள்

நிறைய வைத்திருந்த – ஆவலைத் தூண்டும் – பின்னந்தலை யொன்று சில முகங்களை உருவாக்கியது.

பஸ் நின்று, ஏறுகின்றவர்களுடன் கண்டக்டர் விரோத பாவத்துடன் நடந்து கொண்டிருந்தான் பஸ்ஸில் ஏறும் ஒருவருடன் தகராறு ஏற்படும் என்று தோன்றிக் கொண்டே யிருந்தது.

தோன்றியபடியே நடக்கவும் செய்தது. சாத்யகி இருந்த இடத்தில் அவர்களின் வாய்கள் சத்தமிடுவதுதான் கேட்டது. சில்லறை கொடுப்பது தொடர்பாக எழுந்த தகராறு என்று தெரிந்தது. சற்று நேரத்தில் தகராறு ஓய்ந்துவிட்டது. கண்டக்டரின் விரோதபாவம் முடுக்கிவிடப்பட்டதாக மாறி, சந்தர்ப்பம் ஏற்படும் நபரின் மேல் பாய ஆயத்தம் கொண்டிருப்பதாகத் தோன்றியது.

சில்லறை கேட்காமல், கண்டக்டர் தானாகவே தர மாட்டான் என்ற அனுபவத்தில், ஸ்டாப் வருமுன் கேட்டால் தன்மேல் பாயலாம் என்பதால், ஸ்டாப் வரும்போது கேட்டு வாங்க வேண்டும் என்று நினைத்து மரங்களையும் மல்லிகைப்பூத் தலையையும் பார்த்துக்கொண்டே வந்தான். ஸ்டாப் அருகே பஸ் வந்ததும் அந்தக் கடைசியில் நின்றிருந்த கண்டக்டரிடம் இவ்வளவு பணம் திரும்பத் தர வேண்டும் என்று கூற, வேண்டா வெறுப்பாக எடுத்துத் தர, சாத்யகி நின்றிருந்த பஸ்ஸிலிருந்து இறங்கினான். சில்லறையைச் சரி பார்த்தபோது பத்து பைசா குறைந்திருந்தது.

சத்தம் கேட்டுத் திரும்ப, தென்பட்ட ஒரு பெண் கொய்யாப் பழங்கள் விற்கும் ஒரு பெண்ணிடம் தகராறு பண்ணிக்கொண்டிருந்த காட்சி தெரிந்தது. கையில் கொய்யாப் பழங்களை வைத்துக்கொண்டு, விற்கும் பெண்ணிடம் ஏதோ கத்திக் கொண்டிருந்தாள். சாத்யகி அருகில் சென்றான். நின்றுகொண்டிருந்த பெண், இதே கொய்யாப் பழங்கள் சற்றுத் தள்ளி, இவள் கொடுத்த விலையைக் காட்டிலும் குறைவாக விற்பதாகவும், அதே விலைக்கு இந்தப் பழங்களைக் கொடுக்க வேண்டும் அல்லது பழங்களைத் திருப்பி எடுத்துக் கொள்ளவேண்டும் என்றும் கூறிக் கொண்டிருப்பதையும், பழங்கள் விற்கும் பெண் இரண்டு இடத்திலும் விற்கும் பழங்களின் தரங்கள் வேறு என்று கூறிக்கொண்டிருப்பதையும் அறிந்தான்.

டீ குடித்துக்கொண்டிருக்கும்போது, டீ ஆற்றுவது ரசமான காட்சியாகத் தெரிந்தது. கைப்பிடி உள்ள பெரிய டம்ப்ளருக்கும் கைப்பிடி உள்ள பெரிய கப்புக்கும் இடையே

டீயை ஆற்றிக்கொண்டிருந்தான். கையை அதிகபட்ச அள வுக்குத் தூக்கி அவன் டீயை ஆற்றும்போது டீ ஒரு திரவமாக இல்லாமல் சவ்வு மாதிரி தோற்றம் தந்தது. அதை அவன் எப்படியும் வளைத்துவிடுவான் போன்ற தோற்றத்தைத் தந்தது.

கோயிலைப் பார்த்துவிட்டு பஸ்ஸிற்குச் செல்லும் குடும் பங்களும், ஆங்காங்கு மரத்தடியில் ஓய்வுகொள்ளும் குடும்பங் களும் கொத்துக் கொத்தாகத் தெரிந்தன. கோயிலுக்கு முன் னால் இருந்த மண்டபத்தில் ஒரு குடும்பம் அமர்ந்திருந்தது. மண்டபத்திற்கு வெளியே ஒரு காவியுடைப் பிச்சைக்காரக் கிழவன் உட்கார்ந்திருந்தான். மண்டபத்திற்குச் சற்று தூரத்தில் குடிசைகள் தெரிந்தன.

அப்போது மண்டபத்திற்கும் குடிசைகளுக்கும் இடையே ஓரிடத்தில் ஒரு சிறுவன் அழுதுகொண்டே நின்றிருப்பதை சாத்யகி கண்டான். சுற்றும் முற்றும் பார்த்து யாருமில்லாத தால் அவனருகே, சென்று ‘ஏன் அழுகிறாய் . . . உன் பெய ரென்ன?’ என்று கேட்டான். அந்தச் சிறுவன் அழுகையி னூடே ‘சாத்யகி’ என்று சொன்னான்.

நிகழ் 16, டிசம்பர் 1990

✶

திரை

குமார் வாட்சைப் பார்த்தான். மணி ஒன்பது. டிபன் கொண்டுவரச் சொல்லவா என்று குமார் பார்வதியிடம் கேட்டான். அவள் இரண்டு இட்டிலி, ஒரு தோசை போதும் என்றாள். குமாருக்குப் பிரியாணி சாப்பிட வேண்டும் என்று ஆசை எழுந்தது. தான் பிரியாணி சாப்பிடுவது பற்றி அவளுக்கு ஏதும் சங்கடங்கள் உண்டா என்று அவளிடம் கேட்டான். அவள், இதையெல்லாம் ஒரு பொருட்டாக எடுத்துக் கொள்ள வில்லை என்ற தோரணையில், சங்கடங்கள் ஏதும் இல்லை என்றாள். மணி அழுத்தி வந்த பையனிடம், அவளுக்கான டிபனுடன் பிரியாணியும் வாங்கி வரக் கூறினான்.

தனக்காக சிகரெட் பிடிக்காமலிருக்கிறீர்களா என்று – இதையும் தான் பொருட்படுத்தவில்லை என்ற பின்னணியில் – அவள் கேட்டபோது சாப்பிட்ட பின் சிகரெட் பிடிக்கலாம் என்று இருப்பதாகவும், பொதுவாக தற்போது சிகரெட் பிடிக்கத் தோன்றவில்லை என்றும் குமார் பதில் கூறினான். பிரியாணி சாப்பிட்டபின், சிகரெட் பிடித்தபின், வாய் மணத்தை மாற்றுவதற்கு மிட்டாயோ பாக்கோ வாங்கி வருமாறு ரூம் பையன் வரும்போது மறக்காமல் சொல்ல வேண்டும் என்று நினைத்துக் கொண்டான்.

அவள் கட்டிலில் அமர்ந்து, எதிரேயிருந்த நிலைக் கண்ணாடியில் தன் தோற்றத்தைப் பார்த்துக்கொண்டிருந்தாள். கண்ணாடியில் காணும் காட்சி அவள் மனதில் பதியட்டும் என்று அந்நிலையில் குமார் அவள் கழுத்தில் முத்தமிட்டான். ஜன்னலை மறைத்துத் தொங்கிக்கொண்டிருந்த திரை ஆடியது. திரை விலகலில் அவள் கணவனின் முகம் தெரிந்தது.

பையன் கதவைத் தட்டி பிரியாணி, டிபன் பொட்டலங்களைக் கொடுத்தான். குமார், அவனிடம் மிட்டாய்களும், பாக்கும் வாங்கி வரச் சொன்னான். அவளுக்கு அருகில் அமர்ந்து எவ்வாறு பிரியாணி சாப்பிடுவது என்று அவன் சங்கடத்திற்குள்ளானான். இதையெல்லாம் ஏற்றுக் கொள்ளக் கூடிய மனதுடையவளாக அவள் தோற்றம் கொடுத்துக் கொண்டிருந்தாள். கொண்டுவந்திருந்த குழம்பை அவளே இவனுக்குப் பரிமாறினாள். குமார், பார்வதியுடன் அறையில் தங்குவது இது இரண்டாவது தடவை.

ஒருவாரத்திற்கு முன்னதாக அவர்கள் இருவரும் ஓர் அணைக்கட்டுக்குச் சென்றிருந்தார்கள். பஸ்ஸில் செல்லும் போது, ஜன்னலோரம் உட்கார்ந்திருந்த அவள், வழியில் தெரியும் அழகான காட்சிகளையெல்லாம் சுட்டிக் காட்டிக் கொண்டே வந்தாள். வரிசையாய்ச் செல்லும் வெள்ளைப் பறவைகள் அவள் கண்களுக்கு மட்டும் எவ்விதமோ தெரிந்து அதைக் காட்டிக்கொண்டே வந்தாள். ஓடும் நீரைக் கண்ட போதெல்லாம் அவள் குதூகலமடைந்து கொண்டிருந்தாள். ஒரு பஸ் நிறுத்தத்தில் தென்னந்தோப்பைத் தாண்டி, அதன் ஊடே தெரிந்த, சூரியன் நீரில் விழுந்து பளபளக்கும் ஆற்றில் ஒரே ஒரு காவியுடை சாமியார் இடுப்பளவில் நீரில் கடந்து கொண்டிருந்ததைச் சுட்டிக்காட்டினாள். தனது அழகுணர்ச்சியை ஸ்தாபிப்பதற்காக பார்வதி இவ்வாறு நடந்து கொள்கிறாளோ என்று நினைத்து, அதை எவ்வாறு எதிர்கொள்வது என்ற குழப்பமும் அலுப்பும்கூட குமாருக்கு ஏற்பட்டது. ஆனால் கோயிலில் பார்த்த ஒரு வெண்கலச் சிற்பத்தின் உதட்டோரம் தெரிந்த சூட்சுமப் புன்னகையை அவள் சுட்டிக்காட்டியது இன்னும் குமாருக்குத் தாக்கத்தை ஏற்படுத்திக் கொண்டிருக்கிறது. அவளுடைய வசீகரத்தின் பயங்கரம் என அந்த வெண்கலச் சிற்பத்தின் புன்னகை அவனுள் தோற்றம் கொடுத்துக்கொண்டிருக்கிறது. பஸ்ஸிலிருந்து இறங்கியதும் நெருக்கமாக வளர்ந்திருந்த இரண்டு நெட்டைப் பனைமரங்கள், தலையில் சூரியனைத் தாங்கியிருந்த காட்சியைச் சுட்டிக்காட்டினாள். தான் காணும் காட்சிகளைப் பதிவு செய்வதற்கெனவே குமாரை இங்கு அழைத்து வந்திருந்தவள் போல மொத்தக் காட்சியிலிருந்து சில காட்சிகளைப்

பிரித்து அடிக்கடி காண்பித்துக்கொண்டிருந்தாள். அணைக் கட்டின் மேல் பகுதியில் நின்று ஒரு புறம் குளமாகத் தெரியும் நீரையும், மறுபுறம் மதகு வழியாக நுரையுடன் உற்சாகமாகப் பீறிடும் நீரையும் மாறி மாறி அவனையும் அழைத்துக்கொண்டு பார்த்தாள். நுரையுடன் பீறிடும் நீரைக் காண்பித்து, குமாருடன் இருக்கும் போது இவ்விதம் இருப்ப தாகவும், அவனுடன் இல்லாதபோது தூரத்தே சாவதான மாகச் செல்லும் நீரைப்போல் இருப்பதாகவும் கூறினாள். அணைக்கட்டிலிருந்து நீங்குவதற்கு முன்பாக மதகு வழியே நுரையுடன் பீறிடும் நீரைப் பார்த்துக்கொண்டிருந்தபோது, அவள் இன்று தங்கிச் செல்லலாம் என்று பிரஸ்தாபித்தாள். இருவரும் அன்று முதன்முறையாகத் தங்கினார்கள்.

சாப்பிட்டு முடித்து அவன் சிகரெட்டைப் பற்ற வைத் தான். ரூம் பையன் பாத்திரங்களை எடுத்துச்சென்றான். பார்வதி, இரவு ஆடைக்குத் தன்னை மாற்றிக் கொண்டாள். திடீரென ஞாபகம் வந்தவளாய்ப் பல வகையான பூக்களைப் பறித்து வைத்திருந்த பாலிதீன் பையை எடுத்து வந்து, பூக்களை மேஜை மீது கொட்டினாள். பின் ஒவ்வொரு பூவாகப் பார்க்க ஆரம்பித்தாள். குமார், அவள் செய்கையை வேடிக்கை பார்த்துக்கொண்டிருந்தான்.

ஒரு நெருக்கமான சந்தர்ப்பத்தில் பார்வதி அவனிடம், அவனைப் போல், அவன் நினைவாக ஒரு குழந்தை வேண்டும் என்று கூறினாள் இருவருக்குமிடையேயுள்ள பிணைப்பு இறுக்கமடைய வேண்டும் என்ற பின்னணி இதற்குக் காரண மாக இருக்கலாம் என்று இதைப் புரிந்துகொள்வதாகவும் ஆனால் தனக்கு விருப்பமில்லை என்றும் குமார் கூறினான். அவள், அதற்கான காரணத்தைக் கேட்டபோது குழந்தையிடம் தான் உரிமை கொள்ள முடியாத நிலை தனக்கு மிகுந்த மனச் சிக்கல்களையும், மனத் தொந்தரவுகளையும் அளிக்கும் என்று கூறினான். அக்குழந்தையிடம் தன்னைத் தகப்பன் என்று கூற முடியாத நிலையில், குழந்தை அவளது கண வனைத் தகப்பன் என்றும், அவள் கணவன் அக்குழந்தையைத் தன் குழந்தை என்றும் பாவிக்கும் நிலை அவளுக்கு ஏதும் மனச் சங்கடத்தை அளிக்காதா என்று கேட்டான். அவள் பதில் கூறவில்லை. சுழலும் மின்விசிறியை வெறித்துப் பார்த்துக் கொண்டிருந்தாள்.

ஜன்னலை மறைத்துத் தொங்கிக்கொண்டிருந்த திரையை விலக்கி அவள் கணவன் வெளியே வந்தான். குமார் அவனைப் பார்த்து எழுந்தான். அவளின் மனோபாவம் காரணமாக அவள் கண்களுக்கு, அவளின் கணவன் தெரியவில்லை.

குமாரை வரச்சொல்லி அவன் சைகை செய்தான். குமார், அவளிடம் விரைவில் வந்து விடுவதாகக் கூறிவிட்டு அவனு டன் அறையிலிருந்து வெளியேறினான். குமாரை அழைத்துக் கொண்டு அந்த விடுதியிலிருந்து அவன் வெளியே வந்தான். வீதி ஒரே இரைச்சலாக இருந்தது. வாகனங்களும், மனிதர் களும் ஒழுங்கில்லாமல், கிடைக்கும் இடைவெளிகளில் சென்றுகொண்டிருந்தனர். ஒலிபெருக்கிகள் அலறிக்கொண் டிருந்தன. வீதியில் நிற்கும், நடக்கும் மனிதர்களில் பாதிக்கு மேல் ஏதோ பேசிக்கொண்டிருந்தனர். வாகனங்கள் மனிதர் களை விலகச் சொல்லி சத்தமிட்டவாறு சென்றுகொண் டிருந்தன. வீதி மிகவும் அசுத்தமாக இருந்தது. அவள் கணவன் குமாரை அழைத்துக்கொண்டு நடந்துகொண்டேயிருந்தான். அவள் கணவன் முதலில் பேசிய பிறகு விஷயங்களை அவ தானித்துப் பின்னர், தான் பேசலாம் என்ற நினைப்பில் குமார் ஒன்றும் பேசாமல் அவனுடனே நடந்துகொண்டிருந் தான். அசுத்தமும், இரைச்சலும் மிகுந்த இடத்தில் பிரிந்த ஒரு சந்துக்குள் குமாருடன் அவன் நுழைந்தான். சந்து பல சந்துகளையும் பல உட்சந்துகளையும் கொண்டிருந்தது. அந்த உட்சந்துகள் பல பெரிய சந்துகளுக்குச் செல்வதாகவும் தோற்றம் கொடுத்துக் கொண்டிருந்தன. அதிக வித்தியாசமில் லாத சந்துகள் வழியைக் குழப்பக்கூடியதாக இருந்தன. ஆள் அரவமற்ற கட்டிடங்கள் மட்டுமே இருந்த சந்துகளில் பாதை எங்கு செல்லும் என்று தெரியாத நிலையில் இருவரும் நடந்துகொண்டிருந்தனர். அவன் வேகமாக நடக்க ஆரம்பித் தால் அவனுடன் நடக்க இயலாமல், தான் ஆயாசம் கொள்ளக்கூடும் என்று குமாருக்குத் தோன்றியது. சந்துகள் பின்னிப் பின்னி ஒரே இடத்திற்கு மீண்டும் மீண்டும் வந்து கொண்டிருக்கிறோமோ எனத் தோன்றவைத்தது. ஆவேசம் வரும் தருணம்வரை இவ்வாறு அவன் நடந்துகொண்டே யிருப்பானோ என்று குமாருக்குத் தோன்றியது. ஆவேசம் வந்தபின் தன்னைத் தாக்க ஆரம்பிப்பான் என்றும் தோன்றி யது. திடீர்த் தாக்குதல் இருக்கக்கூடும் என்பதால் எந்நேரமும் அதைச் சந்திப்பதற்கான ஆயத்தத்தில் இருக்க வேண்டும் என்றும், எதிர்த்தாக்குதல் வலுவாக இருக்க வேண்டும் என்றும் நினைத்துக்கொண்டான். அவன் வாயைத் திறக்கக் கூடும்; தாக்கக்கூடும் என்ற எதிர்பார்ப்பில் எந்நேரமும் விழிப்பில் இருப்பது மிகுந்த சிரமத்தைத் தருவதாகவும் இருந்தது. இவ்வாறு விழிப்பைப் பேணுவதில் சிரமம் ஏற்பட்டு விழிப்பைத் தவறவிடும் சந்தர்ப்பத்தில் தாக்குதல் நிகழ்ந்து விடுமோ என்றும் தோன்றியது. விழிப்பைத் தவறவிடும் சந்தர்ப்பத்தை மிகக் கவனமாக எதிர்நோக்கியே இவ்விதம்

ஒன்றும் செய்யாமல் நடந்து வருகிறானோ என்றும் தோன்றியது. திடீரென குமாருக்கு வேறு விதமாகவும் தோன்றியது. தாக்கப்படுவோம் என்ற நினைப்பில் முன் பாதுகாப்பாகத் தான் அவனைத் தாக்கும் சந்தர்ப்பத்தை அவன் எதிர்பார்த்துக் கொண்டிருக்கிறானோ என்று தோன்றியது. அத்தகைய ஒரு சந்தர்ப்பத்தில் முதல் தாக்குதலுக்குரிய பதில் தாக்குதல் என்ற நியாயத்தில் வலுவான தாக்குதல் நடத்தி தன்னை நொறுக்கிவிடுவானோ என்றும் தோன்றியது. அத்தகைய வலுவை மறைத்து அவன் நடந்துகொண்டிருக்கிறானோ என்ற சந்தேகமும் தோன்றியது. அவன் தன்னைக் காட்டிலும் வலுவானவனாக இருப்பானோ என்ற சந்தேகம் குமாரின் மனதில் தோன்றியவுடன், பயம் படர ஆரம்பித்தது. உடல் ரீதியான மோதல் தனக்குப் பழக்கமில்லை – எதிராளிக்கும் பழக்கமிருக்காது – என்ற போதிலும் எதிராளிக்குத் தன்னைக் காட்டிலும் உடல்வலு இருந்த போதிலும் தனது தைரியம் அவனை நிலைகுலைய வைத்துவிடும் என்று நினைத்துக் கொண்டான். எதுவும் நடக்காமல் இவ்விதம் சிந்தித்துக் கொண்டேயிருப்பதில் ஆயாசம் ஏற்பட்டது. தன் மனம் இவ்விதம் இடையறாது விழிப்புடன் சிந்தித்து ஆயாசம் அடைய வேண்டும் என்பதற்காகவே அவன் தன்னை அழைத்துச் செல்கிறானோ என்ற சந்தேகமும் ஏற்பட்டது, திடீரென பழைய வீதிக்கே வந்துவிட்டதை உணர்ந்தான். எப்படி வந்தோம் என்று தெரியாத நிலையில், ஒரு சந்து அவர்களைப் பழைய வீதிக்கே கொண்டு வந்து சேர்த்திருந்தது. வீதியில் வாகனங்களின், மனிதர்களின், ஒலிபெருக்கிகளின் இரைச்சல். வீதி முன்னைக் காட்டிலும் அசுத்தமாக இருந்தது. மனிதர்களின் நடமாட்டம் பெருகிக் கொண்டேயிருந்தது. திடீரென தங்கியிருந்த விடுதி தென்பட்டது. அருகில் பார்த்த போது, வந்துகொண்டிருந்த அவளின் கணவனைக் காணோம். சுற்றி நன்றாகப் பார்த்தபோதும் அவனைக் காணவில்லை. பெருகிக்கொண்டிருக்கும் மனிதக் கூட்டத்தோடு அவன் கலந்திருப்பான் என்று தோன்றியது. கூட்டம் மேலும் பெருகிக் கொண்டேயிருந்தது. குமாருக்குக் கால்கள் சோர்ந்து உடல் வியர்த்திருந்தது. அறையை அடைந்து கதவைத் தட்டினான்.

கதவு திறந்தது. அவள் நின்றுகொண்டிருந்தாள். ஜன்னலை மறைத்துத் தொங்கிக் கொண்டிருந்த திரை வெறுமனே ஆடிக்கொண்டிருந்தது.

மீட்சி 33, செப்டம்பர் 1990

✶

பிம்பங்கள்

சூரியன் மங்கிக்கொண்டிருந்த நேரம். கரு மேகங்கள் நகர்ந்துகொண்டிருந்தன. ஒரு பெரிய, வயதான மரத்தின் கீழ் சந்திராஜித் நின்றுகொண் டிருந்தான். ஆளரவமற்ற இடத்தில் தனியனாய் நின்றுகொண்டிருப்பது வீசும் காற்றையும் நகரும் கருமேகங்களையும் அவன் இயக்குவது போல் ஒரு தோற்றத்தைத் தந்தது. ஆனால் கூர்ந்து பார்த்தால் அவன் சிகரெட் புகைத்துக்கொண்டிருப்பது தெரியவரும். உண்மையில் அவன் ஒரு மசாலாப் படத்தைப் பார்த்துவிட்டு இந்தப் பக்கம் வரும் போது காற்று பலமாக அடித்துக்கொண்டிருக் கவே இந்த இடத்தில் சற்று இளைப்பாறும் பொருட்டு நின்றுகொண்டிருந்தான். மசாலாப் பட ஆட்டக்காரியின் நினைவில் மனம் பாய்ந்து கொண்டிருக்கும்போது ஏனோ அவனுக்குக் காவி யுடை நினைவுக்கு வந்தது.

சந்திராஜித் காவி வஸ்திரங்களை அணிந் திருந்தான். நாசி கூர்மையாகவும் கண்கள் ஒளி மிகுந்தும் தோன்றின. காவி வஸ்திரங்களை அணிந்திருக்காவிட்டால் அக்கூர்மையும் ஒளியும் தோன்றியிருக்குமா என்று தெரியவில்லை. கீழே வேஷ்டியும், வெற்றுடம்பு மேலே வஸ்திரத்தையும்

போர்த்தியவாறு காட்சியளித்தான். வஸ்திரங்களின் புத்தம்புது நிறம் அவனுக்குப் பிரமையை ஏற்படுத்தியிருந்தது. பார்க்கும் மானுடர்கள் அவனது தேஜஸ் ஈர்க்கும் விதத்தில் இருப்பதாக நினைத்துக்கொண்டனர். இவ்வாறாக அவன் சாலையில் நடந்து வந்துகொண்டிருந்தான்.

பங்களாக்களாக இருந்த பகுதியில் வீதிகளின் வழியே சென்றுகொண்டிருந்தான். ஒரு பங்களா அருகே நின்று கூர்ந்து பார்த்தான். கூர்க்காவோ நாயோ இருப்பதாகத் தெரிய வில்லை. கேட்டைத் திறந்து உள்ளே நுழைந்தான். ஈஸிசேரில் சாய்ந்திருந்த ஒரு பெரியவர் சந்திராஜித்தைக் கண்டு அருகில் வந்தார். பெரியவரிடம், தான் ரிஷிகேஷில் இருந்து வந்திருப்ப தாகக் கூறினான். இந்த வீதியின் வழியே சென்று கொண்டிருக் கும்போது, இந்த வீட்டிலிருக்கும் ஏதோ தெய்வசக்தி தன்னை அழைத்ததாகவும், தன்னையறியாமல் தன் கால்கள் திரும்பி இந்த வீட்டிற்கு வந்துவிட்டதாகவும் கூறினான். உடனே பெரியவர் ஆறு வயதில் இறந்து போன தன் பேத்தியைத் தெய்வமாக வழிபடுவதாகவும், பூஜை அறையில் உள்ள தெய்வப்படங்களோடு அவள் படமும் இருப்பதாகவும் கூறி னார். கால்கள் தன்னையறியாது திரும்பி இந்த வீட்டிற்கு வந்ததற்குக் காரணம் இதுவாகத்தானிருக்க வேண்டும் என்றும், அந்தச் சிறுமி பார்வதி அல்லது லக்ஷ்மியின் அம்சங்கள் உள்ளவளாக இருந்திருக்க வேண்டும் என்று தோன்றுவதாக வும் அவன் கூறினான். உடனே பெரியவர் அவனை நமஸ் கரித்தார்.

உள்ளே சோபாவில் சந்திராஜித் அமர்ந்திருக்க, குடும் பத்திலுள்ளவர்கள் அனைவரும் நின்றுகொண்டிருந்தனர். அவன் பெரியவரை மட்டும் அமரச் சொன்னான். அவர் அடக்கத்துடன் சோபாவில் உட்காராமல் தரையில் அமர்ந் தார். பெரியவர் பூஜை அறைக்குச் செல்லலாம் என்று கூற அவன் ஒரு டம்ளர் பால் கேட்டான். பால் வரும் வரை பெரியவரும், குடும்பத்தினரும் இறந்துபோன சிறுமியின் விசேஷ அம்சங்களைக் கூறிக்கொண்டிருந்தனர். பால் வந்ததும் அதை அருந்தி விட்டு எழுந்தான். அனைவரும் பூஜை அறைக்குள் சென்றனர். பூஜை அறையில் தெய்வப் படங்களு டன் ஒரு சிறுமியின் படம் நெற்றியில் குங்குமம் அப்பியிருந்த படி காட்சியளித்தது. சந்திராஜித் கண்களை மூடி அமர்ந்தான். அமைதி நிலவியது. அவன் கண்களிலிருந்து நீர் வழிந்தது. குடும்பத்தினர் அனைவரும் விவரிக்க இயலாத ஒரு பரவச நிலையிலிருந்தனர். அவன் கண்களைத் திறந்தான். கண்கள் கலங்கியிருந்தன. இறந்துபோன சிறுமி பார்வதியின் அம்சங்

கள் உள்ளவள் என்றும், தெய்வாம்சம் பிறவியிலேயே உள்ள வர்கள் நீண்டகாலம் இக்கலிகாலத்தில் வாழ இயலாது என்றும், அவ்விதம் வாழ்ந்தால் அவளின் ருத்ரத்தை அவள் குடும்பத்தினரோ அல்லது இந்தப் பூவுலகமோ தாங்க இய லாது என்றும், அவள் நற்கதியை அடைந்து பார்வதியுடன் ஐக்கியமாகிவிட்டாள் என்றும் அவன் கூறினான் குடும்பத் தினர் நெகிழ்ந்து நின்றனர். அவன் கற்பூரத்தைக் கொளுத்தி தீப ஆராதனை செய்து அனைவருக்கும் காட்டினான்.

பூஜை அறையிலிருந்து வந்து சோபாவில் அமர்ந்ததும் ரிஷிகேஷ் பற்றியும் தனது பிரயாணத்தின் போது கண்ட காட்சிகள் மற்றும் தனது அற்புதங்கள் பற்றியும் கூறலானான். முக்கியமாக, தன்னிடம் வந்த இரண்டு திருடர்களை வசப் படுத்தி நல்வழிக்குத் திருப்பிய சம்பவத்தை விவரித்துக் கூறி னான். பெரியவர், அவனைச் சிரம பரிகாரம் செய்துவிட்டுச் செல்ல வேண்டும் என்று கூறினார். அவன் அரை மனதுடன் ஒப்புக்கொண்டான். அவனுக்கு ருசிகரமான விருந்து படைக் கப்பட்டது.

உணவிற்குப்பின் தாம்பூலம் தரித்துக்கொண்டிருந்தபோது தான் மீண்டும் ரிஷிகேஷ் செல்ல உத்தேசித்திருப்பதாக அவன் கூறிக்கொண்டிருந்தான். பெரியவர், பேஷாகச் சென்று வரலாமே என்று கூறினார்.

பெரியவரின் காரில் பஸ்நிலையம் நோக்கிச் செல்லும் போது சந்திராஜித், சுவர்களில் ஒட்டப்பட்டிருந்த வால்போஸ் டர்களைப் பார்த்துக்கொண்டே வந்தான்.

ஜீன்ஸ் பேண்ட், டீ சர்ட்டு, கூலிங்கிளாஸ், சிகரெட் சகிதம் சந்திராஜித் கேட்டைத் திறந்து புல்வெளியில் அமர்ந் திருந்த பெண்மணியிடம் அந்த வீடு டோர் நெ. 27 தானே என்று கேட்டான். அவள் அதை ஆமோதிக்க, மிஸ் மேனகா இருக்கிறார்களா என்று கேட்டான். அந்தப் பெயரில் இங்கு யாருமில்லையே என்று அவள் கூறினாள். கண்டிப்பாக இருக்க வேண்டும் என்றும், அந்த ரசிகை தனக்கு எழுதிய கடிதத்தில் தெளிவாக விலாசத்தைக் குறிப்பிட்டிருப்பதாகவும் அவன் தெரிவித்தான். ரசிகையா? அப்படி என்றால் நீங்கள் என்ன செய்து கொண்டிருக்கிறீர்கள் என்று அந்தப் பெண் மணி கேட்டாள். அவன் தான் ஒரு சினிமா நடிகன் என்றும் அந்த ரசிகை தனக்கு எழுதிய கடிதத்தில் டோர் நெ. 27, சாரதிநகர் என்று குறிப்பிட்டிருந்ததாகவும் தெரிவித்தான். அந்தப் பெண்மணி, இது டோர் நெ. 27 பாலாஜிநகர் என்றும் இதற்கு அடுத்தாற்போல் சாரதிநகர் இருப்பதாகவும் தெரிவித்

தாள். மேலும், உங்கள் பெயரென்ன என்றும் எந்தப் படத்தில் நடித்திருக்கிறீர்கள் என்றும் அந்தப் பெண்மணி கேட்டாள். இரண்டு கன்னடப் படங்களில் நடித்து இரண்டும் சூப்பர் ஹிட் என்றும், தற்போது சங்கரசுப்பு ஸார் படத்திலும் நந்தகோபாலன் ஸார் படத்திலும் கதாநாயகனாக நடிக்க ஒப்பந்தம் ஆகியிருப்பதாகவும், தனது பெயர் சந்திரசூடன் என்றும் கூறினான். அவள், வெளியே நிற்கிறீர்களே உள்ளே வாருங்கள் என்று அழைத்துச் சென்று புல்வெளியில் உள்ள சேரில் அவனை உட்கார வைத்துவிட்டுத் தனது கணவனை அழைத்து வருவதாகச் சொல்லி வீட்டினுள் சென்றாள்.

சற்று நேரத்தில் கணவனும், மனைவியுமாக வந்தனர். அவள் கணவர் மிக்க மகிழ்ச்சியுடன், மிஸ்டர் சந்திரசூடன் என்று அவன் கையைக் குலுக்கினார். மூவரும் அமர்ந்தனர். கணவர் கன்னடப் படங்கள் பற்றித் தனக்குத் தெரியா தென்றும் ஆனால் சந்திரசூடன் முகத்தைத் தமிழ்ப்படங் களில் பார்த்த ஞாபகம் இருக்கிறதென்றும் தெரிவித்தார். உடனே, அவன், அவரின் ஞாபகம் சரிதானென்றும் கன்னடப் படங்களில் கதாநாயகனாக நடிப்பதற்கு முன் சில தமிழ்ப் படங்களில் சண்டைக் காட்சிகளில் ஸ்டண்ட் நடிகராகத் தோன்றியிருப்பதாகவும் கூறினான். தற்போது பெரிய நடிக ராகிவிட்டாலும், தன்னைப் போன்ற மனிதர்களிடம் மறைக் காது சிறு வேடங்களில் நடித்ததைக் கூறியது, அவனது பெருந்தன்மையைக் காட்டுவதாக அவள் கணவர் நெகிழ்ச்சி யுடன் கூறினார். பிறகு அந்தத் தமிழ்ப்படங்களின் பெயர் களைத் தெரிவிக்குமாறு கூறினார். ‘சூரியனைத் தொடாத கடல்’, ‘தீச்சட்டி கோவிந்தன்’, ‘பாதாளக்குகை’ ஆகிய படங்களில் சண்டைக் காட்சிகளில் தோன்றியிருப்பதாகவும், இன்னும் சில படங்களின் பெயர்கள் நினைவில் இல்லை என்றும் கூறினான். நிறைய தமிழ்ப்படங்கள் வருவதால் பெயர்கள் நினைவில் இருப்பதில்லை என்றும், சந்திரசூடன் சண்டைக் காட்சிகளில் தோன்றிய, தற்போது அவன் நினை வில் இல்லாத சினிமாப்படங்களில் ஒருவேளை அவனைப் பார்த்திருக்கலாம் என்றும் அவள் கணவர் கூறினார்.

அந்தப் பெண்மணி எழுந்து உள்ளே சென்றாள். அவள் கணவர் சங்கரசுப்புவின் படத்தில் ஒப்பந்தமாகியிருப்பது பற்றி விசாரித்தார். அந்தப் படத்திற்கு இன்னும் கதாநாயகி முடிவாகவில்லை என்றும், அநேகமாக புதுமுகமாக இருக் கலாம் என்றும், சங்கரசுப்பு ஸார் படம் என்பதால், பூஜை போட்ட அன்றே அனைத்து ஏரியாக்களும் விற்றுவிட்ட தாகவும் கூறினான். நந்தகோபாலன் ஸார் படத்திலும்

கதாநாயகி, புதுமுகந்தான் என்றும், தேர்ந்தெடுத்துவிட்டார்கள் என்றும், ஸ்வீடிஷ் தகப்பனுக்கும் இந்தியத் தாய்க்கும் பிறந்த பெண் என்றும், இத்தகைய அழகியைத் தமிழ் உலகம் கண்டிருக்காது என்றும், இப்படம் வெளிவந்தபின் தற்போது முன்னணியிலிருக்கும் கதாநாயகிகள் அனைவரும் பாதிக்கப் படுவார்கள் என்றும், இத்தகைய அழகியுடன் தான் நடிப் பதால் எவ்வளவு நன்றாகச் செய்தாலும் தனது பெயர் அமுங்கிவிடும் என்றும், சங்கரசுப்பு ஸார் படத்தில்தான் தனக்கு பெரியப் 'பிரேக்' கிடைக்கும் என்று எதிர்பார்த் திருப்பதாகவும், இவற்றையெல்லாம் நட்பிற்காக வெளிப்படை யாகக் கூறுவதாகவும் வெளியே கூற வேண்டாம் என்றும் அவன் கேட்டுக்கொண்டான். தன்னை நண்பனாகக் கருதிச் சொல்லும் இந்த விஷயங்களைச் சொல்வதற்கு எவ்வாறு தனக்கு மனம் வரும் என்று அவள் கணவர் கூறினார். சங்கரசுப்பு ஸார் பட ஷூட்டிங் இன்னும் ஆரம்பமாகவில்லை என்றும், நந்தகோபாலன் ஸார் படத்திற்கு ஒரு டூயட் காட்சியும் டான்ஸ் காட்சியும் படமாகியிருப்பதாகவும் அவன் தெரிவித்தான். அவள் கணவர் அந்தக் காட்சிகள் பற்றி விசாரிக்க அவன், டூயட் காட்சி, எகிப்தின் பிரமிடு களுக்கிடையே நடைபெறும் கனவுக்காட்சி என்றும், அந்தப் பேரழகி கூட காதல் காட்சியில் நடிப்பதற்குத் தனக்கு நடுக்கம் ஏற்பட்டு வியர்த்து வழிந்ததாகவும் குறிப்பிட்டான். டான்ஸ் காட்சியில் யாருடன் நடிக்க வேண்டியிருந்தது தெரியுமா என்று அவன் அவரைக் கேட்டான். அவர் ஆர்வத்துடன் 'பிருந்தாவா?' என்றார். அவன், அவளேதான் என்றும் அவளைப்போன்ற உடலும், பாஸ்ட் மூவ்மெண்ட்டும் உள்ள ஒரு டான்ஸரைப் பார்க்கவே முடியாதென்றும் கூறினான். மேலும், சினிமா உலகம், வசீகரமான உலகம் என்றும், கையில் சொற்ப பணம் இருந்தால் யாரும் படமெடுக் கலாம் என்ற நிலை ஏற்பட்டிருப்பதாகவும், பைனான்ஸ் செய்ய பலர் மடியில் பணத்தைக் கட்டிக்கொண்டு தயாராக இருப்பதாகவும் தெரிவித்தான். அவர் அவனுடைய விலா சத்தைக் கேட்க, தற்போதைய விலாசம் மாறும் நிலையில் இருப்பதாகவும், அவருடைய விலாசம் தற்போது தெரிந்து விட்டதால் அவனே கடிதம் எழுதுவதாகவும், குடும்பத்துடன் ஷூட்டிங் பார்க்க அழைப்பதாகவும் தெரிவித்தான்.

வீட்டிற்குள் சென்றிருந்த அந்தப் பெண்மணி, ஸ்வீட், காரம் குளிர் பானத்தை அவர்கள் எதிரிலிருந்த டீப்பாயில் வைத்துவிட்டு அமர்ந்தாள். அவன் அவற்றை உண்டு குளிர் பானத்தை அருந்தினான். விலாசம் தவறி வந்ததினால் ஏற்பட்டுவிட்ட இந்த நட்பு மிகவும் அதிசயமானது என்று

மூவரும் சிலாகித்துக்கொண்டனர். தற்போது நேரமாகி விட்டதால் ஏற்கெனவே தேடிவந்த விலாசத்திற்குச் செல்ல தற்போது முடியாதென்றும், அவசியம் கடிதம் எழுதுவதாகவும் கூறி அவன் விடைபெற்றுக் கொண்டான்.

வெளியில் நின்றிருந்த பைக்கை உதைத்துக் கிளப்பி, கையை ஆட்டிக்கொண்டு சென்றான், அப்போது கிரிக்கெட் விளையாடிவிட்டுச் சிலர் திரும்பிக்கொண்டிருக்கும் காட்சியை சந்திராஜித் கண்டான்.

கனவு 13, ஜூன் 1990

✶

விரித்த கூந்தல்

இவ்வளவு பெண்கள் விரித்த கூந்தலுடன் இருப்பது அவனுக்குத் திகிலை ஏற்படுத்திக் கொண்டிருந்தது. பெண்கள் விரித்த கூந்தலுடன் உட்கார்ந்திருந்தார்கள்; நின்று கொண்டிருந்தார் கள்; நடந்துகொண்டிருந்தார்கள். பலர் நனைந்த ஆடைகளுடன் இருந்தார்கள். அருவி, பிரம்மாண் டமான தோற்றத்துடன் இருந்தது. சுமார் இரு பதுக்கும் மேற்பட்ட ஆண்கள் நீர்வீழ்ச்சியில், பாறையுடன் தேனடை போல அப்பியிருந்தனர். மிகவும் குறுகிய ஒரு நீர்வீழ்ச்சியில் – ஒரு நபர் மட்டுமே நிற்கலாம் – வரிசையாய்ப் பெண்கள் நின்று தலையையும் உடலையும் நனைத்து வெளி யேறிக்கொண்டிருந்தனர். நிற்கும் ஒவ்வொரு பெண்ணின் தலையிலும் நீர் விழுந்து முகத்திலும் உடலிலும் வழிந்து ஓடிக்கொண்டிருந்தது. வீழும் நீரினூடே தெரியும் முகங்கள் தூய்மையடைந்து மின்னிக்கொண்டிருந்தன. அவன் கண்ணெதிரே பிருஷ்டம் வரை மறைத்த நீண்ட விரித்த கூந்த லுடன் ஒரு பெண் சென்றுகொண்டிருந்தாள். இந்த இடத்திற்கு வந்ததிலிருந்து விரித்த கூந்தல் ஏற்படுத்தும் தொந்தரவுகளை, அவன் தன் நண் பரிடம் அவருக்கு விளங்கியும் விளங்காத வகையி லும் கூறிக்கொண்டுதானிருக்கிறான்.

விரித்த கூந்தலுடன் நான்கு பெண்கள் தங்கள் ஆடவர்களுடன் அவனைக் கடந்து சென்றனர். சாலையோரத்தில் குஷ்டரோகி ஒருவன், காசு விழுந்த தகர டப்பாவை ஆட்டி ஓசையை ஏற்படுத்திக்கொண்டிருந்தான். பாறையில் அமர்ந்திருந்த ஒரு குரங்கு எதையோ நக்கிக்கொண்டிருந்தது. அவன், தன் நண்பரிடம் விரித்த கூந்தல் ஒரு குறியீடு போலத் தன்னைத் துரத்திக்கொண்டிருப்பதாகக் கூறினான். 'எல்லாம் நீங்கள் பாவித்துக் கொள்வதுதான்' என்று நண்பர் கூறினார். 'விரித்த கூந்தல் கோபத்தையும் பிடிவாதத்தையும் காட்டுகிறது' என்றான் அவன். இருவரும் நடந்து ஒரு அடர்த்தியான மர நிழலின் கீழ் இருந்த பாறையில் அமர்ந்தனர்.

நண்பர், அவனிடம் அவளைத் தற்போது அடிக்கடி சந்திப்பதுண்டா என்று கேட்டார். சந்தர்ப்பம் அடிக்கடி கிடைப்பதில்லை என்றும், அபூர்வமாகச் சந்தர்ப்பம் கிடைப்பதாகவும் அவன் பதில் கூறினான். அவளின் மண வாழ்க்கையைப் பற்றி நண்பர் விசாரித்தபோது அவன், 'அவளின் பிடிவாதம் பற்றி உங்களுக்குத் தெரியாது, அது மிகவும் கடினமானது, இந்தப் பாறையைப் போல. தன்னுடைய பிடிவாதத்தால் அவள் தன் மண வாழ்க்கையைச் சிக்கலாக்கிக் கொண்டாள். அவளின் பிடிவாதம் அவள் கணவனைச் சில எல்லைகளுக்குக் கொண்டு சென்றிருக்கவேண்டும், ஆனால் அவ்வாறு நடக்கவில்லை. பிடிவாதம் ஏற்படுத்தும் சினம் அவரிடமிருந்து பல வகைகளில் வெளிப்பட்டு அவள் பிடிவாதம் மேலும் உறுதியாகிறது என்றே தோன்றுகிறது' என்றான். தொடர்ந்து இருவரும் மௌனமாய் அமர்ந்திருந்தனர்.

அவளின் கைவிரல்களும், கால்களும், கழுத்தும், முகத்தின் பக்கவாட்டுத் தோற்றமும் மிகவும் அழகானவை. அவள் மெலிந்திருந்ததினால் அவள் இடுப்பு எலும்பு துருத்திக் கொண்டிருந்ததைக் கண்டு, அதை அவன் ஒரு சந்தர்ப்பத்தில் கூறினான். அந்தச் சந்தர்ப்பத்தின் தொடர்ச்சியான ஒரு நிகழ்வில்தான் அவள் முதன் முதலாக மண வாழ்க்கை பற்றி அறிவதாகக் கூறியிருந்தாள். அன்று இரவில், இன்றுதான் தனக்கு முதன் முதலாக மணமானதாகக் கூறினாள்.

நண்பர், 'விரித்த கூந்தல் உங்களைத் துரத்துவதாக நினைப்பது ஏன்?' என்று கேட்டார். அவன் ஒன்றும் கூறவில்லை. நண்பருக்கு அவ்வப்போது அவன் கூறும் விஷயங்களிலிருந்து ஏதோ ஒரு வகையில் கோர்வைப்படுத்த முடிந்தாலும் பல விஷயங்கள் புரிபடாமல் யூகவெளியில் அழைத்துச் செல்வதாகவே தோன்றியது.

மலைமேல் இருக்கும் ஒரு அருவியைக் காண எண்ணி இருவரும் எழுந்து நடந்தனர். சிகரெட் பற்றவைத்துக் கொண்டனர். சாலைக்குச் சென்று அங்கிருந்து பிரியும் மலைப் பாதையில் செல்லவேண்டும். ரோட்டில் சென்றுகொண்டிருக்கும்போது பாழடைந்த ஒரு தேரின் அருகில் தரையில் அலங்கோலமான ஆடைகளுடன் ஓர் இளவயதுப் பெண் அமர்ந்திருந்தாள். தலையில் கலர் காகிதங்களைப் பூப் போலச் செருகியிருந்தாள். அவனுக்குத் தன் மனதில் அவள் உருவம் ஓர் இடம் பிடிக்க முயல்வதாகத் தோன்றியது. இவன் உதற உதற அவள் உருவம் தடுமாற்றமின்றி சகஜமாக நுழைவதாகத் தோன்றியது. நண்பர் அந்தப் பெண்ணைக் கவனித்திருந்தாரா என்பதும் அவனுக்குத் தெரியவில்லை. அவரிடம் விசாரித்தால் அப்போதுதான் அவர் கவனத்துக்கே வருவதாக இருக்குமோ என்று தோன்றியதால் அவன் மௌனமாகவே நடந்து வந்தான்.

மலைப் பாதையின் இருபுறமும் உயரமான மரங்கள் வினோதமான வடிவங்களில் இருந்தன. சமதளமற்ற பிரதேசங்களில் இஷ்டத்திற்கு அழகாக வளர்ந்திருந்தன. மரங்களினூடே ஒரு பெண் மறைந்திருந்து தோன்றினால் நன்றாக இருக்கும் என்று அவனுக்குத் தோன்றியது. மற்ற ஆண்களின் வாழ்க்கையும் இவ்விதமாகவே இருக்குமோ என்ற சம்சயமும் அவனுக்குத் தோன்றியது. பின்னோக்கிப் பார்க்கையில் இரண்டு பெண்கள் வலை விரித்து, தான் சிக்கிக்கொண்டதை நினைவு கூர்ந்தான். அவள்கூட ஒரு தடவை, 'நீங்கள் என்னிடம் சிக்கிவிட்டீர்கள்' என்று தன்னிச்சையாகக் கூறியிருந்தாள். ஆனால் தற்போதுள்ள மனோரீதியான உறவு இதையெல்லாம் பொருட்படுத்த இயலாத வகையில் வளர்ந்து விட்டது. பால்ய காலத்தில் தன் மனம் தன்னிச்சையாக நாடிய ஒரு பெண்ணுக்கும் தனக்கும் ஸ்தூலமான உறவு ஏதும் நிகழவில்லை என்பதை அவன் இப்போது நினைத்துக் கொண்டான். மரங்களினூடே அப்பெண்ணின் முகம் தெரியுமானால் சந்தோஷமாக இருக்குமென்று அவன் நினைத்துக் கொண்டான். இந்த எண்ணம் தோன்றியவுடன் தேர் அருகில் பார்த்த பெண்ணின் முகம் மரங்களினூடே தோன்றி மறைந்தது.

எதிரே வந்த ஒரு குடும்பத்தினர் அவர்களைக் கடந்து சென்றபோது 'டி.வி. மகாபாரதம்' என்ற வார்த்தைகள் அவன் காதில் விழுந்தன. 'இது டி.வி.யில் மகாபாரதம் திரையிடும் நேரமா?' என்று நண்பரிடம் கேட்டான். நண்பர் வாட்சைப் பார்த்து விட்டு 'ஆமாம்' என்றார். அதைத்

தொடர்ந்து சிந்தனையில் திடீரென்று அவனுக்கு ஒன்று தோன்றியது. அது அவனுக்குப் புதிதாகவும் இந்த இடத்திற்கு வந்ததிலிருந்து இதுவரை தோன்றாத விஷயமாகவும் தோன்றியது. எப்படி தனக்குத் தோன்றாமல் போனது என்று மிகவும் ஆச்சரியமும் அடைந்தான். விரித்த கூந்தல் தொந்தரவு தருவதற்கான காரணம் விளங்கிவிட்டது போலவும் தோன்றியது. திரௌபதியின் விரித்த கூந்தல் நினைவுக்கு வந்ததே இதற்குக் காரணம். ஓர் ஆஸ்திரேலியருக்கோ ஓர் அமெரிக்கருக்கோ விரித்த கூந்தல் இவ்விதமான தாக்கத்தை ஏற்படுத்தாது என்று அவனுக்குத் தோன்றியது.

தற்போது மனம் லேசாகிவிட்டதுபோல் அவனுக்குத் தோன்றியது. உற்சாகத்துடன் ஒரு சிகரெட்டைப் பற்றவைத்துக் கொண்டு நடந்தான். அவனும் நண்பரும் ஏதேதோ அளவளாவிக்கொண்டு அருவியை அடைந்தனர். சுற்றிலும் உயரமான மரங்கள் அமைந்திருந்த ஒரு பெரிய பாறையின் தலையிலிருந்து நீர் வீழ்ந்து பாறைகளினூடே ஓடையாக ஓடிக்கொண்டிருந்தது. ஆண்களும் பெண்களுமாக மூன்று நான்கு குடும்பத்தினர் குளித்துக்கொண்டிருந்தார்கள். பெண்களின் விரித்த கூந்தலைப் பார்த்துக்கொண்டிருந்தான். நண்பர் குளிக்கச் செல்ல, அவன் ஒரு மர நிழலில் உட்கார்ந்திருந்தான். நண்பர் குளித்து முடித்து ஆடையணிந்த சற்று நேரத்தில் பசி எடுக்கவே இருவரும் கீழே இறங்க ஆரம்பித்தனர்.

வழியில் சென்றுகொண்டிருந்த இரண்டு விரித்த கூந்தலை இருவரும் கடந்து சென்றனர். மலைப் பாதை முடிந்து சாலையை அடைந்தனர். சாலையில் சென்று கொண்டிருக்கும் போது, தேருக்கு எதிர்ப்புறம் உள்ள திருமண மண்டபத்திலிருந்து நாதஸ்வர இசை ஒலித்துக்கொண்டிருந்தது. அவன் தேர்ப்பக்கம் பார்வையைச் செலுத்தினான். தேரின் அருகில் ஏற்கெனவே இருந்த இடத்தில் அந்தப் பெண்ணைக் காணோம். நன்றாகப் பார்த்தபோது பெரிய சக்கரங்களுக்கு இடையே தேரின் அடியில் அந்தப் பெண் காய்ந்த மாலையைக் கழுத்தில் அணிந்துகொண்டு, ஒரு காலை மடித்து, மறு காலைக் குத்துக் காலிட்டு மணமகள் போல் அமர்ந்திருந்ததைக் கண்டான். சாலையில் தென்பட்ட பெண்களின் விரித்த கூந்தல் அவனுக்கு இப்போது பயத்தைை ஏற்படுத்தியது.

விருட்சம் 11, ஜனவரி – மார்ச் 1990

✶

பிரம்மாண்டம்

எல்லாமே பிரம்மாண்டமாக இருந்தது. மன எழுச்சியில் பிரம்மாண்டத்தை உள்ளடக்கி இரண்டு நாட்களாகக் கலை நிகழ்த்திக்கொண் டிருக்கிறார்கள், அரங்கில். நான், வெண்புரவி யாய் மாறிய சைக்கிளில் வந்திறங்கினேன். கட்டி டத்தின் பிரம்மாண்டம் என்னை ஈர்த்தது. வாச லில் பளிங்குத் தரையில் நின்றிருந்த வேளை, காற்று உற்சாகத்தைத் தூண்டும்படியாக, பிரம் மாண்ட கட்டிடத்தை எதிர்கொள்ளும் முறையில் வீசியது. காற்றில் குதூகலித்த புல்லாங்குழல் இசையில் என் சிந்தை சென்றது. புல்லாங்குழல் இசை தன் இடத்தை நோக்கி என்னை இழுத்துச் சென்றது. மாடிப்படிகளின் வழியே நான் ஓடி னேன். இசையின் இடத்தை நெருங்கிவிட்டேன். அறை வாசலில் நிதானித்து உள்ளே பார்த்தேன். இருள்வெளியைத் தன் இயற்கையாகக் கொண் டிருந்தவன், ஆற்றலை இசையாக்கிக் கொண்டிருந் தான். இருள்வெளி குதூகலித்துக்கொண்டிருக்க வேண்டும். எதிரே ஒரு பெண். ஆனந்தபைரவி. நான் ஏற்படுத்திய சலனத்தில், திரும்பி, என்னைப் பார்த்தாள். ராகமே அவளென வடிவெடுத்திருந் தாள்; உற்சாக வெளியில் நான். வாசிப்பவனின்

வலப்பக்கத்தில் அவன் பின்னே சென்று அமர்ந்தேன். அவளைப் பார்க்க என்னால் இயலாது என்று தோன்றியது. என் நலன் கருதிய விசித்திர சக்தியொன்று பெரிய நிலைக் கண்ணாடியொன்றை வாசிப்பவனின் இடப்பக்கச் சுவரை யொட்டி வைத்திருந்தது. கண்ணாடியில் அவள். இரண்டு டியூப் லைட்களின் வெளிச்சத்தில் கண்ணாடி மின்னியது. மின்னும் கண்ணாடிக்குள் ராகமென அவள்.

இருளில் வாசிப்பவன், இசையை முடித்து, புல்லாங் குழலை வைத்துவிட்டுக் கைகளினால் தரையைத் தடவி அதைக் காட்டிலும் பெரிய புல்லாங்குழலை எடுத்து வைத்துக் கொண்டான். ராகமென நின்றிருந்தவள் ஒரு பாடலை வாசிக்கச் சொன்னாள். இருள்வெளி மீண்டும் குதூகலித்தது. கானடா. மின்னும் கண்ணாடியில் அவள். கண்ணாடியுள் நான் நுழைந்தேன். எங்கும் அவள் பிம்பமெனக் கண்ணாடி ஜொலித்தது. இசை, அவளின் முழங்கையாக, பின் விரல்களு மாக மாறியது. பாறைகளில் வெண்மையாய் சிதறிக்கொண்டு நதி பாய்ந்து வருகிறது. பசும்புல்வெளி எங்கும் படர்ந்தது. திரும்பும் திசையெங்கும் அவளின் மின்னும் கண்ணாடிப் பிம்பங்கள்.

கண்ணாடியுள்ளே, அவள் என்னைப் பார்த்து விட்டால், நான் அதைத் தாங்க இயலாது நொய்ந்து விடுவேன் என்றும் தோன்றியது. கண்ணாடியின் ஜொலிப்பில் கண்கள் கூசின. அவளின் மின்னும் கண்ணாடிப் பிம்பங்கள் என்னைச் சுற்றிச் சுழன்றன. இசையின் ஒரு கட்டத்தில் அவள் கண்களை மூடினாள். அவள் சிந்தையெங்கும் இசையே ஆனதான பிரகாசத்தை முகம் கொண்டது. மேகமண்டலம், பனிமலை, எங்கு நோக்கினும் பனி படர்ந்த குன்றுகள். சன்னிதியின் முன் தோன்றுவது, அந்த பாவம். ஆஹா ஆஹா என்று கோஷமிட்டு தேவராட்டம் ஆடினர், மனிதர்கள். திரைவிலக சூத்ரதாரி கூத்தனாய் ஆடினான். அரங்கில் கேட்ட பாகேஸ்வரி இப்பாட்டிற்குள் ஊடுருவியது. கண்களைத் திறந்தாள். கண்கள் ஒளிர்ந்தன. பரவசத்தில் முகம் வசீகரம் கூடிப் பிரகாசித்தது. பறைகள் முழங்கின.

மனிதர்கள் வினோத ஆடைகளுடன் ஒரு சேர ஒழுங்காக ஆடிக்கொண்டே பாடினர். மீண்டும் கண்ணாடிக்குள் நான். அவள் முகம். அவள் வடிவம். அவள் முழங்கை. அவள் விரல்கள். கண்ணாடியின் ஜொலிப்பு. ஆனந்த பைரவியும் அவளே; கானடாவும் அவளே; பாகேஸ்வரியும் அவளே. புலம்பாதே மனமே. அதீத கற்பனை வயப்படாதே. நான் கற்பனை வயப்படுவேன். குதூகலிப்பேன். இது போன்ற

சந்தர்ப்பங்கள் எனக்கு அரிது. சிறு குருவியெனக் காற்றைக் கிழிப்பேன். கிளைகளில் அமருவேன். மரம் விட்டு மரம் பறப்பேன். ஸாக்ஸபோனின் கல்யாணவசந்தமாகக் காற்றில் படர்வேன். இருளில் வாசிப்பவன், வாசிப்பை நிறுத்தினான்.

அவள் கூட வந்திருந்த மனிதர், கிளம்புவதற்கு சமிக்ஞை காட்டினார். இருளில் வாசிப்பவனையும் சாப்பிடக் கூப்பிட ஆட்கள் வந்தனர். இக்குழப்பத்தில் அவள், அவனிடம் சொல்லிக்கொண்டு விடைபெற்றாள். மாயம் போல மறைந் தாள். கண்ணாடி வெறுமையாய் மின்னியது. சாப்பிடக் கூப்பிட வந்தவர்களைப் பொருட்படுத்தாது அவன் தேஷை வாசிக்க ஆரம்பித்தான். நிர்ப்பந்தத்தால் நிறுத்தி விட்டுப் புல்லாங்குழலை உறையில் வைத்துவிட்டு, கழியைத் தேடி னான். நான் அறையை விட்டு வெளியே வந்தேன். பிரம்மாண் டமான கட்டிடம். அதற்கேற்ற காற்று. ஒன்றிரண்டு நண்பர் களே நின்றிருந்தனர். விடைபெற்று என் வெண்புரவியில் ஏறி, முன்னால் சாக்கடை ஓடும் என் வீட்டை நோக்கிச் சென்றுகொண்டிருக்கிறேன். அப்போது பிரம்மாண்டங்களை விழுங்கி இருள்வெளி விகசிக்க ஆரம்பித்தது.

கனவு 11, அக்டோபர் 1989

✶

வெளியேயுள்ள மனிதன்

மழை பெய்துகொண்டிருந்தது. தரையில் மல்லாந்து கிடந்தவனின் மேல் மழை பெய்து கொண்டிருந்தது. மழை துவங்கிய நேரத்தில், இந்தக் கல் கட்டிடத்தருகே வந்துகொண்டிருந்த துரதிர்ஷ்டம் என்னைத் தாக்கியது. மழையை வாங்கிக்கொண்டு மல்லாந்து கிடப்பவன் எழுந்து ஒதுங்குமிடம் தேடி இங்கு வரக்கூடும் என்ற கற்பனை, நடக்க முடியாதென்ற பின்னணியுட னேயே தோன்றியது. என்னுடன் ஒதுங்கியவர்கள் மழையை ஏதேதோ கோணங்களில் பார்த்துக் கொண்டிருந்தனர்.

திடீரென மழைக்குள், சாலையிலிருந்து நுழைந்தவனாகத் தோன்றியவன், இந்த ஒதுங்கு மிடம் நோக்கிப் பாய்ந்து வந்துகொண்டிருந்தான். ஒதுங்கியிருந்தவர்களிடையே இவன் வேக வருகை சலனத்தை ஏற்படுத்தியது. வந்தவன், வளர்த்தி யாக இருந்தான். பல் லேசாக எற்றியிருந்தது. நெற்றியில் வழிந்த நீரைச் சுரண்டினான். ஒதுங்கி யிருந்தவர்களைச் சுற்றிப் பார்த்தான். நீளமான கையை மல்லாந்து கிடப்பவனை நோக்கி நீட்டி என்னவென்று பக்கத்திலிருந்தவரைக் கேட்டான். அவரோ, தனது அக்கறை அதுவல்ல என்றும்

மழை நிற்க வேண்டும் என்பதே தனது அக்கறை என்றும் வேறுவிதமாக வார்த்தைகளை அமைத்துச் சொன்னார். நீயும் மனுஷன்; நானும் மனுஷன்; அவனும் மனுஷன் என்ற பொருளில் வார்த்தைகளை அமைத்து, வளர்ந்தவன் பதில் கூறினான்.

ஒரு குரல் கேட்டுத் திரும்ப, தென்பட்ட ஒருபெரியவர், இறந்து கிடப்பவனின் மேல் மழை பெய்கிறது என்றார். வளர்ந்தவன் மூக்கைச் சிந்தினான். எச்சில் துப்பினான். நிம்மதியற்ற அசைவுகளைக் கொண்டிருந்தான். நான், என் கையையோ காலையோ கொடியில் தொங்கப்போட்டுக் கொண்டிருந்தேன். மழையில் நனையாமல், தாழ்வாரத்தில் சிகரெட் பிடித்துக்கொண்டே, இறந்தவனை இரு கைகளாலும் தன்னந்தனியாகத் தூக்கிக்கொண்டு, மழையில் நனைந்து வந்து தாழ்வாரத்தில் கிடத்திக்கொண்டிருந்தேன்.

வளர்ந்தவன் வாய் திறக்க, வார்த்தைகள், 'யாராவது கூட வந்தா அதைத் தூக்கி இங்க போடலாம்' என்றன. கையையும், காலையும் இதற்காகக் கொடியில் தொங்கப்போட வேண்டியதில்லை என்று 'வாங்க நான் கூட வாரேன்' என்ற வார்த்தைகளைச் சொன்னேன்.

இருவரும் மழையினுள் சென்றோம். மழை முகத்தில் விழுந்தது. ஆடைகளை நனைத்தது. மல்லாந்து கிடப்பவனின் பாதம் என் கண்ணில் பட்டதும் மனம் உதறியது. அருகில் செல்ல இயலாது உடலியக்கம் ஸ்தம்பித்தது. பாதத்தைத் தொடர்ந்து சென்ற பார்வையில் சிதைந்த உடல் தெரிந்தது. வளர்ந்தவன் உடலின் அருகில் சென்று நின்று என்னைப் பார்க்க, நான் 'வியாதிக்காரன் வேண்டாம்' என வார்த்தை களை மழையினூடே செலுத்தினேன். அவன் தூக்க உதவுமாறு சமிக்ஞை காட்ட, நான் பயந்து வேறு ஒதுங்குமிடம் நோக்கி ஓடினேன். வேறு ஒதுங்குமிடத்தில் நின்று திரும்பிப் பார்த் தேன். வளர்ந்தவன், தன்னந்தனியாக, மல்லாந்து கிடந்த வனைத் தூக்கிக்கொண்டு தாழ்வாரத்தை நோக்கிச் சென்று கொண்டிருந்தான்.

நான் என்னைச் சவுக்கால் அடித்தேன். என் கையையோ காலையோ கொடியில் தொங்கப்போட்டேன். மழையின் சத்தம் விசனமாக இருந்தது. இப்புதிய இடத்திலிருந்து, தாழ் வாரம் பார்வையில் படவில்லை. சிதைந்த உடலைத் தூக்கிய வளர்ந்தவன், மீண்டும் மின்னலென மழையினூடே தோன்றி மறைந்தான். மழையில் நின்று நான் முழுவதுமாகக் கரைந்து போய்விடவேண்டுமென்று நினைத்தேன்.

மழையில் நனைந்துகொண்டிருந்த சைக்கிள் குறுகுறுப்பான மகிழ்ச்சியுடன் என்னைப் பார்த்தது. அதன் உடல் சுத்தமாகிக்கொண்டிருந்தது. மழைக்கோடுகளுக்கிடையே தெரிந்த குடை மனிதர்களையும், கடைகளையும், பஸ்களையும் பார்த்துக்கொண்டிருந்தேன். சைக்கிள் மழையில் நனைந்த மகிழ்ச்சியில் இருந்தது.

மழை வேகம் குறைந்து, தூறலாய் மாறி, பின் நின்றது. சைக்கிளருகே சென்றேன். சைக்கிள் என்னைப் பார்த்துச் சிரித்தது. ஸீட்டைக் கர்ச்சிப்பினால் துடைத்துவிட்டு, சைக்கிளைத் தள்ளிக்கொண்டு செல்லும்போது தாழ்வாரத்தைப் பார்த்தேன்.

சாலைக்குச் சென்றதும் சைக்கிளில் ஏறி மிதித்தேன். குஷியில் சைக்கிள் ஓடியது. கால் மிதிக்க, சக்கரம் சுழல, சைக்கிளின் ஒரு பாகமாய் மாறினேன். சைக்கிள் என்னை இழுத்துச் சென்றது. குளிர்ந்த காற்று முகத்தில் அடித்து சைக்கிளின் பாகமாய் ஆனவனை மூச்சுவிட வைத்தது. லாகவமாய் நெளிவு சுளிவுகளைக் கடந்து சென்றது சைக்கிள். திடீரென ஒன்றும் புரியாத ஒரு கணத்தைக் கடந்து பிரக்ஞை ஏற்பட, நான் சேற்றில் இருந்தேன். சட்டை கிழிந்து தொங்கிக் கொண்டிருந்தது. தலைமுடி கலைந்திருந்தது. ஹேண்ட்பார் வளைந்து சைக்கிள் பெருமூச்சு விட்டுக் கொண்டிருந்தது. எழுந்து நின்றபோது, உடம்பிலிருந்தும், ஆடைகளிலிருந்தும் சேற்று நீர் வழிந்தது. இத்தோற்றத்தில் எனக்கு நானே குறியீடெனப் பயந்தேன். அகத்தில் இத்தோற்றம் பதிந்தது. மெதுவாக நடந்து, சைக்கிளைத் தூக்கியபோது முழங்கையில் ஏற்பட்ட வலி, சிராய்ப்பில் ஏற்பட்டதென நான் அறியும்படியாக ரத்தம் வழிந்தது. சாலையில் மனித நடமாட்டம் இல்லை. வளர்ந்தவனின் உருவம் மூளைக்குள் ஊடுருவியது.

மீட்சி 31, ஜூலை 1989

★

பயணம்

இப்போது நினைத்துப் பார்க்கையில், அவளைத் தவிர, அவள் கூட வந்த தோழியும், சாலையின் மற்ற இயக்கங்களும் கண்ணுக்குத் தெரியாதிருந்த நிலை புலப்பட்டது. அவள்தான் கண்ணுக்குத் தெரிந்திருந்தாள். நான் கறுப்பு முகமூடி அணிந்திருந்தேன். டிரைவர் முகம் தெரிய வில்லை. ஏற்கெனவே திட்டமிட்டிருந்தபடி, கார் அவளருகில் நின்றதும், நான் இறங்கி அவளைத் தொட்டு இழுத்து, போராடி, சற்று நேரத்திலேயே காருக்குள் இழுத்துக்கொண்டேன். கார் சீறிக் கொண்டு கிளம்பியது. பின்னால் கூக்குரல் கேட் டது. நான் அவள் கைகளிரண்டையும் திமிறாமல் இறுகப் பற்றியிருந்தேன். என்னருகில் அவள். அவளை ஸ்பரிசித்த, ஸ்பரிசித்துக்கொண்டிருந்த உணர்வு என்னைத் தாக்கிக்கொண்டிருந்தது. அவள் கலவரத்தில் மலையாளத்தில் கத்திக் கொண்டிருந்தாள். எனக்கு மலையாளம் தெரியா ததால், அவள் பேசியவை அனைத்தையும் தமிழி லேயே நினைவுகூரமுடிகிறது.

கார், ஆள் நடமாட்டமற்ற நல்ல சாலையில் பறந்துகொண்டிருந்தது. நான் அவளைப் பிடித் திருந்த பிடியை விட்டு, முகமூடியைக் கழற்றி

னேன். அவள் என்னைப் பார்த்து, 'எங்கே என்னைக் கொண்டு போறீங்க?' என்று கேட்டாள். அவள் கலவரம் தற்போது மட்டுப்பட்டிருந்தது. அந்த இடத்தைப் பற்றிய கற்பனை எனக்கு இருந்ததைத் தவிர, அது என்ன இடம் என்று எனக்கும் தெரியாது. எனவே 'அது ஒரு இடம்' என்பதைத்தான் பதிலாகக் கூற முடிந்தது.

அவள் அழகின் வசீகரம் விவரிக்க இயலாதது. என்னுள் ஊடுருவி அதிர்வுகளைத் தன்னிச்சையாக உருவாக்குவது. உண்மையை ஒளிக்காமல் சொல்கிறேன். அவள் என்னருகில் இருப்பது விவரிக்க இயலாத சுக உணர்வுகளை எழுப்பியது. 'என்னை ஏன் கொண்டு வந்தீங்க' என்று அவள் கேட்டாள். இக்கேள்விக்குப் பதில் சொல்வது சிக்கலான காரியமாக இருந்தது. எனினும், நான் உணர்ந்ததைச் சொல்லவும் செய் தேன். இதற்கான பதிலைத் தெளிவாகக் கூற முடியாதென்றும், எனக்கே சரிவரத் தெளிவில்லை என்றும் கூறினேன். பிறகு, அவள் அழகின் வசீகரம், மனதில் அலைக்கழிப்பு இவை இரண்டும் ஆதாரமான காரணங்கள் என்றேன். அவள் என்னைப் பார்த்தாள். அவள் அழகின் வசீகரம் ருசிகரமாக இருந்தது. இந்த நேரத்தில் என்னை ஓர் அல்பன் என்று உணர்ந்தேன்.

சாலை நன்றாகயிருந்ததால், காரில் செல்வது சுகமாக இருந்தது. டிரைவரின் முகம் இன்னமும் எனக்குத் தெரிய வில்லை. அவன் திரும்பிப் பார்த்து விடுவானோ என்றும் தோன்றியது. அவன் முகம் ஒருவேளை குரூரமாக இருந்து, அவன் திரும்பிப் பார்த்து அதனால் என் மனோநிலை சிதைந்து விடுமோ என்றும் பயமாக இருந்தது.

'என்னை என்ன பண்ணப் போறீங்க?' என்றாள், அவள். அவளருகில் நான் இருப்பது எனக்குப் பிடித்திருப்பதாகவும், என்ன செய்வது என்பது பற்றி முடிவு எதுவும் தற்போது என்னிடத்தில் இல்லை என்றும், ஆனால் அபாயகரமாக ஒன்றும் பண்ணப் போவதில்லை என்றும் கூறினேன். அவள், குழப்பத்துடன் என்னைப் பார்த்து விட்டு, 'நீங்கள் ஒரு முட்டாள்' என்றாள். பிறகு ஜன்னல் வழியாக வெளியே பார்க்க ஆரம்பித்தாள். மரங்களைத் தவிர, வெளியில் எதுவும் தெரியவில்லை.

கார், நான் தேர்ந்தெடுத்த இடத்தில் நின்றது. அருமை யான சோலை. நிழல்தரும் பெரிய மரங்களும், கண்ணைப் பறிக்கும் வண்ண மலர்களுடன் சிறுசிறு செடிகளும், கொடி களும் – மல்லிகையும், பிச்சிப்பூவும்கூட இருந்தன – சிற்றோ

டையும், கொஞ்சும் பறவைகளுமாக, அருமையான இடம். காரிலிருந்து இறங்கியிருந்த அவள், இந்த இடத்தைப் பார்த்ததும் குதூகலம் அடைந்தாள். 'அய்யோ, எவ்வளவு நல்ல இடம்' என்று தன்னிச்சையாகக் கூறியபடி ஓடையில் ஓடும் தண்ணீரில் சேலையை மிகக் கொஞ்சமாகத் தூக்கிக் காலை நனைத்தாள். கால் பளீரிட்டது. நான், என் வாழ்க்கையில் ஒரு சௌந்தர்யமான கட்டத்தில் இருப்பதாகத் தோன்றியது. ஓடும் நீரின் ஸ்படிகத் தன்மையையும் அடியில் தெளிவாகத் தெரியும் கூழாங்கற்களையும் காட்டி, வாய்விட்டுக் கூறிச் சந்தோஷப்பட்டாள். நீர், அப்படி ஒரு தெளிவு. ஓடாமல் தேங்கியிருந்தால் முகம் பார்க்கலாம். மரங்களில் இருந்த பறவைகளில் இரண்டு கிளிகளைப் பார்த்து என்னிடம் சுட்டிக் காட்டினாள். மலர்களுக்கருகில் சென்று அவைகளைப் பார்த்துக் களித்தாள். சில மலர்களைப் பறித்துத் தலையில் சூடிக்கொண்டாள். மலர் சூடிக்கொண்ட நிலையில் அவள் வடிவம் அழகாகயிருந்தது.

'இந்த இடம் எப்படி உங்களுக்குத் தெரியும்?' என்று அவள் அதிசயித்தாள். நான், இதுதான் சாக்கு என்று அவளைத் தொட்டு, இன்னொரு மரத்தில் இருந்த கிளியைக் காட்டினேன். அவள், நான் தொட்டதைப் பொருட்படுத்தாமல் கிளியைக் கவனித்தாள். நான் அவளிடம், அவளுடைய இந்த மனோநிலையை எனக்குச் சாதகமாக ஆக்கிக் கொள்ளத் தோன்றுகிறது என்றும், எனக்கு அவள் கையுடன் கைகோர்த்துச் செல்ல வேண்டும் என்று தோன்றுவதாகவும் கூறினேன். 'முட்டாளே, இதையெல்லாம் சொல்லிச் செய்யக் கூடாது' என்றாள் அவள். திட்டமிட்டதை, தன்னிச்சையாக நடப்பதாக நினைத்து நானோ, மற்றவர்களோ ஏமாறுவது உண்மையை மறைக்கும் செயல்தானே என்றேன். 'நீங்கள் இப்படிப் பேசினால் வாழ்க்கையை இழந்து போவீர்கள்' என்றாள். நான், 'அதுவும் ஒரு வகையில் உண்மைதான்' என்றேன்.

ஓடை நீரைக் காண்பித்து, 'குடிக்கலாமா?' என்றாள். நான் தலையாட்டினேன். அவள் இரண்டு கைகளினாலும் ஏந்திக் குடித்துவிட்டு, 'இனிப்பாக இருக்கிறது' என்றாள். நானும் நீரைக் குடித்துவிட்டு, கைகளினால், நீரை ஏந்தி அவள் மேல் தெளித்தேன். உடனே, அவளும் குனிந்து கைகளில் நீரை எடுத்து என்மீது தெளித்தாள். இந்த ஜல விளையாட்டு விபரீதத்திற்குக் கொண்டு சென்றுவிடும் தன்மை வாய்ந்தது என்று உணர்ந்ததால், மேற்கொண்டு தொடராமல் நிறுத்திக்கொண்டேன். நீரில் நனைந்தும் திவலை

கள் சூரிய ஒளியில் பிரகாசித்திருந்ததுமான நிலையில் அவள் வசீகரம் மேலும் கூடியது. எனக்கு, இந்நிலையில் அவளைக் கட்டிக்கொள்ள வேண்டும் என்று ஆசை உந்தியது. அவள், 'என்ன யோசனை?' என்றாள். நான், என்னை உந்தித்தள்ளும் ஆசை என்னவென்பதைக் கூறினேன். அவள், ஒன்றும் கூறாமல் சுற்றியிருந்த மரம் செடி கொடிகளை வேடிக்கை பார்த்தாள்.

இந்த இடத்தில் ஒரு ஊஞ்சல் அமைக்கப்பட்டிருந்ததை அப்போதுதான் நாங்கள் பார்த்தோம். அவள், உற்சாகத்துடன் ஊஞ்சலில் ஏறி அமர்ந்துகொண்டு ஆடலானாள். நான் சற்றுத் தொலைவில் கையைக் கட்டிக்கொண்டு அவள் ஆடுவதைப் பார்த்துக் கொண்டிருந்தேன். அவள் ஆடுவது, எனக்குத் தலை கிறுகிறுத்தது. ஆட்டவேகம் அதிகரிக்க, போதை ஏறியது போல் என் சிந்தையெங்கும் அவள், ஆட்டத் தோற்றம் பலவாய்ப் பெருகி நிறைந்தது. அவள் ஆட்ட வேகத்தை மிதப்படுத்தி, கால்களினால் ஊஞ்சலை நிறுத்தி இறங்கியபோது தள்ளாடினாள். தள்ளாட்டம் ஏற்படுத்திய சிரிப்புடன், என்னைப் பற்றி நின்று, பிறகு தரையில் அமர்ந் தாள். எனக்கும் சிரிப்பாய் வந்தது. நான் திடீரெனச் சிரிப்பை நிறுத்தினேன். ஆனால், அவள் சிரித்துக்கொண்டே, என்னைப் பார்த்து, 'நான் உங்களிடம் எதுவும் கேட்கவில்லை. நீங்கள் நினைப்பதையும் கூறவேண்டாம். நீங்கள் பேசியே விரயமாகிற ஆள்' என்றாள்.

எனக்கு உண்மையில் ஒரு இக்கட்டான நிலை இப்போது தோன்றியது. அவள் கூறிய வார்த்தைகள் என்னைச் சீண்டி யிருந்தன. இந்த இக்கட்டான நிலையில் நான் எதைத் தேர்வது? 'என்ன அப்படிப் பார்த்துக்கொண்டேயிருக்கிறீர் கள்' என்றாள், அவள். உடனே, நான், அவளுடைய மனோ நிலை என்னவென்பதை என்னால் ஊகிக்க முடியவில்லை யென்றும், அவளது வார்த்தைகளிலிருந்து நான் எவ்வாறு நடக்க வேண்டும் என்பதை முடிவு செய்ய முடியவில்லை யென்றும், அவள் என்னை எடை போடப் பொறிவைத்தி ருக்கிற மாதிரியும், இல்லாத மாதிரியும் தோன்றுகிறது என்றும் கூறினேன். அவள் 'அடக் கடவுளே' என்று உட்கார்ந்த நிலையிலேயே தலையில் கைவைத்துக்கொண்டாள்.

நான் அவளைக் குழப்பிக்கொண்டிருக்கிறேன் என்பதை உணர்ந்தேன். இதிலிருந்து அவளை எப்படி விடுவிப்பது என்றும் எனக்கு வழி புலப்படவில்லை. அவளைக் குழப்ப வேண்டும் என்பது என்னுடைய விருப்பமில்லை என்றும், உளநிலையைச் சித்தரிப்பது சமயங்களில் இப்படித்தான்

சிக்கலில் கொண்டுவந்து விட்டுவிடும் என்றும், எனினும் உண்மை இதனுள்தான் காணக்கிடக்கிறது என்றும் நயமாகக் கூறினேன். அவள் முகம் வெளுத்துப் போனது. எனது நிலை பரிதாபமாக ஆகிக்கொண்டிருப்பதாக எனக்குத் தோன்றியது. நான் மேலும் பேசுவது சரியல்ல என்றும், உடனே கவனத்தை வேறு திசைகளில் திருப்ப வேண்டும் என்றும் தோன்றியது. யோசித்துப் பார்த்ததில், ஓடையும், கிளியும், மலர்களும், ஊஞ்சலும் பழகிப் போய் விட்டதாகவும், கவனத்தைத் திருப்ப புதிதாக எதுவும் இல்லாதது போலவும் தோன்றியது.

அவள், 'வாங்க, கிளம்புவோம்' என்று எழுந்தாள். நானும் அவளைப் பின் தொடர்ந்தேன். நல்லவேளையாக, அப்போது, சற்றுத்தள்ளி என் பார்வையில் ஒரு மான் தெரிந்தது. நான் அவளிடம், 'அதோ மான்' என்றேன். அவள் மானைப் பார்த்து அதனருகில் சென்றாள். நல்ல வேளையாக அது ஓடாமல் நின்றது. அதைத் தடவிக் கொடுத்தாள். எனக்குச் சகுந்தலை ஞாபகம் வந்தது. அவள், 'மான் அழகா இருக்கு' என்றாள். நான் சிரித்துக்கொண்டே தலையாட்டினேன். அவள் கொஞ்ச நேரத்தில் சிரித்துக்கொண்டே, 'போகலாம்' என்றாள். நானும் சிரித்த முகம் மாறாது பின் தொடர்ந்தேன்.

நாங்கள் இருவரும் காரினுள் ஏறிக்கொண்டோம். ஏற்கெனவே அமர்ந்திருந்த டிரைவர், காரைக் கிளப்பினான். 'இந்த இடம் நன்றாக இருந்தது. எவ்வளவு ரம்யமான இடம்' என்றாள். நான் 'தேங்ஸ்' என்றேன். 'நான் இவ்வளவு நேரம் உங்களோடு இருந்ததில் மகிழ்ச்சிதானே?' என்றாள். மகிழ்ச்சிதான் என்றேன். 'உங்களை எனக்குப் பிடித்திருக்கிறது. ஆனால், அதற்கு மேல் நாம் இருவரும் நெருங்கும் சாத்தியமில்லை' என்றாள். நான் மௌனமாக இருந்தேன். அவள் ஒரு இடத்தில் காரை நிறுத்தச் சொல்லி, 'நான் இப்படியே நடந்து போய்க் கொள்கிறேன்' என்று இறங்கினாள். நானும் இறங்கினேன். அவள் சிறிது தூரம் சென்று திரும்பிப் பார்த்து, கையசைத்து விட்டு, மீண்டும் நடந்தாள். நான் மீண்டும் காருக்குள் நுழையத் திரும்பினேன். டிரைவரின் முகம், சட்டென என்னை நோக்கித் திரும்பியது. நான் அதிர்ந்தேன். முகம் அவ்வளவு குரூரமாக இருந்தது.

கொல்லிப்பாவை 20, ஜூன் 1988

★

இருள்

சிவாவின் தொந்தி அருவருப்புத் தரும் படியாக, பெரியதாக இருந்தது. அறையில் உள்ள பொருட்கள் ஒழுங்கற்று, அலங்கோலமாக இறைந்து கிடந்தன. விஸ்கி உள்ள பாட்டிலும், காரநொறுக்குத் தீனி வகைளும் மேஜையில் விழித்துக்கொண்டிருந்தன. அவனுக்கு ஏற்கெனவே இதே சூழ்நிலையில் அனுபவம் கொண்டிருந்த உணர்வு ஏற்பட்டது. இவ்விதம் ஒரு சூழ்நிலையில் ஏற்கெனவே அனுபவம் கொண்டிருக்கிற உணர்வு, அடிக்கடி என்று சொல்லத் தக்க வகையில் அவனுக்கு நேர்கிறது.

ஒன்றும் புரியும்படியாக இல்லை. எது அவனை இங்கு கொண்டுவந்து தள்ளியது என்று தெரியவில்லை. இது கூட தவறாக இருக்கலாம். அவனாகத்தான் வந்திருக்கிறான் என்றே வைத்துக் கொள்ள வேண்டும்.

முன்னிரவில், பெண், தன் ஆடைகளைக் களையும் நடனத்தைப் பார்த்தாகிவிட்டது. அதற்குப்பின் விஸ்கி அருந்துதல். போக்கிரித்தனமான பேச்சுக்கள். பின், தூக்கம். எல்லோரும் எப்படித் தான் தூங்குகிறார்களோ? பின்னிரவில் விழித்துக் கொண்டு புலம்புவதே வழக்கமாகிவிட்டது.

கிளர்ச்சி அலைக்கழிந்து, அவனையும் அலைக்கழித்துக் கொண்டிருந்தது. அவள் முகத்தின் அழகும் – முக்கியமாக எடுப்பான மூக்கு – கட்டான ஆகிருதியும், மனதைத் தொல் லைப்படுத்த உகந்தவைதாம். அவளுடன் கை குலுக்கிக் கொண்டபோது, உணர்ந்த அவள் கையின் சொரசொரப்புத் தன்மை இன்னமும் அவன் மனதில் நெருடுகிறது. அப்போது, பின்னால் நாலைந்து முரட்டு மனிதர்கள் பாட்டிலைத் திறந்து கிளாஸில் ஊற்றிக்கொண்டிருந்தார்கள். அவனும், அவன் நண்பர்களும் ஏற்கெனவே குடித்துவிட்டுத்தான் வந்திருந்தார்கள்.

சுற்றியிருந்தவர்களையெல்லாம், தன்னை நோக்கி ஈர்த்து, அவள் ஆடிக் கொண்டிருந்தாள். சற்று நேரம் கழித்துத்தான், அவள் பாத விரல்களில் அணிந்திருந்த மெட்டியும், அவள் கழுத்தை ஒட்டி அணிந்திருந்த கறுப்புக்கயிற்றில் தொங்கிய சிறு சிலுவையும், சுவரில் மாட்டியிருந்த மகாபாரத கீதோப தேசக்காட்சி ஓவியமும், ஒன்றன்பின் ஒன்றாக அவன் கண்களுக்குத் தெரிந்தன. கிளர்ச்சிக்குத் தடைகளென எழுந்து நின்றன, இவை மூன்றும். கிளர்ச்சியோ தடைகளினால் தடைப்பட்டும், தடைகளை மீறியும், தடைகளினூடு அலைந் தும், தடைகளை மீற முடியாமலும் அவனை அலைக்கழித்துக் கொண்டிருந்தது. போக்கிரித்தனமான பேச்சுக்களின் போதும், அவன் தடைகளைப் பற்றிக் கூறவில்லை. இப்போதோ, தடைகள் உறுத்தலை ஏற்படுத்தியும், கிளர்ச்சியும் ஓயாமல், தூக்கமும் வராமல், தலையைக் கழற்றி மேஜை மேல் இருக்கும் விஸ்கி பாட்டில் அருகில் வைத்தால் நன்றாகயிருக்குமோ என்ற எண்ணத்தில் அவன் குழம்பிக்கொண்டிருந்தான்.

படுக்கையைவிட்டு எழுந்தான். 'நான் ஒரு போக்கிரி; நான் ஒரு போக்கிரி' என்று கூறிக்கொண்டான். மேஜை மேல் இருந்த விஸ்கியைக் கொஞ்சமாக கிளாஸில் ஊற்றி, சோடாவையும் ஊற்றிக் குடித்து, காரபூந்தியை அள்ளி வாயில் போட்டான். எரியும் வயிற்றுடன், தரையில் படுத்துக் கிடந்த நண்பர்களைத் தாண்டி ஒரு நாற்காலியை எடுத்து ஜன்னலோரமாகப் போட்டு, அதில் உட்கார்ந்து வெளியே இருளைப் பார்த்தான்.

கதவைத் திறந்து, அவன் வெளியே வந்தான். இங்கிருந்து சுமார் அறுபதடி தூரத்தில் இருந்த வரவேற்பு ஹாலில் சோபாவில் அவள் அமர்ந்திருந்தாள். குழல் விளக்குகள் அந்த இடத்தில் நல்ல வெளிச்சத்தை ஏற்படுத்தியிருந்தன. ஏன், இங்கு இந்த நேரத்தில் உட்கார்ந்திருக்கிறாள் என்று தெரியவில்லை. இங்கிருந்து பார்க்க முடியாத இடத்தில்

இன்னும் வேறு யாராவது இருக்கலாம். அவன் நடந்தான். அவள், நடந்து வந்த அவனைப் பார்த்தாள். முன்பு பார்த்திருந் ததற்கு, சேலையில் இருந்த அவள் மாறுதலாகத் தெரிந்தாள். ஒரு சிறுவன் மட்டும் வரவேற்பு கவுண்ட்டரில் அமர்ந் திருந்தான்.

அவன், சிறுவனிடம் சென்று, இந்த நேரத்திற்கு வெளியில் சிகரெட் வாங்கக் கடை திறந்திருக்குமா என்று கேட்டான். சிறுவன், திறந்திருக்காது என்றான். அவன், எப்படியோ உருவாகிய துணிச்சலுடன் சோபாவில் அமர்ந்திருந்த அவளைப் பார்த்து 'என்ன இங்கே உக்காந்திருக்கீங்க...' என்றான். அவள் 'சும்மாதான்' என்று சொல்லியபடி சிகரெட் பெட் டியைத் திறந்து ஒரு சிகரெட்டை எடுத்து வாயில் வைத்து பற்றவைத்துக்கொண்டு, அவனிடம் சிகரெட் பெட்டியையும் தீப்பெட்டியையும் நீட்டினாள். அவன், ஒரு சிகரெட்டை எடுத்துப் பற்றவைத்துக்கொண்டான். 'உங்க டான்ஸ் நல்லா இருந்துச்சு' என்றான். 'நான் நல்லா ஆடலியே. அப்புறம் டான்ஸ் எப்படி நல்லா இருக்கும்' என்றாள், அவள். அவன் சுதாரித்துக்கொண்டு, 'சம்பிரதாயமாகச் சொன்னேன்' என் றான். 'வேறே ஏதாவது பேசு' என்றாள், அலட்சியமாக.

அவன் கிண்டலாக 'சத்யஜித்ரே தெரியுமா? அவரைப் பத்திப் பேசுவோமா?' என்றான். 'பேசுவோம். கோடார்டையும் ஐஸன்ஸ்டைனையும் பத்தியும் பேசுவோம்' என்றாள். அவ னுக்குத் திக்கென்றது. அவனுக்கு சத்தியஜித்ரேயைப் பற்றிக் கூட விபரமாகத் தெரியாது. 'எப்படி உங்களுக்கு...' என்ற வாசகத்தை அவன் முடிக்கு முன்னரே, 'பயப்படாதே, பெயரைத் தெரிந்து வைத்தால் விளையாட்டுக் காண்பிக் கலாம்!' என்றாள்.

அவன், இந்த உரையாடலின் போதே அவள் பாத விரல்களில் அணிந்திருந்த மெட்டியையும், கழுத்தை ஒட்டி அணிந்திருந்த கறுப்புக் கயிற்றில் தொங்கிய சிறு சிலுவையையும் கவனித்திருந்தான். அவன், அவளிடம் 'ஆடும்போது, சிலுவைக் கயிற்றையும், மெட்டியையும் கழற்றியிருந்திருக்கலாமே' என் றான். 'ஏன்?' என்றாள். 'எனக்கு ரொம்ப தொந்திரவா இருந் துச்சு' என்றான் அவன்.

'சிலுவையைப் பத்தி எனக்கு ஞாபகம் இல்லை. இருந்த திலே ஒண்ணைக் கட்டிக்கிட்டேன். இப்பதான் சிலுவையைப் பத்தி கான்ஸியஸ் வருது. மெட்டியை, நான் கழட்டறதில்லை. இன்னுஞ் சொல்லப் போனால், மெட்டியோட ஆடறது, ரொம்பப் பேருக்குப் பிடிக்கும்னு நினைக்கிறேன்' என்றாள்.

பிறகு, ‘உனக்குப் பொருத்தமில்லாத இடத்துக்கெல்லாம் வந்து ஏன் தொல்லைப்படறே’ என்றாள்.

‘அப்படியெல்லாம் இல்லை; நான் ரொம்பக் கெட்டவன், போக்கிரி’ என்றான்.

‘கெட்டவனுக்கும் போக்கிரிக்கும் இப்படியெல்லாம் உறுத்தாது’ என்று சொல்லி சிகரெட்டை அணைத்துவிட்டுச் சிரித்தாள்.

அவன் கண்களுக்கு இருள் தெரிந்தது. நாற்காலியை விட்டு எழுந்தான். ஆள் உயரக் கண்ணாடி முன் நின்று தன்னைப் பார்த்துக்கொண்டான். அவனுக்குக் கண் எரிந்தது. மேஜை மேல் விஸ்கி விழித்துகொண்டிருந்தது. சிவா, அசைந்து நிலை மாற்றிப் படுத்தான். மற்ற நண்பர்கள் ஆழமான தூக்கத்தில் இருந்தார்கள். படுக்கையில், தூக்கம் வராத ஆத்திரத்துடன் விழுந்தான். முன்னிரவில் கண்ட ஆட்டம், நினைவில் தெரிந்தது. கூடவே, மெட்டி, சிலுவை, ஓவியம் தெரிந்தன. தூக்கத்திற்கு இறைஞ்சியபடி அவன் கண்களை மூடிக்கொண்டான்.

மீட்சி 26, ஜூலை – செப்டம்பர் 1987

★

கனவு

எல்லாமே வினோதமாகத்தான் இருந்தது. கூடியிருந்தவர்களுள் பெண்களே அதிகமிருந்தனர். வினோதமான சூழ்நிலைக்கு ஆட்பட்டவர்களாகச் சிறுசிறு குழுக்களாகக் குழுமியிருந்தனர். மாலதி, ரூமினுள் கைக்குழந்தையுடன் உட்கார்ந்து தன்னைச் சார்ந்திருந்தவர்களுடன் பேசிக்கொண்டிருந்தாள். அவர்களின் முகங்கள் எனக்குத் தெரியவில்லை. ஆனால் அவர்கள் மனுஷிகளாக மட்டும் தெரிந்தார்கள். மாலதியின் அம்மா மட்டும் ஒரு மூலையில், இனி செய்வதற்கொன்றும் இல்லை என மனதுள் முடங்கிக் கிடப்பவளான தோற்றத்தில் உட்கார்ந்திருந்தாள்.

வெளியில் மாலதியின் கணவன் தனதியல்பான அசட்டுக் களையுடன் துக்கமாக ஒரு பெஞ்சில் உட்கார்ந்திருந்தான். அவனுடைய அப்பா வேட்டி மட்டும் அணிந்து மேலே வெற்றுடம்போடு கையை ஆட்டியபடி சொல்லிக்கொண்டிருந்தார். “நா அப்பவே சொன்னேன். இந்த வீட்டுப் பொம்பளைக கேட்டாளுகளா . . . நான் பாத்துப் பண்ணி வைச்சதுகள்ளாம் எப்படியிருக்கு. இவளுக பாத்து நடத்திவைச்சாளுக. இப்ப இப்படி வந்து நிக்குது. பெரிய மகாரா

ணின்னா ஒனக்கு நெனைப்பு . . .நீ கஷ்டப்படப் போறதை நானும் பாக்கத்தான் போறேன் . . ." உள்ளே மாலதி சொல்லிக் கொண்டிருந்தாள். "எனக்கென்ன விதியா இங்கே இருக்க ணும்னு. நடக்கிறது நடக்கட்டும். நா இவுங்களுக்கு அடிமையா இருக்க முடியாது. எவ்வளவு நாள்தான் அவமானப்பட்டுக் கிட்டு இருக்கறது . . ."

அவள் சாதாரண ரவிக்கை, சேலை அணிந்து பிசுபிசுக் கிற சருமத்தோடு இருந்தாள். இது எனக்கு அவளை அன் யோன்யமாக உணருவதாக இருந்தது. இந்த வினோதமான சூழல் மாலதி வழியாக என்னை இலக்காக வைத்திருப்பதை உணர்ந்திருந்தவனாதலால் நான் தனித்துவிடப்பட்டவனாக இருந்தேன். அவள் எனக்கு நெருங்கிய உறவினள்தான். ஆயினும் எங்கள் இருவருக்கும் உறவினர்கள் யாரையும் காணோம். என் அக்கா கூட இல்லை.

இன்னும் யோசனை கலைந்து தெளிவடையாத நிலையி லிருந்தேன். ஜி. எஸ். கேயும், சண்முகமும்கூட சூழலில் இல்லாமற் போயிருந்தார்கள். சண்முகம் நான் என்ன சொன்னாலும் கேட்டுக் கொள்வார். ஜி. எஸ். கே. இருந்தால் மனம் தெளிவடைய வசதியாக இருக்கும். ஆனால் அவரும் இல்லை. யோசிப்பதற்காகச் சற்று தூரம் நடந்து கடையில் சிகரெட் வாங்கிப் பற்றவைத்துக் கொண்டேன். அருகில் டீக்கடை இருந்தது. ஒரு லைட் டீ வாங்கி இடையிடையே சிகரெட் புகைத்துக் கொண்டே அதைக் குடித்தேன். பின் ஒரு மசால்வடை சாப்பிட்டேன். அதற்குப்பிறகு இரண்டு தம்முக்கு சிகரெட் பாக்கியிருந்தது. அதை அணைத்த பிறகு என்ன செய்வதென்று தெரியவில்லை. இன்னும் மனம் தெளிவடையவில்லை. சூழலில் சுசிலாவும் இல்லை.

வருகிறவர்களுக்குப் பணம் செலவழிப்பதிலும் கேட்பவர் களுக்குப் பணம் கொடுப்பதிலும் பணநெருக்கடியை உண்டு பண்ணிக்கொண்டு இயந்திரமயமான வாழ்க்கையில் சலிப் படைந்து வாழ்க்கை குறித்து ரஸமில்லாமல் மனசில் நிம்மதி யில்லாமல் இருக்கிற என்னை, திருமணத்திற்கான தேடல் நடக்கப் போகிறது என்கிற விஷயம் கலவரப்படுத்துவதாகவே இருந்தது.

திருமணம் பற்றி யோசிக்கும்போது வாழ்க்கை பயத்தைத் தருவதாக இருக்கிறது. தவிர, புரோகிதர் இல்லாமலும், மீட்டிங் மாதிரி இல்லாமலும் எப்படித் திருமணம் நடத்துவது என்ற பிரச்சனை வேறு வந்துவிடுகிறது. திருமணத்தில் தளைப்படாமல், திருமணம் பண்ணிக் கொள்ளாமல் சேர்ந்து

வாழும்படியாக ஒரு பெண் கிடைத்தால் நன்றாகயிருக்கும், ஆனால் அதற்கும் சாத்தியமிருப்பதாகத் தெரியவில்லை.

நடைமுறையில் ஒரு பொம்மையாக நகர்த்தப்பட்டு ஒரு பெண்ணுக்கு கணவனாகும்படிதான் நேரும். வாழ்க்கை பலபுறங்களில் நெருக்கித் துன்புறுத்தும். மனம் கலவரமடையத் தான் செய்கிறது.

இதெல்லாம் ஒரு புறமிருக்க, சமீபத்தில் சொந்த ஊர் போனபோது திருமணம் பற்றிய மனோரீதியான பரிசீலனை யில் சுசிலா ஞாபகம் வந்தது. அவளைப் பார்க்கலாம் என்று தோன்றி அவள் படிக்கும் காலேஜ் பக்கம் போய்ப் பார்த்தேன். அவள் அகப்படவில்லை.

மாலதி வீட்டுக்கும் அப்போது நான் போனேன். அவள் கணவன் வீட்டில் இல்லை. சாதாரணக் கோலத்தில் சமையல் வேலையிலிருந்தாள். காப்பிக்குப் பால் இல்லையென்று வெந்நீரில் ஹார்லிக்ஸ் கலந்து கொடுத்தாள்.

இப்போது நான் ரயிலில் ஜன்னலோரமாக உட்கார்ந்து வெளித்தெரியும் காட்சிகளை வேடிக்கை பார்த்துக்கொண்டே யோசித்துக்கொண்டிருந்தேன். பிறகு பனை மரங்கள் நிறைந் திருந்த இடத்திலிருந்து யோசித்தேன். சூழலில் முறுக்கு அதிகரித்தபடியும் வினோதம் தொனிப்பதாகவும் இருந்தது. பெஞ்சில் எனதருகில் மாலதி உட்கார்ந்திருந்தாள். "... ப்ளீஸ் என்னைக் காப்பாத்துங்க, நான் உங்களைத்தான் நம்பியிருக் கேன் ... மாட்டேன்னு சொல்லிராதீங்க ..." என்று இறைஞ் சினாள். அவள் உடலும் வியர்த்திருந்தது. சாமன்யமான நிலையில் எனக்கு நெருக்கமாக அவள் உட்கார்ந்திருப்பது என்னை அவள் வசப்படுத்துவதாக இருந்தது. "நான் உங் களைத்தான் நம்பியிருக்கேன் ... ப்ளீஸ் ..." என்று மீண்டும் சொல்லியபடி என் தொடையைப் பிடித்து உலுக்கினாள்.

நான் அந்நிலையிலிருந்து விடுபட்டு ஜன்னலோரமாகப் போய் நின்றேன். சூழலில் முறுக்கு அதிகரித்துக்கொண்டே யிருந்தது. ஜன்னல் வழியே பார்த்துக்கொண்டிருந்த நான் திரும்பி அவளைப் பார்த்து 'சரி' என்றேன். அவள் முகத்தில் மலர்ச்சி ஏற்பட்டது. பின் நானும் அவளும் மணப்பந்தலில் உட்கார்ந்திருந்தோம்.

1982

★

மரங்கள்

காலுக்குக் கீழே பூமி ஓடிக்கொண்டிருந்தது. கால்கள்தான் நடக்கின்றனவா அல்லது பூமிதான் ஓடிக்கொண்டிருக்கின்றதா என்ற ஐயப்பாட்டில் சற்று நின்றான். நின்ற பிற்பாடு பூமி சற்று நேரம் ஓடி நின்றதாகத் தோன்றியது. நடந்துகொண்டேயிருக்க ஒரே இடத்தில் நிற்பதாகத் தோன்றும் உணர்வு மிகுந்த அலுப்பைத் தருவதாக இருந்தது. இவ்வித உணர்வைத் தரும், குறிப்பிட்ட இடைவெளியில் வரிசையாக ஒரே மாதிரி தோற்றத்தோடு நெடுந்தூரத்திற்கு நின்றிருந்த மரங்களைப் பார்த்தான். மரங்களுக்கு அந்தப்புறம் வரிசையாக இருந்த ரூமாகக் கட்டிவிடப்பட்டிருந்த ஒரே மாதிரியான கட்டிடங்களைப் பார்த்தான். பின்னால் திரும்பிப் பார்த்தபோது, இவ்வளவு தூரம் கடந்துவந்தும் அங்ஙனம் தோன்றாதது சலிப்பை ஏற்படுத்தியது. இனி முன்னால் தெரியும் தூரத்தை எங்ஙனம் கடப்பது இத்தகைய உணர்வுடன் என்ற கவலை ஏற்பட்டது. கூட வந்த நண்பரிடம் சொல்ல அவரும் அதை ஆமோதித்தார்.

நடக்க ஆரம்பித்தான். நண்பருந்தான். பூமி ஓடிக்கொண்டிருந்தது. ஓடுவது எந்த ரயில்?

உட்கார்ந்திருக்கும் ரயிலா? ஜன்னல் வழியே தெரியும் ரயிலா? பிரக்ஞை வழுக்கிப் பிறகுதான் சுதாரிக்கிறது.

கடந்த இடமும், கடக்கின்ற இடமும் ஒன்றா? எல்லா இடமும் ஒரே இடமாகத் தோன்றிக் கடத்தலைப் பரிகசித்து நின்றது. ஒரே மாதிரியான கட்டிடங்களின் வாசல் வராண் டாவில் கிடந்த இரும்புக் கட்டில்கள் வேறு, ஆஸ்பத்திரி என அவ்விடத்தை ரூபம்கொள்ள வைத்து மனதைத் தொந் தரவு செய்தது. காட்சிகள் தரும் இம்சையோ சொல்லி மாளாததாக இருக்கிறது.

அவன் பால்கனியில் நின்றிருந்தான். கீழே காம்பவுண்டு சுவருக்குள் ஆரம்பப் பள்ளிக்கூடம். ரீஸஸ் விட்டிருந்த நேரம். ஒரு சிறுவன் சட்டையில் பித்தான்கள் இருந்தும் அவைகளைப் போட்டுக் கொள்ளாமல் தனது வலுவுக்குக் குறைவாக உள்ள பிற சிறுவர்களை அடித்தும் உதைத்தும் சண்டியரெனத் திரிந்தான். இன்னொரு சிறுவன், ஒரு சிறு வனைப் பிடித்து வைத்துக்கொண்டு, நோஞ்சானாகத் தெரிந்த ஒரு சிறுவனைக் கூப்பிட்டு அடிக்கச் சொன்னான். ஒரு சிறுமியைப் பரிகசித்துக் கொண்டே வந்த ஒருவன் மண்ணை வாரி அவள் முகத்தில் தூற்றிவிட்டு ஓடினான். ஒரு சிறுவன் சேகரித்து வைத்திருந்த கற்களைப் பிறர் மேல் வீசியெறிந்து விட்டு ஒன்றும் அறியாதவன்போல் நின்றான். ஒரு சிறுமி அழுதுகொண்டிருந்தாள், காரணம் தெரியவில்லை. கேட்பார் இல்லை. பிறர் தத்தம் போக்கிலிருந்தனர்.

ஆனால் நேற்று கண்ட காட்சிதான் நேற்று என்பதனால் இன்னும் மனதில் கலவரத்தை மட்டுப்படுத்தாததாக இருந்தது. பஸ் ஸ்டாப் அருகே ஒரு பெண்ணைப் பார்த்தான். பதினாறு அல்லது பதினேழு வயதுதானிருக்கும். அவள் ஆடைகள் அலங்கோலமாக இருந்தன. பைத்தியமா? தெரியவில்லை. பைத்தியமாக்கப்பட்டவளா? அவள் இடுப்பில் கை வைத்து சற்று அகம்பாவமாகவே நின்றிருந்தாள். எதை மறுக்கிற விதமாய் இந்த அகம்பாவம்? அவள் கால்களில் பிணைக்கப் பட்டிருந்த இரும்புச் சங்கிலியைப் பார்த்து அவன் அதிர்ச்சி யடைந்தான். ஒரு காலுக்கும் இன்னொரு காலுக்கும் இடையே ஆன இரும்புச் சங்கிலியின் நீளம் ரொம்பவும் குறைச்சல். சொற்ப இடைவெளியுடன் கால்களை நகர்த்தி நகர்த்தித்தான் அவள் செல்ல முடியும். எதனால் இப்படி என்று யோசித்த போது திடீரெனக் காரணம் புலப்பட்டது. அதுதானா? மனம் ஏதேதோ யோசனையில் சிக்கிக் குழம்பியது.

மத்தியானம் சாப்பாட்டிற்கு வரும் நேரம். எருமைமாடு கள் கட்டப்பட்டிருக்கிற, மூத்திரமும் சாணியுமாக உள்ள

இடத்தில் ஒரு நடுத்தர வயதுப் பெண் வைக்கோல் பரப்பில் மிகுந்த துயரத்தில் இருப்பவளாக முட்டியில் தலைகவிழ்த்தும், கையைத் தலையில் வைத்தும் உட்கார்ந்திருப்பாள். அவளைப் பொறுத்தவரை அங்ஙனம் உட்கார்ந்திருப்பதில் அவளடையும் அர்த்தத்தை யாரும் அறிவார்களா என்பது தெரியவில்லை. ஒரு நாள் இரண்டாம் ஆட்டம் சினிமா முடிந்து சைக்கிளில் வரும் போது ஆள் நடமாட்டமில்லாத அவ்வேளையில் அப்பெண் அதே இடத்தில் அதே போல் உட்கார்ந்திருக்கக் கண்டான்.

ஒரு கண் தெரியாத கிழவி பால ஏற்றம் ஆரம்பமாகும் தொந்திரவான இடத்தில் உட்கார்ந்து, 'அய்யா, அய்யா' என்று பிச்சை கேட்பாள். காசு தருகிற மனோநிலை உள்ள இவனுக்கே சைக்கிளை அவ்விடத்தில் நிறுத்திக் காசு போடுவதற்கு அசௌகரியமாக இருக்கும். அசௌகரியத்தைத் தவிர்க்க மனோநிலை இருந்தும் காசு போடாமல் செல்ல வேண்டிய நிலையை ஏற்படுத்தும்படியான இடம். அவள் குரல், காசு தேவைப்படுத்துவதன் தீவிரத்தை உள்ளடக்கியதாக இருந்து இவனைத் தொந்தரவு செய்யும்.

ஒரு நாள் இந்த இடத்தில் இருந்தால் காசு கிடைக்காது; வேறே இடம் பாருங்கள் என்று சொல்லியும் விட்டான். ஆனாலும் அவள் அதே இடத்தில்தான் இருக்கிறாள். அவளது அக நிலை, ஆள் சத்தம் கேட்டுப் பரபரப்பு நிலை, டப்பாவில் காசு விழுந்ததும் ஆர்வத்துடன் கைவிட்டுத் துழாவும் மனோநிலை, வெறும் டப்பாவை நப்பாசையில் துழாவும் மனோநிலை, கைக்குக் கிடைத்த காசின் பயனைப் பற்றிய மனோநிலை... என்று இங்ஙனமாக எங்கோ மொட்டை மாடியில் படுத்துக் கிடக்கும் வேளையில் நுழைகிறதே.

எங்கு நோக்கினும் அபத்தம் – மனிதனின் அக அவஸ்தை, மனித உறவின் சிதைவு, மனிதனின் சிதைவு – எனக் கூரிய அம்புகள் பல காட்சிகளினுள் பாயக் காத்துக்கிடக்கின்றன.

இவன் கறுப்பாய் சூழ்ந்திருக்கும் இருளினுள் வழி தெரியாது நிற்க ஏதேதோ கறுப்பு உருவங்கள் தத்தம் திக்கு நோக்கி இழுக்கின்றன. மூளை வழி – நினைப்பா? சிந்தனையா? யோசனையா? – பெருகி ஓடுகிறது நீர். ஓடுகின்றது வெள்ளமா? பெருஞ்சுவர் தடுக்க நீர் தத்தளிக்கிறது. அலைகிறது.

சுவர் உடையுமா? நீர் தத்தளிப்பதைத் தாளமுடியவில்லை. வழி தெரியவில்லை. கைகள் நடுங்குகின்றன. வலியைத் தாங்குகிற அவதியில் முகம். அழுகை வருகிறது. அழுகிறான். முகத்தில் வலி.

இரண்டாம் உலகப் போரின் மனிதன் குரூரமென எழுகின்றான். குண்டு விழுகுது. மனுஷன் மனுஷன் மேல வீசறான். எல்லோரும் ஓடறாங்க. சிதறிச் சிதறி ஓடறாங்க. அப்பன் ஒரு பக்கம். ஆத்தா ஒரு பக்கம். புள்ளை ஒரு பக்கம். வயசானவங்க அலர்றாங்க. மனுஷன் மனுஷனைச் சுடறான். ஒளிஞ்சிருந்து சுடறான். ஒரே பீதி. குரூரம். குழந்தை கையிலிருக்கிற ரொட்டியை அம்மாக்காரி பிடுங்கித் திங்கிறாள்.

முகத்தில் வலி. அழுகிறான்.

நண்பர் பதறிப் போனார். ஒன்றும் விளங்காமல் ஆசுவாசப்படுத்தினார். மெதுவாக அழுகை நிற்க ஆசுவாச மானான். 'என்ன? என்ன?' என்று நண்பர் வினவ, பிறகு சொல்வதாகக் கூறினான்.

நடந்த போது கீழே பூமி ஓடிக்கொண்டிருந்தது. ஓடிக்கொண்டிருக்கும் பூமியை எதிர்த்தேறி நடப்பது சிரமமாக இருக்கிறது. இவனும் நடக்கத்தான் செய்தான், நடப்பதே வியர்த்தம்தானோ என்று நினைத்தபடி.

1982

★

ஆகிருதி

மழை தூறிக்கொண்டிருந்தது. எனவே சாலை அசிங்கமாக இருந்தது. அவன் எதனாலோ ஓடி வந்துகொண்டிருந்தான். சாலையில் உள்ள பள்ளத்தில் இடறி விழுந்தான். மீண்டும் ஓடி வந்தான். மீண்டும் பள்ளத்தில் விழுந்தான். எழுந்து மீண்டும் ஓடி வந்தான். மீண்டும் பள்ளத்தில் விழுந்தான். மீண்டும் மீண்டும் நடந்த இச் செயல் ஆத்திரமூட்டுவதாக இருந்தது. பள்ளத்தில் விழாமல் ஓடவே முடியாது போலிருந்தது.

கண்களைத் திறந்து பார்த்தான். மேலே தென்னங்குலைகள், கீற்றுகள். இடைவெளியில் வானம் தெரிந்தது. கண்களை மூடினான். தானும், தோப்பும் சுற்றுவது போல் இருந்தது. மற்றவர் களைப் பற்றி எண்ணம் வந்து மீண்டும் கண் களைத் திறந்து பக்கவாட்டில் பார்த்தான். சிவா வும், காசியும் தூங்கிக்கொண்டிருந்தனர். இந்தப் பக்கம் தென்னையில் சாய்ந்து ரகு உட்கார்ந் திருந்தான்.

'என்னய்யா படுக்கலையா?'

'இதான் நல்லாயிருக்கு.'

'என்னய்யா இப்படிச் சுத்துது.'

அவன் எழுந்து உட்கார்ந்தான். பக்கவாட்டில் திரும்பிப் பார்த்து, "இதுகளைப் பாரு வெயிலடிக்கிறதுகூட தெரியலை இந்த இடம் நல்ல இடம்ய்யா. பக்கத்திலே ஆறு ஓடுது. அங்கே பச்சையா இருக்கு. இங்கிட்டு தென்னந்தோப்பு. சை – என்னமா சுத்துது." அவன் மீண்டும் படுத்துக் கண்களை மூடினான்.

அவன் கிடந்த பூமியே சுற்றுவதாகத் தோன்றியது. மீண்டும் அவன் சாலையில் ஓடிவந்து பள்ளத்தில் விழுந்து, எழுந்து மீண்டும் ஓடிவருகிறான். திடீரென காலரியுடன் மனிதர்கள் முளைத்துக் கைகொட்டிக் கெக்கலிக்கிறார்கள்.

சூது, வஞ்சனை, துரோகம், தந்திரம், புறக்கணிப்பு இன்னும் பலவற்றால் தனது சிரம் அடிக்கடி துண்டிக்கப்படுவதாகத் தோன்றியது. நான் யார் என்று எழுந்த கேள்விக்கு முட்டாள், மடையன், ஏமாளி, அயோக்கியன். உருப்படாதவன், யூஸ்லெஸ் பெல்லோ என்று பதில் எழுந்தது.

'சை என்ன வாழ்க்கையா இது' என்று முணுமுணுத்துக் கொண்டே மீண்டும் எழுந்து உட்கார்ந்தான். மரத்தில் சாய்ந்தபடியிருந்த ரகு திரும்பிப் பார்த்தான்.

'என்னய்யா ஒரே சலிப்பா இருக்கு; வாழ்க்கையே பிடிக்கலை.' ஒரே கசப்பா இருக்கு. எப்படியா நீ வாழ்றே. எல்லாம் ஒரே எழவா கிடக்கு. என்ன செய்யறதுன்னும் தெரியலை.'

'சரி . . . வா ஆத்துப்பக்கம் போயிட்டு வருவோம்.'

'போ இப்ப எந்திரிக்க முடியாது. இன்னுங் கொஞ்சம் சாப்டுறீயா ?'

'இதுவே ஜாஸ்தி . . . வெளியேகிளியே தள்ளியிருச்சுன்னா வம்பு.'

'கொஞ்சம்.'

'சரி குடு.'

இருவரும் கேனிலிருந்ததைக் கொஞ்சமாகக் குடித்தார்கள்.

அவன் குடித்தவுடன், 'அந்த முறுக்கை எடு. புளிச்ச வாசனை குமட்டுது' என்று ரகுவிடம் முறுக்கு வாங்கிச் சாப்பிட்டான்.

'சரி அப்படியே கொஞ்சம் நடப்போம் . . . என்னமோ மாதிரி இருக்கு' என்றான் அவன்.

ரகு எழ, அவன் கைகொடுத்து உதவினான். இருவரும் நடந்தார்கள். ஆறு தெரிந்தது. நாணல்கள் ஆடியது.

‘யோவ், ஆறு ஓடுற எடத்துக்குப் பக்கத்திலே, தென்னந் தோப்புலே ஒரு ஆசிரமம் மாதிரி குடிசை போட்டு ரெஸ்ட் ஹவுஸ் மாதிரி வச்சிக்கிட்டா எவ்வளவு நல்லா இருக்கும், நிம்மதியா இருக்கும் – த்தா – டவுனுக்குள்ளேயே கிடந்து சாகவேண்டியிருக்கு’ என்றான் அவன்.

ரகு, ‘இரு வயித்தைக் கலக்குது’ என்றபடி ஜட்டியைக் கழற்றித் தோளில் போட்டுக் கொண்டு தள்ளிப் போய் நாணல் மறைவில் உட்கார்ந்தான்.

அவன் ஜொலிக்கின்ற ஆற்றைப் பார்த்தான். தாவரங்களின் பச்சை நிறம் இதமாக இருந்தது. போதை ஏறியது. உடல் மரத்துப் போனாற்போலிருந்தது. இரவில் தான் சவாரி செய்த ரிக்ஷாக்காரனுடன் பேசிக்கொண்டு சென்றது நினைவுக்கு வந்தது. போதையில் உடல் நடுங்க அவன் ரிக்ஷா இழுத்தான். அவன் ஒரு சிகரெட் பற்ற வைத்துக் கொண்டான். வேலை என்பது பணம் சம்பாதிப்பது என்று ஆகிவிட்டது. வாழ்வது பணத்துக்காகவா, பணத்தால் அடையும் பயன்களுக்காகவா?

ரகு ஆற்றில் கால் கழுவி வந்தான். ‘யோவ் முந்தா நாளு ராத்திரி ரொம்ப நேரமாயிருச்சு. ரிக்ஷாவுலே வந்தேன். ரிக்ஷாக்காரன் தண்ணிலே இருந்தான். நான் பேச்சுக் கொடுத்தவுடனே அவன் பேசிக்கினே வந்தான். பால் வாங்கிக் கொடுத்தேன். நம்ம மேலே ரொம்ப அன்பாயிட்டான். அவன் சொன்னான், “காசு என்ன ஸார் காசு ... அன்புதான் ஸார் வேணும் ... நான் பணத்துக்கா கட்டுப்படுவேன் ... உன் பணம் என் கெண்டைக்காலு மயித்துக்குச் சமானம். அன்புக்குத்தான் ஸார் மனுஷன் கட்டுப்படுவான்,” அப்டீன்னான். எனக்கு ஒரு ஆசை இந்தக் காசை அவமானப் படுத்தணும். ரூபாய் நோட்டை மண்தரையிலே போட்டு அது மேலே ஒண்ணுக்கு இருக்கணும். செஞ்சா பைத்தியக் காரத்தனம் – ஒரு டிராமா மாதிரி தோணும். ஆனா செஞ்சாத்தான் எனக்கு மனசு ஆறும். ஒன்றும் கண்டுக்காதே. இப்ப எனக்கு ஒண்ணுக்கு வருது.’

அவன் பர்ஸிலிருந்து ஒரு இரண்டு ரூபாய் நோட்டை எடுத்து கசக்கி எறிந்தான். அதனருகே சென்று அதன் மேல் ஒன்றுக்கு இருந்தான். ‘த்தா, இப்பத்தான் மகிழ்ச்சியா இருக்கு’ என்று, அதன் மேல் மண்ணைத் தள்ளிவிட்டு வந்தான்.

‘நான் நல்லவனா, கெட்டவனா? நல்லவன் தான்யா, ஆனா எனக்கு என்னைப் புடிக்கலை. எப்படி நடந்துக்கறதுன்னு தெரியலை. சரி இது கிடக்கட்டும். அந்த ரிக்ஷாக்காரன், ‘பணம் என் கெண்டைக்காலு மயித்துக்குச் சமானம்’னு

சொன்னானே பின்னாடி நான் ரெண்டு ரூபாகூடக் கொடுத்தவுடனே என் கையைப் பிடிச்சிக்கிட்டு நெகிழ்ந்து போனானே ஏன்? ஏன் இப்ப ரெண்டு ரூபாயைப் போட்டு ஒண்ணுக்கு இருந்தேனே ... எங்கிட்டே அஞ்சு ரூபாயும் இருக்கு, பத்து ரூபாயும் இருக்கு. ஏன் ரெண்டு ரூபாயைப் போடணும்? இதுக்கு என்ன அர்த்தம்? காசு நம்ம எல்லாத்தையும் வரிசையா நிப்பாட்டி தலையிலே ஒண்ணுக்கு இருக்குதுன்னு அர்த்தம். அதானேயா ... ஆனா ஒண்ணு நிச்சயம். நம்ம எல்லாத்திலேயும் நான்தான் உருப்படாமப் போகப் போறேன். நான் சாப்பிடறப்ப மட்டும் சிந்தும், நான் அப்படிப்பட்ட ஆள். ஒரு நாள் காலையிலே ஒரு காட்சி பார்த்தேன். என்னைப் பத்திய குறியீடு மாதிரி தோன்றித் திகிலடைஞ்சுட்டேன். வீட்லே மேஜை மேலே புஸ்தகமா கன்னா பின்னான்னு வைச்சிருப்பேன். என் ஜட்டியை இவ்வளவு காலமும் அது மேலேதான் கழட்டிப் போட்டிருக்கேன். திடீர்னு ஒருநாள் பாத்தப்ப என்னைப் பத்திய குறியீடுன்னு தோணி திகிலாயிப்போச்சு ...'

'என்னப்பா என்னென்னமோ சொல்லிப் பயமுறுத்தறே' என்றான் ரகு.

'ஆமா ... எல்லாம் கோணல் மாணலா கை கால்களை முறுக்கிக்கிட்டு ஒக்காந்திருக்கு' என்றபடி அவன் ஒரு கல்லை எடுத்து ஒரு தென்னைமரத்தை நோக்கி வீசினான். அது அவனே ஆச்சரியமடையும்படி சரியாகவே மரத்தில்பட்டது.

விழிகள்

★

தொடர்பு

கட்டிலுக்குக் கீழே படுத்திருந்தவளுக்கு இடது கையில் ஆறு விரல்கள் இருந்தன. இன்னொரு புறம் தெரிந்த ஒரு கிழவியின் முகம் கோணியிருந்தது. கட்டிலின் மேலே படுத்திருந்த சியாமளா நான் வந்ததும் சத்தம் கேட்டுக் கண்ணைத் திறந்து பார்த்த வள்தான். பெரியம்மா பேசிக்கொண்டிருந்தாள்.

கொஞ்ச நாட்களுக்கு முன் பஸ் ஸ்டாண் டில் கையையும் கழுத்தையும் பிணைத்த இரும்புச் சங்கிலியுடன், கோணிய கை, கால்களுடன் வாயில் எச்சில் ஒழுக குளறிய ஓலத்துடன் டப்பாவையும் இழுத்துக்கொண்டு தவழ்ந்து வந்தான் ஒருவன். மிருகம் போலத் தோன்றினான். அவனது அகத்தை நினைத்துப் பார்க்க பீதியாக இருந்தது. இவ்விடத்தின் வாசல் வராண்டாவில் கால் முழுவதும் சிவப்பாக ரணத்துடன் ஒருவனை நான் பார்த்திருந்தேன். ரொம்ப மனிதர்கள் உருக் குலைந்து போயிருக்கிறார்கள் என்று எனக்குத் தோன்றியது.

‘நெஞ்சு படபடங்குது. ஒடம்பெல்லாம் உதறு தய்யா’ என்றாள், அவள். அவளுக்கு நடுத்தர வயதிருக்கும். வெகு அருகில்தான் அவன் நாற் காலியில் உட்கார்ந்திருந்த போதும், கவனிக்காத

வனாக இருந்தான். அவன் கால்கள் ஆடிக்கொண்டிருந்தன. வெகு நேர நிகழ்வின் இடைப்பட்ட கட்டமாக அக்காட்சி இருந்தது. அறையில் கிராமத்து ஜனங்களே நிறைய இருந்தனர். சுவர் ஓரங்களிலும் கட்டிலுக்குக் கீழேயும் கிடந்தனர். கட்டிலுக்கு மேலேயும் கிடந்தனர்.

அந்த அம்மாள், 'அய்யய்யோ . . . பொறுக்கலையே' என்று அலறினாள்.

அவன் இவள் பக்கம் திரும்பி, 'ஒன்னைச் சேத்துக்க முடியாது. எந்திரி இப்ப பெரிய டாக்டர் வந்திருவாரு' என்றான்.

'அய்யா உள்காச்சய்யா . . . நா பொய்யா சொல்றேன். தலை சுத்துதய்யா.'

'இந்த பாரு, இங்கே இருக்கிறதிலே ஒன்னும் இல்லை. நாளைக்கிக் காலை ஓ. பி. சீட்டு வாங்கிட்டு, டாக்டர்ட்டே காமி. சேத்துக்கச் சொன்னா சேத்துக்கறேன்.'

மீண்டும் அந்த அம்மாள், 'பெரிய மனசு பண்ணுங்கய்யா' என்றாள்.

'நீ இங்கேயே கிட. இதென்ன சத்திரமா?' என்று சொல்லி விட்டு எழுந்து வெளியே வந்து நின்றான்.

நான் பெரியம்மாவிடம் இதைப்பற்றிக் கேட்டேன். அவள் ரொம்ப நேரமாக இங்கே உட்கார்ந்து அடம் பிடிப்ப தாகக் கூறினாள். இவளை இப்போது சேர்த்துக் கொள்ள முடியாது என்றாள். இங்கு இலவசமாகச் சாப்பாடு கிடைப்ப தால் அவள் இப்படி நடந்து கொள்வதாகவும் கூறினாள்.

பிறகு, சியாமளாவுக்கு, பாட்டிலிலிருந்து குளுகோஸ் லேசாக இறங்கிக் கொண்டிருப்பதாகக் கூறினாள். ஸ்டேண்ட் இல்லை போலிருக்கிறது. மர ஸ்கிரீனின் மேல் சட்டத்தில் துணியைக் கட்டி, அதில் பாட்டிலின் கொக்கியைச் செருகி யிருந்தார்கள். சற்று தள்ளிக் கிடக்கும் கிழவிக்கு ஸ்டேன்டில் வைக்கப்பட்ட பாட்டிலிருந்து குளுகோஸ் வேகமாக இறங்கிக் கொண்டிருப்பதைப் பெரியம்மா காண்பிக்க நான் பார்த்தேன். நாலு பாட்டில்கள் ஏற்ற வேண்டியிருப்பதாகவும் இம்மாதிரி குளுகோஸ் இறங்கினால் என்ன ஆவது என்று பெரியம்மா கேட்டாள். 'உன் பெரியப்பாவைப் பார்த்தாயா, இன்னும் வந்துசேரவில்லை' என்று கவலையுடன் பிரலாபித்தாள். குளுகோஸ் இப்படி இறங்குகிற விஷயத்தை மீண்டும் சொன்னாள்.

தூய வெள்ளாடையும், தலையில் இறக்கை போன்ற துணியையும், கொண்டவள், ஒரு கிழவியின் முன் கையில் மாத்திரையை வைத்துக்கொண்டு 'ம் வாயைத்திற' என்று அதட்டிக் கொண்டிருந்தாள். கையிலிருந்த மாத்திரையைப் பார்த்துவிட்டுக் கிழவி மிரண்டாள்.

'ரெண்டு ரெண்டாப் போடலாம் . . . வாயைத்திற . . . ம் . . . முழுங்கு . . . ரெண்டு மாத்திரையைப் போடறதுக்கு என்னமோ உயிரே போற மாதிரி . . . திற வாயை.'

பெரியம்மா அவளிடம் சென்று விஷயத்தைச் சொன்னாள்.

'அதான் படிச்சிட்டு வந்திருக்காங்களே . . . டாக்டருக்கு . . . அவுங்கட்டே சொல்லுங்க. நாங்க ஏதாவது செஞ்சு அதனாலே தான் போச்சுன்னு செல்லுவாங்க . . . நர்ஸ் ஊசி போட்டா அதனாலேதான் செத்துப் போச்சுன்னு சொல்லுவாங்க . . .' என்றாள், அவள்.

பெரியம்மா திரும்பி என்னிடம் வந்தாள். வரண்டாவில் நின்றுகொண்டிருந்த அவன் திரும்பி வந்து நாற்காலியில் உட்கார்ந்தான். தரையில் நாற்காலியருகே உட்கார்ந்திருந்த அந்த அம்மாள் அவனையே பரிதாபமான முகத்தோடு பார்த்துக் கொண்டிருந்தாள். நான் அவனருகே சென்று ஒரு புன்னகையை அவனுக்குத் தந்து, 'குளூகோஸ் எறங்கவே மாட்டேங்குது டாக்டர் . . . கொஞ்சங் கொஞ்சமா விழுகுது . . . கொஞ்சம் வந்து பாத்தீங்கன்னா . . .' என்றேன்.

'அப்படியா' என்று கேட்டு அவன் உடனே எழுந்து என்னுடன் கட்டிலருகே வந்தான். பாட்டிலைச் சற்று நிமிர்த்தி, துணியைச் சற்று இறக்கி, 'இப்ப நல்ல எறங்கும், பாத்தீங்களா எறங்குதுல்ல' என்றான்.

நான் தலையாட்டினேன். பெரியம்மாவும் தலையாட்டி னாள். உண்மையில் பழைய மாதிரியே இறங்குவதாகத்தான் எனக்குத் தெரிந்தது. பெரியம்மாவுக்கும் அப்படியேதான் தெரிந்திருக்கவேண்டும். சற்று நேரத்தில் இருவரும் அந்த எண்ணத்தைப் பகிர்ந்துகொண்டோம்.

சில நோயாளிகள் தங்கள் வீட்டிலிருந்து வந்த உணவை உண்ண ஆரம்பித்திருந்தனர். வாசலில் நின்ற தள்ளு வண்டி யிலிருந்து உணவு வகைகளை, ஆஸ்பத்திரி உணவை உண்ணும் நோயாளிகளுக்காக எடுத்து வைத்துக்கொண்டிருந்தனர்.

அவன் தனது இடத்திற்கு வந்ததும் அந்த அம்மாள், 'அய்யா பெரிய மனசு பண்ணி . . .' என்று ஆரம்பித்தாள். அவன் உணவு வகைகளைத் தள்ளிக்கொண்டு வந்திருந்த

வனைப் பார்த்து, 'இந்தா பாருப்பா இந்த அம்மாவை என்னன்னு கேளு... பெட்லே சேத்துக்கன்னு உயிரை வாங்குது' என்றான்.

அவன், அவளருகே வந்து, 'எந்திரி ... இப்ப எந்திரிக்கிறியா இல்லை தூக்கி வெளியே போடவா ... எந்திரி ... இங்கே என்ன சும்மாவா சோறு போடறாங்க ...' என்று அவளைத் தூக்கப் போகிற நெருக்கத்தில் விரட்டினான்.

'இரு. எந்திரிக்கவா முடியுது. நோயாளின்னு சொன்னா கேக்கமாட்டேங்குறங்கப்பா, என்று அவனிடம் முறையிடுகிற மாதிரி சொல்லிவிட்டு, தள்ளாடி நடந்து வெளியே வராந்தா வில் உட்கார்ந்தாள்.

பெரியம்மா ஆரஞ்சுப் பழங்களும் தனக்கு உண்ணத் தயிர் சாதமும் வாங்கி வரச் சொன்னாள். பெரியப்பாவை, பொறுப்பில்லாத மனுஷன் இன்னும் வரவில்லையே என்றும் கவலையுடன் பேசினாள்.

வெளியே வந்தேன். ஆரஞ்சுப்பழ வியாபாரி அதிக விலை சொல்வதாகத் தோன்றியது. நான் ஆரஞ்சுப்பழம் வாங்கி ரொம்ப காலமாகியிருந்தது. தயிர் சாதமும் வாங்கிக் கொண்டு திரும்பினேன். பெரியம்மாவிடம் கொடுத்துவிட்டுப் பேசிக்கொண்டு உட்கார்ந்திருந்த போது ஞாபகம் வந்து வராந் தாவைப் பார்த்தேன். அந்த அம்மாள் அந்த இடத்தில் இல்லை. நான் பெரியம்மாவிடம் சொல்லிக்கொண்டு கிளம்பினேன். வராந்தாவில் நின்று நன்றாகப் பார்த்தேன். அவளைக் காணோம்.

வீட்டுக்கு வந்து சாப்பிட்டுவிட்டு மத்தியான வெயிலில் நடந்து பஜார் வீதிக்குச் சென்றேன். அங்கு தாவூதிடம் பெரியப் பாவைப் பற்றிக் கேட்டேன். உஸ்மான் பாயும் அவரும் அவசரமாகக் கீழக்கரைக்குப் போயிருப்பதாகச் சொன்னார்.

சற்று நேரம் நின்றேன். சாலையைப் பார்த்தேன். சாலை யில் சென்றுகொண்டிருந்த யாரும் எனக்குப் பரிச்சயமான மனிதர்களாக இல்லை. இது ஒன்றும் அதிசயமில்லை என்ற பிரக்ஞையை மீறி இது தீவிரமாக என்னுள் பாய்ந்தது. மனவெளியில் மனிதத் தலைகளாக நிரம்பி வழிந்தது. நான் தலையை உலுக்கி மனவெளியைக் கலைத்தேன். கையில் கிள்ளிப் பார்த்தேன். வலித்தது. சாலையில் கோடு போட்ட சட்டை அணிந்த ஒருவன் சைக்கிளைத் தள்ளிக் கொண்டு போவது தெரிந்தது. நான் நடக்க ஆரம்பித்தேன்.

விழிகள், அக்டோபர் 1982

✶

அலங்கோலம்

அவன் பல்லை நறநறவென்று கடித்துக் கொண்டிருந்தான். சகிப்புத்தன்மை மிகுந்த தொல் லைக்குட்படுத்தும் சமயங்களில் அவன் இப்படிக் கடிப்பதுண்டு. அந்தப் பக்கம் திரும்பிப் பார்க்க வேண்டாம் என்று நினைக்கிறதினாலேயே அந்தப் பக்கம் திரும்பிப் பார்க்கவைக்கிற உந்துதல் ஏற்படு வதாக இருக்கிறது. மழை லேசாகப் பெய்துகொண் டிருந்தது.

கிழவி கம்பத்தைப் பற்றிக்கொண்டு நடுக்கத் துடன் பிடியை விடாமல் உட்கார்ந்திருந்தாள். மழை நீர் அவள் உடலில் வழிந்துகொண்டிருந்தது. அது, செருப்பு தைக்கும் ஒருவனின் இடமாக இருந்து அவன் எதனாலோ அவ்விடத்தில் கொஞ்ச நாட்கள் காணாமல் இருந்ததில் அவள் இப்படி உட்கார்ந்திருக்கின்ற இடமாக ஆகி யிருந்தது.

இரண்டு நாட்களுக்கு முன்னே, பஸ் ஸ்டாப் கல் பெஞ்சில் உடல் தெரியாது ஈ மொய்க்கப் போர்த்திக் கிடந்தது இவளாகத்தானிருக்க வேண்டுமென ஞாபகம் வர, பக்கத்திலிருந்தவரி டம் கேட்டான். ‘தெரியல்லை. அனாதை எங்கே யிருந்தோ வந்திருக்கு’ என்றார் அவர். கூர்ந்து

பார்த்ததினால்தான் அவள், மலத்தின் மேல் உட்கார்ந் திருப்பது புலப்பட்டது.

நேற்று இரவு பயங்கரமான குளிரினால், தூக்கத்திலிருந்து எழுந்து எல்லா ஜன்னல் கதவுகளையும் நன்றாக அடைத்து விட்டு தான் சுருண்டு படுத்தது நினைவுக்கு வந்து வெட்ட வெளியில் கிடந்த கிழவியை நினைத்துத் தொந்தரவு அடைந் தான். அவனுக்குப் பார்வையைத் தவிர்ப்பது சிக்கலாகி சீக்கிரம் பஸ் வரவேண்டுமென்று பதற்றப்படலானான்.

இன்று சாயந்திரம் ஒரு பரதநாட்டியம் பார்க்க நினைத் திருந்ததால் அந்த மனோநிலைக்குக் குந்தகம் ஏற்படுத்தும் வகையில் ஆபீஸ் செல்வதா என்று அல்லாடிக்கொண்டிருந்த மனதிற்கு இப்போது ஆபீஸ் போகத் தோன்றியது.

பஸ் வர, பின் வாசலில் ஜனங்கள் இறங்க, ஏற, இவன் முன் வாசல் வழியாகப் பஸ்ஸினுள் நுழைந்தான். பேரதிருஷ்ட மாக அடுத்த ஸ்டாப்பிங்கில் உட்கார்ந்திருந்த ஒருவன் இறங்க அவ்விடத்தை இவன் ஆக்கிரமித்துக்கொண்டான். மழை தூறிக்கொண்டிருந்தது. காற்று குளுமையாய் அடித்துக் கொண்டிருந்தது. பஸ் சென்று கொண்டிருந்தது.

காலையில் ஆபீசுக்கு மட்டம் போடுகிற மனோநிலை உருவாகி அலைக்கழிந்த போது, இன்று என்னென்ன பீரி யட்ஸ் என்று பார்க்கத் தோன்றியது, இடைப்பட்ட ஆறு வருட காலங்களை அழித்ததென அவனை வியப்புக்கொள்ள வைத்திருந்தது. இவ்விநோதத்தைப் பற்றிய ஞாபகத்தின்போது இந்தப் பக்கம் மழை பெய்யாதிருந்த வினோதமும் சேர்ந்து கொண்டது. கண்டக்டரிடம் டிக்கெட் வாங்கும் போது விரும்புகிற இடத்தில் இறங்கிக் கொள்ள வசதியாகப் பஸ் சேருமிடம் வரை டிக்கெட் வாங்கினான்.

போன வாரமும் ஒரு நாள் ஆபீஸிற்கு மட்டம் போட் டான். ஆனால் அன்று வேறுவிதமான மனோநிலையிருந்தது. இரவு மேலதிகாரி ஞாபகத்தில் வந்து இவன் தூக்கம் கலைந்தான். மேலதிகாரி என்பவர் அதிகாரிக்கும் மேலா னவர், விசாலமான தனி அறையில் இருப்பவர். பெரிய மேஜையும், மேஜை மேல் பேனும், சுழலும் நாற்காலியும் கொண்டவர். பின்புறச் சுவரில் தேசத்தந்தை படத்தையும் முன்புறச் சுவரில் புள்ளிவிவரப் படங்களையும் கொண்டவர். அவர் அழைத்ததின் பொருட்டு இவன் அவர் அறையில் கால் மணி நேரத்திற்கு மேல் இருந்தான். அவர் வார்த்தை களின் தொனி குரூரநுனி கொண்டது. அன்று இரவுதான் அவனுக்குத் தூக்கம் கலைந்தது. எரிச்சல் காற்று உடலுள்

புரண்டு அலைக்கழிந்து காமரூபக் காற்றாக மாறியது. காம ரூபக் காற்றை உடலில் வாங்கி வழியவிட அவனுக்குப் பெண்டாட்டி இல்லை. அடுத்த நாள்தான் ஆபீஸிற்கு மட்டம் போட்டுவிட்டு குறிப்பிட்ட கவர்ச்சி நடனக்காரி உள்ள சினிமாவிற்குச் செல்வதா அல்லது குறிப்பிட்ட குடும்பப் பாங்கான கவர்ச்சி நடிகை உள்ள சினிமாவிற்குச் செல்வதா என்று மனதில் அலைக்கழிந்து சென்று கொண்டிருந்தபோது, வழியில் ஒரு நண்பனைப் பார்க்க அவன் இலக்கியங்களைப் பற்றியும் இலக்கியவாதிகளைப் பற்றியும் சுவராஸ்யமாக உரையாடிப் பொழுதைக் கழித்துவிட்டு வீடு திரும்பினான்.

பஸ் அவனது ஆபீஸிற்கான ஸ்டாப்பில் நின்றது. ஜன்னல் வழியாக ஆபீஸைப் பார்த்தான். ஆபீஸ் அசூயை தருவதாக இருந்தது. பஸ் கிளம்பியது. காற்று அடித்தது. வெயில் இன்னும் வரவில்லை. கடற்கரையில் இறங்கி பிளாட்பாரத்தை ஒட்டி அமைந்திருந்த புல்வெளியில் அமர்ந்தான்.

விஸ்தீரணமான மணல்வெளிக்கு அப்பால் கடல் தெரிந்தது. குழந்தைகளைப் பற்றி நினைக்கும்போது மலர்களுக் கருகில் வைத்துப் பார்ப்பது அவனுக்குப் பொருத்தமாகத் தெரிகிறது. ஆனால் மனிதன் என்று நினைக்கையிலோ பரந்த மணல் வெளியில் ஏகாந்தமாக நிற்பதாக நினைப்பது தான் பொருத்தமாக இருக்கிறது. அதுவும் கடற்கரை எனில் மணல் வெளியும், ஆகாயவெளியும், கடல்வெளியும் இணைந்த இடமென்பதினால் மனிதன் ஏகாந்தமாக நிற்க பிரத்யேகமான இடமாகத் தோன்றுகிறது. கடல் தூரத்தே ஆரவாரித்துக் கொண்டிருந்தது. விஸ்தீரணமான மணல்வெளி, பக்கத்தில் இந்தப்புறம் சாலை. வாகனங்கள் ஓடுகின்றன. சாலையின் மறுபுறம் பெரிய பெரிய கட்டிடங்கள். உட்கார்ந்திருக்கிற இடம் புல்வெளி. முதுகு ஒரு மரத்தில் சாய்ந்திருக்கிறது. யார் யாரோ மனுஷர்கள், மனுஷிகள், குழந்தைகள், ஒரு பஸ், மொட்டையடித்த சிலர், ஆந்திராவிலிருந்து வந்த பஸ்ஸா? ஆம்.

கொண்டு வந்திருந்த புத்தகத்தை எடுத்துப் படிக்க ஆரம்பித்தான். சற்று நேரம் புத்தகத்தைக் கிடத்திப் பார்வை சாலையில், புல்வெளியில், கடலில், மணல்வெளியில், மனுஷ மனுஷிகளின் மேல் ... பொழுது இப்படியே கழிந்தது. சாப்பாட்டு வேளை. கறி சாப்பிட்டால் நன்றாகயிருக்கும் என்று அவனுக்குத் தோன்றியது. கறி என்பது ஆட்டைக் கொன்று அதன் தசையை அரிந்து எண்ணெயில் வறுத்தெடுத்த துண்டு. ஆடு பாவம். ஆட்டுமந்தை புல்வெளியில் அழகானது. ஊருக்குள் சாலையில் எனில் மந்தை, ஒரு சோர்வைத் தருவது.

ஆட்டுக்குட்டி அழகானது. ஆட்டை உரித்தெடுத்த தோலில் பல பொருட்கள் செய்யலாம். ஆட்டின் அலறல் பரிதாப மானது. ஆட்டின் தசை, குடல்கள் சுவையானவை. உலகம் விநோதமாக இருப்பதாகத் தோன்றியது, அவனுக்கு.

அவன் ஆட்டின் குடல்களைச் சாப்பிட விரும்பி எழுந் தான். ஓட்டலில் நல்ல கூட்டம். தாவரங்களைக் காட்டிலும் பிராணிகளின் உடலை விரும்பிச் சுவைக்கிறவர்கள் அதிக மெனத் தோன்றியது. சாப்பிட்டுவிட்டு ஒரு நண்பரின் வீட் டிற்குச் சென்று படுத்துக்கிடக்கலாம் என்று தோன்றி, சென் றான். அவன் அங்கு சாமான்யமான மனோநிலையே கொண் டிருக்க வேண்டியதாயிற்று. நண்பரையும் கூட்டிக் கொண்டு நாட்டியத்திற்குச் செல்வது மனத்திற்கு உவப்பாகப்பட வில்லை. நாட்டியம் குறித்து இவ்வித நுட்ப மனோநிலை கொண்டிருக்கிறவன் இங்கு வந்திருக்க வேண்டியதில்லை என்றும் தோன்றியது. நண்பரும் நாட்டியத்திற்கு வந்தார். கார்களில் வந்திறங்கிய செழிப்பான உடல்களைக்கொண்ட மனுஷ மனுஷிகள் நிறைந்த அவ்விடத்தில் பத்து ரூபாய் டிக்கெட்டு வாங்கி உள்ளே நுழைந்து இருக்கையில் அமர்ந் தனர். மேடை தூரத்தே இருந்தது. தூரத்தில் ஆடுவது ஒரு பெண் உருவமென மட்டும் தெரிந்தது.

அடுத்தநாள் காலை எழுந்து ஆபீஸ் சென்று வந்தான். அதற்கடுத்த நாளும் அப்படியே. குறிப்பிட்டுச் சொல்லும் மனோ அனுபவம் ஏதுமில்லை. அதற்கடுத்த நாள் ஆபீஸ் செல்ல பஸ் ஸ்டாப்பில் நின்றிருந்தபோது அவ்விடத்தில் துணியால் மூடிக்கிடந்த பொருள் அக்கிழவியென ஞாபகத் தில் வர, இரண்டு நாட்களும் இந்த இடத்திலேயே பஸ் ஏறியிருந்தும் இதைக் கவனிக்காது போனதெப்படி என்று புரியாமல் குழம்பியபோது, நேற்றுக்கு முந்தியநாள் பஸ் போயிருக்கக் கண்டு மெயின்ரோட்டிற்குச் சென்று பஸ் ஏறியதும், நேற்று தான் வந்தவுடன் பஸ் வர ஏறியதும் ஞாபகத்திற்கு வந்தது. இறந்திருப்பாளோ என்ற எண்ணம் துணியினுள் ஏற்பட்ட அசைவினால் இல்லாமற் போனது. அசைவு, தலையைத் தூக்குகிறதினால் ஏற்பட்டதாகத் தோன்றி யது. சகிக்கமுடியவில்லை. அவள் சீக்கிரம் செத்துப்போனால் நல்லது. பஸ் வந்ததும் ஏறி ஆபீஸ் சென்றான்.

அதற்கடுத்த நாள் காலை பஸ் ஸ்டாப்பிற்கு வந்தபோது பாடையில் புதுச்சேலையுடுத்தி மாலையணிந்து அக்கிழவி கிடந்தாள். பார்க்கச் சகிக்க முடியாதபடி கிடந்தவள் இப் போது பார்க்கும்படியாகக் கிடந்தாள். 'என்ன எல்லாம் முடிஞ்சுதா?' என்று கேட்டுக்கொண்டே ஒருவர், சைக்கிள்

கடைக்காரரிடம் வந்தார். ‘வசூல் பண்ணினதுல பாதி செலவழிச்சிருக்கானுக, பாதி குடிச்சிருக்கானுக . . . எடுத்துற வேண்டியதுதான்’ என்றார், சைக்கிள் கடைக்காரர். சடலத் தருகே இருவர் குடித்த தோரணையில் நின்றிருந்தனர். சடலம் மரியாதையுடன் பாடையில் கிடந்தது.

விழிகள், செப்டம்பர் 1982

✶

பூமி

நான் என் தலையை வாளினால் சீவிக் கையில் வைத்துக்கொண்டிருக்கிற காட்சியை முதன் முதலில் கண்டது கனவிலா அல்லது நினைவிலா என்பதை எத்தனை முறை யோசித்துப் பார்த்தும் கண்டறிய முடியவில்லை. இதை நானே எனது இன்னொரு நானாக மாறிச் செய்வேன். நின்றுகொண்டிருக்கிற நிலையில் ஒரு காலை ஸ்டூலின் மேல் வைத்து அதன்மேல் வைக்கப்பட்டிருக்கிற இன்னொரு நானின் கையில் என் தலை இருக்கும். நான் இன்னும் உயிரைத் துறக்கவில்லை. துறந்திருந்தால் நான் இப்படி சினிமாக் கொட்டகையில் உட்கார்ந்திருக்க முடியாது.

லொடலொடவென்று பெருமூச்சு விட்டுக் கொண்டு நகரும், எப்போதும் கூட்டம் பிதுங்கி வழிகிற, ஒரு ஊதா நிற பஸ்ஸை – ஆளில்லாத வெறும் பஸ்ஸை – இரண்டு கைகளினாலும் தூக்கி ராமேஸ்வரம் கடலில் நான் போட்டிருக்கிறேன். அலட்சியமாக, புறங்கையினால் பஸ், லாரிகளைத் தள்ளிவிட்டு ரோட்டைக் கிராஸ் பண்ணியிருக்கிறேன். ஒரு தடவை ரோட்டில் மஞ்சள் கோட்டில் நிற்கும்போது வந்த ஒரு காரை நான் காலினால் நெட்டித்தள்ள அது பின்புறமாகவே கொஞ்சதூரம் ஓடியிருக்கிறது.

ஊரிலிருந்து வந்திருக்கிற சகோதரி இன்று காலையில் எனக்குக் கூனல் விழுந்திருப்பதாகச் சொன்னாள். அத்தோடு முன்பெல்லாம் நெஞ்சைத் தூக்கிக்கொண்டு நடப்பதை நினைவு படுத்தினாள். எனக்கு உறைத்துவிட்டது. நான் நிறைய இழந் திருப்பதை அடிக்கடி யோசித்துக்கொண்டிருந்தாலும் கூனல் வழியாக யோசித்திருக்கவில்லை. பொருளாதாரமும் எலும்புக் கூட்டைத் துருத்திய நெஞ்சாகக் கொண்டவர்களும் நிமிர்ந்த நெஞ்சுடன் இருப்பவர்களை சாமான்யத்தில் விடுவதில்லை.

காங்கேயன் நடந்து கொள்கிற விதத்தில் அவனுக்கு இன்னும் கூனல் விழவில்லை என்பது நன்றாகத் தெரியும். இது விஷயத்தில் ஏற்கனவே கூனல் விழுந்தவர்களின் இதயங் கள் அவனுக்கு அனுதாபம் காட்டுகின்றன. இங்ஙனம்கூட எனக்கு அக்காலத்தில் ஆள் கிடைக்கவில்லை. மீண்டும் சொல்கிறேன். பொருளாதாரமும் எலும்புக்கூட்டைத் துருத் திய நெஞ்சாகக் கொண்டவர்களும் பயங்கரமானவை.

சினிமாவில், தனது திருமணப் பத்திரிகையைக் கதாநாயகி கொடுக்க வந்திருக்க, கதாநாயகன் அதை அறியாது தனது காதலை அவளிடம் முதன் முறையாக வெளிப்படுத்திக் கொண்டிருக்கிறான். கதாநாயகி அழுகிறாள். நான் அவள் நாடியில் ஒரு குத்துவிட்டேன். நியாயமாக நான் கதாநாயக னின் வீணான அசைவுகளுக்காகவும், பேசும் வசனங்களுக் காகவும் அவனைத்தான் தாடையில் அறைந்திருக்கவேண்டும். இதற்கு முந்தைய காட்சிகளில் கதாநாயகியையே பார்த்த ஞாபகம் இருந்ததால் அவளைத் தாக்கிவிட்டிருக்கிறேன். சரி, அதனால் பாதகமில்லை.

எனக்கு உட்கார்ந்திருக்க முடியவில்லை. நல்லவேளையில் இடைவேளை விடுகிற சந்தர்ப்பமாக இது இருந்தது. தியேட்ட ரில் லைட் எரிந்தது. பார்க்க விரும்புகிற மாதிரி யாராவது பெண் தென்படுகிறதா என்று பார்த்தேன். ஒருத்தியும் இல்லை. ஒன்றுக்கு இருந்துவிட்டு ஒரு சிகரெட் பற்ற வைத்துக்கொண்டு படிக்கட்டில் உட்கார்ந்தேன். காலையில் காந்தி மண்டபத் திற்குப் போயிருந்தபோது அங்குள்ள கழிவறைக்கு ஒன்றுக்கு இருக்கச் சென்றேன். நான் இருந்த இடத்தில் ஆணின் பிறப்பு உறுப்புப் படம் வரைந்து, இது ரஜினியுடையது என்று கரியில் எழுதப்பட்டிருந்தது. நான் அடுத்த இடத்தைப் பார்த்தேன் அதிலும் இதேபோல் படம் வரைந்து, இது கமலுடையது என்று எழுதப்பட்டிருந்தது. அதற்கடுத்து சிவகுமார். அதற்கடுத்து ஜெய்சங்கர். இதேபோல் அருகிலிருந்த பெண்கள் கழிவறையில் என்ன எழுதப்பட்டிருக்கும் என்று நான் யோசித்தேன்.

சினிமாவுக்கும் மக்களுக்கும் இடையேயுள்ள காமாந்தகர உறவைப்பற்றி யோசித்துக்கொண்டிருக்கும்போது தியேட்டரினுள் லைட் அணைந்து படம் போட ஆரம்பித்துவிட்டார்கள். உள்ளே வந்து உட்கார்ந்தேன். கதாநாயகியைக் கல்யாணம் பண்ணிக்கொண்ட வில்லன் ஓர் அபத்தமான காரணத்தை வைத்துக்கொண்டு அவளை மோசமாக இம்சிக்கிறான். ஜனங்களுக்கு ரசனையாக இருப்பது தெரிந்தது. தியேட்டரினுள் இருப்பது சகிக்க முடியாமல் போயிற்று. வெளியே போக வேண்டியதுதான். வெளியே வரும்போது தியேட்டர் சுவரின் விளிம்பைக் கைகளினால் செங்கல் தெரியும்படியாக உடைத்தேன்.

வெளியே சாலையில் மனிதர்களே இல்லை. ஒரு லாரி கடந்து போயிற்று. இரவு பன்னிரண்டு மணியைச்சுற்றி ஏதாவதொரு நேரம் இருக்கும். மூளை ரொம்பவும் உபத்திரவத்திற்கு உள்ளாகியிருந்தது. பணம் மனிதனைப் பிடுங்குகிறது. சித்திரவதை செய்கிறது. அழகுகளை அழிக்கிறது. மூடத்தனங்கள் பெருகிவிட்டன. எல்லாமே தலைகீழாக இருக்கின்றன. இதை நேராக நிமிர்த்துவதற்கு நெம்புகோலுடைய மனிதன் எங்கிருக்கிறான்? நெம்புகோலுடைய மனிதன் என்கிறபோது தோளில் நீண்ட துடைப்பக்கம்பைச் சாய்த்து நிற்கிற தலைப்பாகை கட்டிய தோட்டி ஞாபகத்திற்கு வருகிறான். வேறு யாரும் இவ்வளவு நீளக்கம்பைத் தனது தொழிற்கருவியாக உபயோகப்படுத்துவதாக எனது ஞாபகத்தில் இருக்கவில்லை.

மனதில் கலவரத்தைப்போக்க சாந்திக்காக எங்கு போய் எதனிடம் சரணடைவது? கடவுளிடமா? மதுரை மீனாட்சி சுந்தரேஸ்வரிடம் கர்ப்பக்கிருஹத்தில் நான் அவருக்கு அருகில் நாற்காலியில் உட்கார்ந்து சம்பாஷித்திருக்கிறேன். அவரிடமா?

இப்போது நான் நடந்துகொண்டிருக்கிற சாலை மெயின் ரோட்டிலிருந்து பிரிந்து உட்செல்லும் நீண்டசாலை. மனிதர்களை மட்டுமல்லாது லாரிகளையும் இங்கு பார்க்க முடியாது. பகல்வேளையிலே கூட இந்தச் சாலையில் அதிக மனித நடமாட்டம் இருக்காது. இருக்கின்ற தெருவிளக்குகளில் சில மட்டும் எரிந்துகொண்டிருந்தன. எனக்கு அமானுஷ்ய பயம் எதுவும் கிடையாது. ஆனால் நாய்களைப்பற்றிய பயம் யதார்த்தமானது என்பதால் அதுமட்டும் உண்டு.

சற்று தூரத்தில் மூன்று நாய்கள் சாலையின் மையத்திலேயே உட்கார்ந்திருப்பது தெரிந்தது. சற்று நெருங்க நிறைய நாய்கள் தெரிந்தன. ஏழு நாய்களாவது இருக்கக்கூடும். இவைகள் குழுவாக அமைந்து செயல்படுபவைகளாக தோற்றம் தந்தன. நான் பவ்யமாகவும், ரொம்பவும் அமரிக்கையாகவும் அவைகளைக் கடந்தேன்.

நல்லவேளையாய் அவை அமைதியாகவே இருந்துவிட்டன. ஒருவேளை என்மேல் கோபம் கொண்டிருந்தால் தங்கள் எண்ணிக்கையை மனோபலமாகக் கொண்டு என் மிரட்டலுக்குப் பணியாமல் என்னைக் குதறியிருக்கக்கூடும்.

சற்றுதூரம் நடந்து வந்ததும் வெள்ளையாய் ஒரு பிராணி குறுக்கே ஓட முதலில் நான் அதை நாய் என்றே நினைத்தேன். அவ்வளவு பெரியதாக இருந்தது. பிறகுதான் அது பூனையென்று தெரியவந்தது. மனிதர்கள் இருப்பிடங்களில் அடங்கிவிட்டதனால் இரவில் மிருகங்கள் ஆளுகின்றன. மனிதர்கள் இப்படியே தங்கள் இருப்பிடங்களில் அடங்கிப்போய்விடுவது மிருகங்களுக்கு உகந்தது. அப்போது நாய்கள் பூனைகளோடு, கரடிகளும் புலிகளும் யானைகளும் சாலையில் நடமாடும். அப்படியும் நடக்குமா? நவீன ஆயுதயுகத்தில் ஒன்றும் சொல்ல முடியாது.

அப்படியானால் மிருகங்கள்கூட இருக்காது. மண் மூடிவிடும். பிறகு நாலாயிரம் வருடங்களுக்குப் பின்னால் ஒரு மனிதன் வந்து மண்ணைத்தோண்டி, இன்றைக்கு நாலாயிரம் வருடங்களுக்கு முன்பே நமது முன்னோர்கள் மிகுந்த நாகரீகத்தோடு வாழ்ந்தார்கள். சாலைகள் நீர்வடிவதற்கு ஏற்ற முறையில் அமைக்கப்பட்டிருந்தன. அங்கு கிடைத்த ஒரு நடனமாதின் சிலை அவர்கள் கலைப்பொருட்களில் கொண்ட ஈடுபாட்டுக்கு ஓர் எடுத்துக்காட்டு. மக்கள் நெல் கோதுமைகளைப் பயிர்செய்து உணவாக உட்கொண்டனர். மின்சாரத்தின் பயனை அறிந்திருந்தார்கள். அவர்கள் பருத்தி ஆடைகளையும் செயற்கை நூலிழையால் ஆன உயர்வகை ஆடைகளையும் அணிந்திருந்தார்கள் என்று சொல்வான். இவ்விஷயங்கள் தோஸ்தாரோ, செங்கஜ்தாஸ்தோ ஆகிய இடங்களை ஆய்ந்து அகழ்ந்தபோது தெரியவந்தன என்று சிறுவர், சிறுமியர் சரித்திரப் புத்தகத்தில் படிப்பார்கள்.

டீக்கடை தெரிந்தது. அந்தப் பக்கம் சில தோல் பதனிடும் தொழிற்சாலைகள் உள்ளன. சிலர் டீ குடித்துக்கொண்டிருந்தனர். இந்த டீக்கடையை ஒட்டிப் பிரியும் சாலையில்தான் நான் போகவேண்டும். நான் ஒரு லைட் டீ குடித்தேன். இந்நேரத்திற்கு அவ்விடத்தில் பரிச்சயமில்லாத முகமாக நான் இருந்ததால், ஒருவன் என்னைக் குறிப்பாகப் பார்த்தான். டீ குடித்துக்கொண்டிருக்கும் போதே நான் போகவேண்டிய சாலையில் நாய்கள் குரைத்துக்கொண்டிருக்கிற சத்தம் கேட்டது. இப்படி நாய்கள் ரொம்ப நேரம் குரைத்துக்கொண்டிருப்பதை நான் அடிக்கடி இரவு வேளைகளில் கேட்டிருக்கிறேன். அதில் ஒரு நாயின் குரல் ஓலமிடுவது போல் இருக்கும்.

இன்னும் குரைப்பொலி ஓயவில்லை. அதிக நேரம் டீ குடிப்பதை நீட்டிக்க முடியவில்லை. இந்தச் சாலையில் விளக்கு களும் கிடையாது. கொஞ்ச தூரம் நடந்து பிறகு வலதுபக்கம் திரும்பி இரண்டாவது கட்டிடத்திற்கு நான் போகவேண்டும், கொஞ்சமாகத் தெரிந்த நிலவொளியில் ஒழுங்கற்று நாய்கள் கூட்டமாகக் குரைத்துத் திரிந்துகொண்டிருந்தன. நாய்களுக்குப் பின்னால் ஒரு மனிதன் இந்த நாய்களை மேய்ப்பவன் போல வும் அல்லது இந்த நாய்கள் அவனைப் பார்த்துதான் குரைக் கின்றனவோ என்பது போலவும் தெரிந்தான். பாதிதூரம் வந்த நான் தொடர்ந்து செல்லத் துணிவற்று திரும்பினேன். திரும்பி எங்கு செல்வது? திரும்பி டீக்கடைக்கு வந்து இரண்டு பிஸ்கட்டுகள் வாங்கினேன். என்னைக் குறிப்பாகப் பார்த்த ஒருவன் மீண்டும் அப்படியே பார்த்தான். இப்போது குரைப் பொலி ஓய்ந்திருந்தது. பார்த்தபோது நாய்களைக் காணோம். இதுதான் சமயமென்று நடக்க ஆரம்பித்தேன்.

கைகளைப் பின்னால் கட்டியபடி எதிரே வந்த அந்த மனிதன் முதியவனாக இருந்தான். நான் அவனை உற்றுப் பார்த்தேன். அவன் எது குறித்தும் சலனப்படாத பாவனையில் போய்க்கொண்டிருந்தான். நான் நடந்து வலப்பக்கம் திரும்பிய போது நாய்க்கூட்டம் அங்கு இருப்பது அருகில் தெரிந்தது. ஒரே ஒரு நாய் மட்டும்தான் குரைத்தது. அது என் வீட்டுச் சோறு சாப்பிடும் கறுப்பு நாயாக இருந்தது. நான் அதனுடைய பெயர் சொன்னதை அது காதில் வாங்கிக் கொள்ளவில்லை. மற்ற நாய்கள் குரைக்காதிருந்தது ஏன் என்று தெரியவில்லை. நான் அவசரமாக கேட்டைத் திறந்துகொண்டு உள்ளே வந்து கேட்டைச் சாத்தினேன். கால்கள் வெடவெடத்தன. இந்தக் கறுப்பு நாய்க்கு நான் சோறு போடுவதில்லை என்றா லும் என் அம்மா சோறு போடும்போது பல நேரங்களில் அருகிலிருந்திருக்கிறேன். இந்த நாயின் கண்கள் பழுப்பு நிறத்திலிருந்தன. ஒரு சமயம் என் கண்களும் இந்நாயின் கண்களும் சந்தித்துக்கொண்டபோது நான்தான் பார்வையை எடுத்துக்கொள்ள வேண்டியிருந்தது.

கதவைத் தட்டினேன். இது நான் காசை வாடகையாகக் கொடுத்துக் குடியிருக்கும் வீடு. அம்மா கதவைத் திறந்தாள். என்னைப் பெற்றுவிட்டதால் அம்மாவாக இருக்கிறாள். அதே காரணத்திற்காக நானும் மகனாக இருக்கிறேன். உள்ளே வந்தேன். வெளியே நாய்களின் குரைப்பொலி கேட்டது. நான் காசு கொடுத்து வாங்கி, விரித்து வைத்திருக்கிற படுக்கையில் படுத்தேன். இது எனக்குச் சற்று பாதுகாப்பான இடந்தான்.

விழிகள், நவம்பர் 1981

✶

இடைவெளி

வேன் நின்று வேனின்னுள்ளிலிருந்து போலீஸ்காரர்கள் குதித்து என்னை நோக்கி விரைந்து வந்து என்னைச் சுற்றிக்கொண்டார்கள். நான், "எதுக்கு, எதுக்கு" என்றேன். அவர்கள் யந்திரகதியில் இருந்தார்கள். "ஏறு, ஏறு" என்றார்கள். நான் வேனினுள் ஏறி உட்கார்ந்தேன். போலீஸார் தவிர்த்து நான் மட்டுமே இருந்தேன். நான்தான் முதல் ஆள். டிரைவர், "எங்களையா மொறைச்சே" என்கிற மாதிரி இடையில் இருந்த கம்பி வலைகளினூடே என்னைப் பார்த்தான்.

அவர்கள் எல்லோரும் முரட்டுத்தோற்றத்தில் இருந்தார்கள். எல்லோர் முகத்திலும் பெரிய மீசை இருந்தது. சாந்தம் முகத்தில் கொஞ்சங்கூட தொனிக்கக்கூடாது என்பதில் அவர்கள் மிகுந்த அக்கறையுடையவர்களாகயிருக்க வேண்டும். முகங்கள் கடுமை நிறைந்தவைகளாயிருந்தன. கண்கள் அந்தக் கடுமைக்கு எடுப்பாக இருந்தன. தங்களைப் பார்த்து மற்றவர்கள் பயப்படவேண்டும் என்று பிரியப்படுகிறவர்கள்.

வேன் கிளம்பியது. ஓர் இடத்தில் முன்னால் உட்கார்ந்திருந்த சப் – இன்ஸ்பெக்டர் பரபரத்து நிறுத்தச் சொன்னார். போலீஸார்கள் எல்லோரும்

கீழே இறங்கினார்கள். சாலையில் சிறுநீர் கழித்துக்கொண் டிருந்த ஒருவனைச் சட்டையைப் பிடித்து இழுத்துக்கொண்டு வந்தனர். வேனினுள் தள்ளி எல்லோரும் அடிக்க ஆரம்பித் தனர். அவன் உட்கார்ந்த நிலையில் முதுகை வளைத்துக் கவிழ்ந்திருந்தான். அடிகள் முதுகிலும் விலாவிலும் விழுந்தன. ஒருவன் ஒரு கையினால் அவன் தோளைப் பற்றிக்கொண்டு இன்னொரு கையின் முழங்கையினால் குத்தினான். பின், இரண்டு கைகளாலும் முழங்கையினால் குத்தினான்.

அடித்து முடித்து அவர்கள் ஸீட்டில் உட்கார்ந்தனர். அடிபட்டவன் கீழே உட்கார்ந்திருந்தான். இப்போதுதான் நான் அவனை நன்றாகப் பார்க்க முடிந்தது. வாழ்க்கையில் தனது ஜீவிதத்திற்காக உழல்கிறவனாக அவன் இருந்தான். தாடி வளர்ந்திருந்தது. வேஷ்டியும் சட்டையும் அழுக்காக இருந்தன. கண்கள் குழிவிழுந்து முகத்தில், வாழ்க்கையில் நொந்து போன களை. திகிலடைந்து போயிருந்தான்.

வேன் ஒரு சினிமா தியேட்டர் வாசலில் நின்றது. சப் – இன்ஸ்பெக்டர் தவிர்த்து எல்லோரும் இறங்கி தியேட்டருக் குள் போனார்கள். சப் – இன்ஸ்பெக்டர் புகைபிடித்துக்கொண் டிருந்தார். நான் வேனைவிட்டு இறங்கி அவரருகே சென்று, “மைக்லே அவர் அப்படிச் சொன்னதுனாலேதான் நான் அப்படி நடந்துக்கிட்டேன். இல்லாட்டி சும்மாதான் இருந் திருப்பேன் ஸார்” என்றேன்.

அவர் முகம் சிடுசிடுத்தது. கடுமையான முகத்துடன் என்னை அதட்டினார். “போடா போய் ஒக்கார்ரா . . . நியாயம் பேச வந்துட்டான். தோலு பிஞ்சு போயிரும் போடா.”

நான் ஒன்றும் பேசாமல் வேனினுள் ஏறி உட்கார்ந்து கொண்டேன்.

சற்று நேரங்கழித்து, தியேட்டரினுள் சென்றிருந்த போலீஸ்காரர்கள் மூன்று பேர்களைக் கொண்டு வந்தனர். இருவர் வேனினுள் ஏறி கீழே உட்கார்ந்திருந்தவனுடன் சேர்ந்து உட்கார்ந்துகொண்டனர்.

இன்னொருவர் தூய்மையான வெள்ளை வேஷ்டியும், சட்டையும் அணிந்திருந்தார். அழகான வாட்ச் கட்டியிருந் தார். வேனினுள் ஏறத் தயங்கி சப்–இன்ஸ்பெக்டரிடம் அடக்கமாக நின்று, “தெரியாம ஸ்மோக் பண்ணிட்டேன். இனிமே இல்லை. நீங்க பாத்து . . .” என்று இழுத்தார்.

அவர் கறாராகப் பதில் சொன்னார். "மரியாதையா சொல்றேன், வண்டியிலே ஏறுங்க. இல்லேன்னா மரியாதை கெட்டுப் போயிரும்."

அவர் சொன்ன விதத்தில் அவர் செய்யக்கூடியவராகத் தான் தோன்றினார். அந்த நபர் வேனினுள் ஏறி என் அருகில் உட்கார்ந்தார்.

வேன் கிளம்பியது.

இவர்கள் எனக்குள் சினிமாப் படத்தில் குதிரைகளில் வந்து பிரஜைகளைச் சிதறடித்துப் பொருட்களை எடுத்துச் செல்லும் கொள்ளைக்காரர்கள்போல் உருவகப்படுவதும் உண்டு. பிளாட்பாரத்தில் கடை பரப்பியிருக்கும் சிறு வியா பாரிகள் மீதும், தள்ளுவண்டியில் பழவியாபாரம் செய்பவர் கள் மீதும் இவர்கள் பலசமயங்களில் போக்குவரத்திற்கு இடைஞ்சல் என்று நடவடிக்கை எடுப்பது உண்டு. அந்தச் சமயங்களில் தள்ளுவண்டியில் வைக்கப்பட்டிருக்கும் பழங்கள் தள்ளிவிடப்பட்டு ரோட்டில் சிதறி ஓடும் காட்சியையும் கண்டதுண்டு. அந்தச் சிறு வியாபாரிகளின் உடைமைகள் பறிமுதல் செய்யப்பட்டு வேனினுள் அடைக்கப்படுவதையும் பார்த்ததுண்டு.

ஓர் இடத்தில் இப்படி நடப்பதைப் பார்த்ததும் அவ்விடத் திலுள்ள பிற நடைபாதை வியாபாரிகள் தங்கள் கடைகளை அப்படியே போட்டுவிட்டு ஜனங்களோடு கலந்துவிடுவார்கள். அந்த நடவடிக்கைச் சமயங்களில் அவர்கள் இப்படி உருவகப் படுவார்கள்.

வேன் சென்றுகொண்டிருந்தது. "ஏய் மஞ்சச் சட்டை பிளாட்பாரத்துலே ஏறிப்போ . . ." "டேய் ரிக்ஷா எடுறா வண்டியை . . ." "இடதுபுறம் பிளாட்பாரத்தில் ஓரமாகச் செல்லவேண்டும் . . ." "இந்தாம்மா ஒழுங்கா போகத் தெரி யலை" – என்பன மைக்கில் அறிவிக்கப்பட்டவைகளில் சில வசனங்கள்.

வேன் நின்றது. எட்டிப்பார்த்தேன். என்னைப் போலவே, பிளாட்பாரத்தில் சாலையில் பாதசாரிகள் இறங்கமுடியாமல் இருக்க அமைக்கப்பட்ட இரும்புக்கம்பியில் உட்கார்ந்திருந்த ஒருவனைப் பிடித்து இழுத்துவந்து வேனில் ஏற்றினார்கள். அடிக்கவில்லை.

"குண்டியை வைச்சுக்கிட்டு சும்மா இருக்க முடிய லையா . . . எழுந்திருங்கடா" என்று மைக்கில் பகிரங்கமாக, அநாகரிகமாகச் சொல்லி எங்களைக் கடந்துசென்ற வேனை, எல்லோரும் சும்மா எழுந்து நிற்க, நான் மட்டும் உட்கார்ந்த

படியே அவர்களை முறைத்துப்பார்க்காமல் இருந்திருந்தால் இப்படி வேனினுள் உட்கார்ந்திருக்க மாட்டேன்.

அவர்கள் வேனை நிறுத்திவந்த வேகத்தைப் பார்த்தபோது என்னை அடிக்கத்தான் போகிறார்கள் போலிருக்கிறது என்று நினைத்தேன். நான் அடிபடாமல் இருந்ததற்கு எனது தோற்றம் காரணமாக இருந்திருக்க வேண்டும்.

என்னுடன் அந்தச் சமயத்தில் பேசிக்கொண்டிருந்தவர் களில் சண்முகத்தைத் தவிர மற்றவர்கள் யாரும் எனக்காகச் சிரமப்படக்கூடியவர்களல்ல. சண்முகத்திற்கு அவ்வளவு விவரம் போதாது. நான் இப்படி மாட்டிக்கொண்டதைப் பார்த்தாலும் அவரால் தனிப்பட ஒரு முயற்சியும் செய்ய இயலாது. ஜி. எஸ்ஸைப் பார்த்து விவரத்தைச் சொல்லுவார். ஜி. எஸ்சுக்கு விஷயம் தெரிந்தால் கவலை இல்லை. என்னை மீட்க ஏதாவது செய்வார். ஆனால் அவர் சண்முகத்திற்குக் கிடைக்கவேண்டும். இந்த நேரத்தில் எங்கிருக்கிறாரோ? ஒரு போன் பேச வாய்ப்புக் கிடைத்தால் ஜி. எஸ். கடைக்கு போன்பண்ணி – இந்தச் சமயத்தில் அவரது அண்ணன்தான் இருப்பார் – விஷயத்தைச்சொல்லி ஜி. எஸ்ஸிடம் சொல்லச் சொல்லலாம். ஜி. எஸ். கிடைக்கவில்லை என்றாலும் அவரது அண்ணனேகூட எனக்காக ஏதாவது செய்வார்.

வேன் போலீஸ் ஸ்டேஷன் எதிரில் நின்றது. எங்களை உள்ளே அழைத்துச்சென்று இன்ஸ்பெக்டரின் இடதுகைப் பக்கத்தில் வரிசையாக நிற்கவைத்தனர்.

முகத்தின் தன்மையும், கன்னம் வரை நீண்டு சுருண் டிருந்த மிகப்பெரிய மீசையும் இன்ஸ்பெக்டரின் முகத்தைப் பார்ப்பதற்கே பயத்தைத் தந்தது. அவர் எங்களைப் பார்த்து விட்டு, பார்த்துக்கொண்டிருந்த பைலை மீண்டும் பார்க்க ஆரம்பித்துவிட்டார்.

போன் மணி அடித்தது. இன்ஸ்பெக்டர் போனை எடுத் தார். எதிர்முனையில் பேசியவர் சொன்னது விளங்கவில்லை போலிருக்கிறது. "என்ன என்ன சொல்றீங்க" என்று கடுகடுப் பாய்க் கேட்டார். வேண்டா வெறுப்பாய்க் கேட்டுவிட்டு போனை வெறுப்புடன் வைத்துவிட்டு எங்களைப் பார்த்தார்.

சப்–இன்ஸ்பெக்டர் என்னைக்காட்டி, "இவன் சொன்ன துக்கு மொறைச்சுப் பார்க்கறான் ஸார். பெரிசா நியாயம் வேறே பேசறான்" என்றார்.

இன்ஸ்பெக்டர் என்னைப் பார்த்து, "ஒழுங்கா இருந்துக்க ... ஹிப்பி தலை சொய்ங்னு போயிரும்" என்று சொல்லி, "என்ன?" என்று அதட்டலாகக் கேட்டார்.

நான் தலையாட்டினேன். தனக்கு முன்னால் வலதுகைப் பக்கம் தரையைக் காட்டி, “அங்கே ஒக்காரு” என்றார். மற்றவர்களைப் பின்னால் கொண்டு போகச்சொல்லி சப்–இன்ஸ்பெக்டரிடம் சொன்னார்.

நான் அவர் காட்டிய இடத்தில் தரையில் உட்கார்ந்தேன். பின்புறத்தில் ஏற்கனவே பலர் இருந்தனர். என் கூட வேனில் வந்தவர்களைக் கூட்டிச்செல்கிற சப்–இன்ஸ்பெக்டரிடம், சினிமாக்கொட்டகையில் பிடித்து வந்த அந்த நபர் கெஞ்சுவது மாதிரியும், ரகசியம் பேசுவது மாதிரியும் ஏதோ சொல்லிக் கொண்டு போனார்.

வாசலில் ஒரு சேரிவாழ் கிழவியும், குழந்தையை இடுப்பில் வைத்திருந்த ஒரு பெண்ணும் தயக்கத்துடனும், பயத்துடனும் உள்ளே எட்டிப்பார்த்துத் தலையை இழுத்துக்கொண்டிருந்தனர்.

இப்படி உட்கார்ந்திருப்பதில் கூச்சமும், அச்சமும் எனக்கில்லை என்று காட்டுகிறவிதமாக நான் உட்கார்ந்திருந்தேன். ஜிப்பா அணிந்த ஒரு நடுத்தரவயதுக்காரர் உள்ளே வந்து இன்ஸ்பெக்டருக்கு சலாம் பண்ணினார். இன்ஸ்பெக்டர் வாயைத் திறக்காமல் முகபாவனையாலேயே வினவினார்.

வந்தவருக்கு வார்த்தைகள் சரியாக வராததற்குப் பயம் தான் காரணமாக இருக்கவேண்டும்.

அவரது மகன் (மகனாகத்தான் இருக்கவேண்டும்) பின்னால் நின்றிருந்த கூட்டத்திலிருந்து வந்தான். அவன் பிளாட்பாரக் கம்பியில் உட்கார்ந்திருந்த காரணத்தினால் நான் வந்த வேனில் கொண்டு வரப்பட்டவன்.

நான் அந்த நடுத்தர வயதுக்காரரைப் பார்த்துவிட்டு இன்ஸ்பெக்டர் பக்கம் திரும்பியபோது அவர் கையில் பெரிய லத்தி இருந்தது. அது சாதாரணமாக போலீஸ்காரர்கள் வைத்திருக்கிற லத்தி மாதிரியில்லாமல் அதைப்போல மூன்று மடங்கு பருமன் உள்ளதாகவும், நீளத்திலும் அதிகம் உள்ளதாகவும் இருந்தது.

“இனிமே செய்யாதே” என்று எஜமானத்துவத் தோரணையில் சொல்லி அந்தப் பையனைக் கையை நீட்டச்சொல்லி அடித்தார். அடியில் ஏற்பட்ட வலி அவன் முகத்தில் தெரிந்தது. அவன் கையை மூடி பின் விரித்தான். இன்னொரு அடி விழுந்தது. அடுத்த அடிக்கு அவன் அந்தக் கையை நீட்டாமல் இன்னொரு கையை நீட்டினான். இன்ஸ்பெக்டர் ஜாடையிலேயே அதே கையை நீட்டச்சொன்னார். நீட்டியதும் இன்னொரு அடி விழுந்தது. அத்துடன் அவர்களைப் போகச்

சொல்லி விட்டார். அந்தப் பையன் கையைப் பார்த்துக் கொண்டே போனான்.

என்னையும் இதுமாதிரிதான் அடிப்பாரோ என்று தோன்றியது. நான் இவர்களிடம் சிக்கிக்கொண்டது குறித்துக் கவலைப்படாத, இதையெல்லாம் வேடிக்கை பார்க்கிற பெரிய இடத்துப் பையன் என்று பார்க்கிறவர்கள் நினைக்கிற மாதிரி தோற்றத்தைக் கொடுத்துக் கொண்டிருந்தேன்.

'சண்முகம், ஜி. எஸ்சுக்குத் தெரியப்படுத்தினாரா? ஜி. எஸ். என்ன முயற்சிகளை மேற்கொண்டிருக்கிறாரோ?' என்று மனம் சலனப்பட்டது. அவர் கடைக்கு போன் பண்ணித் தெரியப்படுத்திவிட்டால் ஜி. எஸ்சுக்கு எப்படியும் விவரம் தெரிய வந்து ஏதாவது செய்வார்.

நான் எழுந்து இன்ஸ்பெக்டரிடம் சென்றேன். "ஒரு போன் பண்ண வாய்ப்பிருக்குமா . . . இங்கே இருக்கறேன்னு வேண்டியவங்களுக்கு போன் பண்ணித் தெரியப்படுத்திட லாம்னு . . ."

அவர், "இந்த போனையா? இதிலேயே பண்ணணுங்கிறியா?" என்றார்.

"இதை இல்லே . . . வெளியே . . . ஒரு போன் பண்ண வாய்ப்பிருக்குமான்னு . . ." ஏதாவது விபரீதமாகப் போய் விடுமோ என்ற பயத்தில் வார்த்தைகள் எனக்குச் சரியாக வரவில்லை.

இன்ஸ்பெக்டர் கேட்டார், "என்ன செஞ்சுக்கிட்டிருக்கே?"

"பி. ஏ. படிச்சிருக்கேன். மேலே எம். ஏ. படிக்கலாம்னு இருக்கேன்."

"உங்க அப்பா என்ன செய்றாரு?"

"அப்பா இல்லே. அண்ணந்தான். இஞ்சினீயரா இருக்காரு."

"ஒழுங்கா இருந்துக்க. போ."

தரத்தைப் பொறுத்துதான் தண்டனை வழங்குவார்கள் போலிருக்கிறது. என்னைச் சும்மா விட்டுவிட்டதற்கு எனது தரந்தான் காரணம் போலிருக்கிறது என்று நினைத்துக் கொண்டே இன்ஸ்பெக்டருக்கு 'விஷ்' பண்ணிவிட்டு வெளியே வந்தேன்.

வெளியே ஜி. எஸ்சும், சண்முகமும் நின்றுகொண்டிருந் தார்கள். அவர்கள் முகத்தில் களை இல்லை.

நான் போன் பண்ண முடியுமா என்று கேட்டதையும் அவர் என்னை விசாரித்து விட்டுவிட்டதையும் ஒரு சாதனை யாக, கர்வமாகச் சொன்னேன்.

ஜி. எஸ். பொறுமையாக எல்லாவற்றையும் கேட்டுவிட்டு, "இன்ஸ்பெக்டருக்கு ஒரு போன் வந்துச்சா?" என்றார்.

"ஆமா வந்துச்சு."

"நான்தான் பண்ணினேன்."

"நீங்களா? என்னன்னு?"

"பப்ளிக் ப்ராசிக்கியூட்டர் வீட்லே இருந்து பேசறேன். நம்ம பையன் ஒருத்தன் முடிவளத்து, மஞ்சள்லே பூப்போட்ட சட்டை போட்டிருப்பான். அவனை விட்ருங்கன்னு . . ."

அதன் பிறகு கொஞ்ச நேரத்திற்கு யாரும் பேசாமல் கனமான மௌனம் நிலவியது.

¼, ஜனவரி – மார்ச் 1981

★

இன்னொரு ஸ்திதி

இந்த ஆபீஸிற்கு வந்ததில் மனிதர்களை அடையாளங் கண்டுகொள்ள முடியாத நிலை ஏற்பட்டுவிட்டது. கவுண்ட்டரில் நிற்கும் பல மனிதர்களை அவன் பார்ப்பதேயில்லை. ஏதாவது கேள்வி கேட்கும் மனித முகத்தைப் பார்த்துப் பதில் சொல்லிவிட்டு பிறகு அதே முகம் வேறு நிலையில் பரிச்சயங் கொண்டு அணுகும் போது தெரியாதிருப்பதுமான நிலை அவனுக்கு இப் போது சகஜமாகியிருந்தது.

வெளியில் வந்ததும் வெம்மையை உடல் உணர்ந்தது. ஒரு நல்ல ஹோட்டல் இல்லாத இடத்தில் இவ்வளவு அலுவலகங்களையும் கட்டி வைத்திருக்கிறார்கள். இருக்கின்ற ரத்தின விலாஸ் பிரியாணி ஹோட்டல் நேற்றுச் சாப்பிட்ட குழம்புக்கும், முந்தாநாள் சாப்பிட்ட குழம்புக்கும், முப்பது நாள் முந்திச் சாப்பிட்ட குழம்புக்கும், இன்றும் நாளையும் சாப்பிடப் போகும் குழம்புக் கும் ஒரே விதமான ருசியை எந்தவித சிறுபேதமும் இல்லாமல் வழங்குகின்ற வல்லமை உடையதாக இருந்தது. பீட்ரூட்டும், காரட்டும் ரத்தின விலாஸ் காரர்களுக்கு அடிமைச் சேவகம் புரிந்து கொண் டிருக்கின்றன. இனி இவைகளை விடுதலை செய்து

அடிமைச் சேவகம் புரியக் காத்திருக்கும் காய்கறி எது என்று தெரியவில்லை. சாப்பிட்டு வெளியே வருகிறவர்கள் தன்னை மன்னிக்கக் கோரும்படியாகத்தான் கல்லாவில் உட்கார்ந்திருப்பவர் நெற்றியில் குங்குமம், விபூதி வைத்துச் சிரித்த முகத்துடன் உட்கார்ந்திருக்கிறாரோ என்று இவனுக்குத் தோன்றுவதுண்டு.

சாப்பிட்டு வந்து சிகரெட்டைக் காசு கொடுத்து வாங்கிப் புகையை நுரையீரலுக்குள் விட்டான். புகை நுரையீரலுக்குள் சுற்றி வாய்வழியாகவும் மூக்கு வழியாகவும் வெளியே வந்த போது திருப்தியாக இருந்தது. புகையை நுரையீரலுக்குள் விட்டுக்கொண்டே வழக்கமாக அமரும் அந்தப் பெரிய கட்டிடமிருக்கும் காம்பவுண்டிற்குள் நிற்கும் வேப்பமரத் துக்கருகே சிமெண்ட் கிராதியில் அமர்ந்தான்.

பெரிய கட்டிடமும் மரமும் இருப்பதால் காற்று குபு குபுவென்று திறந்துவிட்ட மாதிரி வந்தது. காற்று மனப்புழுக் கங்களையும் போக்க வல்லதாக இருக்கிறது. இந்த இடம் அவனது ஆபீஸ் சகாக்களை வசீகரிக்க முடியாமல் போனதில் ஆச்சரியமில்லை. புல்தரை என்று சொல்லப்படுகின்ற வேறொரு இடத்தில் உட்கார்ந்திருப்பதே அவர்களுக்கு இஷ்ட மாயிருப்பதிலும் ஆச்சரியப்பட ஒன்றுமில்லை.

அப்பெரிய கட்டிடத்திலுள்ள அலுவலகங்களில் வேலை செய்கிற, பக்கத்து அலுவலகங்களில் வேலை செய்கிற மனிதர் கள் இந்த இடத்தில் குழுமி பெருமூச்சு விடுகிற நேரமாக இந்த நேரம் இருந்தது.

அவனது ஆபீஸர் ஆபீஸ் வேலை என்கிற ஜோதிக்காகத் தன்னைத் தியாகம் செய்துகொள்கிற மெழுகுவர்த்தியாக நினைத்து உருகிக்கொள்கிறவராக இருந்தார். முந்திய நாள் இரவு பூராவும் ஆபீஸிலேயே இருந்து காலை எட்டுமணிக்குத் தான் ஆபீஸைவிட்டுப் போயிருக்கிறார். ஆபீஸுக்கான தியாக புருஷனாகத் தன்னைப் பார்த்து தானே அனுதாபமும் அன்பும் கொள்பவரைத் திருத்துவது சுலபமில்லை. ஆபீஸில் வேலை செய்கிற மனிதர்களெல்லாம் மெழுகுவர்த்தியாக வேண்டும் என்று வற்புறுத்திக் கொடுமையாக நடந்துகொள் கிற மனிதர், அவர்.

மேலதிகாரியிடம் வசவு வாங்க வேண்டியதிருக்கிறது. பஸ்ஸில் இடம் பிடிக்க சகமனிதர்களை எதிர்த்துப் போராட வேண்டியதிருக்கிறது. மேலும் மேலும் மனிதர்கள் சிறுத்துப் போவதற்கான வாய்ப்புகளே பெருகிக்கொண்டு போவதாகத் தோன்றுகிறது.

எதிரே கட்டிடம் பெரியதாக இருக்கிறது. டீக்கடை பெரியதாக இருக்கிறது. பஸ் பெரியதாக இருக்கிறது. ஆட்டோ பெரியதாக இருக்கிறது. வாழைப்பழத் தோலைச் சாப்பிடக் கடையருகே நிற்கும் மாட்டின் ஆகிருதியும் பெரிதாக இருக்கிறது.

மனதிற்கு மகிழ்ச்சியூட்டக்கூடிய விதமாகக் கடலை விற்கிற குள்ளன் தென்பட்டான். கூப்பிட்டுக் கடலை வாங்கினான். அவனுடைய குள்ளம் விகாரமானதல்ல. இதற்குமேலே குள்ளமானால் உருவம் சிதைந்திருக்கலாம். அவன் நடந்து செல்வது வேடிக்கையாக இருக்கும். இந்த நேரத்திற்காக மட்டும் அவன் எங்கிருந்தோ வருகிறான். தலையில் சிவப்புக் குற்றாலத்துண்டைக் கட்டி அரைக்கால் டிரவுசரும் நான்கு பாக்கட் உள்ள காக்கிநிற சட்டையும் அணிந்தவனாய் – வலது புறம் கீழ்ப்புறப் பாக்கெட்டில் நிறைந்திருக்கும் சில்லறைக் காசுகள் நடக்கும்போது ஓசை எழுப்பும் – சர்வ வியாபகமாய் அவ்விடத்தில் திரிந்துகொண்டிருப்பான். இப்பெரிய கட்டிடத்தின் அருகில் மனிதர்கள் சிறுத்துப்போய் மரநிழலில் பெருமூச்சுவிட்டுக் கொண்டிருக்கும்போது கடலை தின்பார்கள் என்று அறிந்து கூடையில் கடலை கொண்டு வந்து விற்றுத் திரிகிற புத்திமான் அவன். அவனையும் அங்கிருக்கும் சில மனிதர்கள் கிண்டல்பண்ணித் துன்புறுத்துகிறார்கள்.

காலையில் அப்பாவிடமிருந்து கடிதம் வந்திருந்தது. மனிதன் தனியாக அல்லாமல் மனுஷியுடனும் சேர்ந்து சிறுமைப்பட வேண்டும் என்று இருக்கிறது. இந்த வருடத்திற்குள்ளோ அல்லது அடுத்த வருடத்திற்குள்ளோ அவனுடன் சேர்ந்து அல்லலுற ஒரு பெண் துணை வந்துவிடலாம். அப்போது அவர்களுக்குள் நடக்கிற சண்டையை வழக்கம் போல் பொருளாதார மந்திரி தீர்மானிப்பார்.

மணி இரண்டு பத்தாகிவிட்டது. திரும்பவும் ஆபீஸிற்குள் செல்லவேண்டும். சென்றான். மூளைமீது பைல்கள் சுரண்டக் கிடந்தான். ஐந்து மணிக்குப் பணியாளர்கள் செல்வது மெழுகுவர்த்திக்கு ஆகாது. அவனைக் கூப்பிட்டு ஆறரை மணிவரையிலாவது இருந்து செல்லவேண்டும் என்று மெழுகுவர்த்தி சொல்லியிருந்தது.

நேற்று ராமநாதனைத் தேடிப்போய் ஐம்பது ரூபாய் பணம் கேட்டான். அவன் கையில் பணம் வைத்துக்கொள்ளாத பணம் இருப்பவனாதலால் இன்று அவன் ஊருக்குக் கிளம்பும்போது ரயில்வே ஸ்டேஷனில் பணம் தருவதாகச்

சொன்னான். ஆறரை மணிக்கு ரயில். இவன் ஐந்தரை மணிக்குச் சின்ன மெழுகுவர்த்தியிடம் சொல்லிவிட்டுக் கிளம்பினான்.

கிளம்பியவனுக்கு பஸ்ஸைவிட மின்சார ரயில் சௌகரிய மானதாக இருக்கும் என்று திடீரெனத் தோன்றியது. மின்சார ரயிலில் மனிதர்கள் சற்று இடைவெளியுடன் நின்று கொள் ளலாம் என்று தோன்றியது.

மின்சார ரயிலுக்கு டிக்கெட் வாங்கிச் செல்பவர்களாகப் பத்துப் பதினைந்து நாணயஸ்தர்கள் நின்றார்கள். இவனும் நின்று டிக்கெட் வாங்கி பிளாட்பாரத்தில் நின்றிருந்தபோது அதிசயமாகக் கடலை விற்கிற குள்ளனைப் பார்த்தான். ஒரு கையில் கூடையுடன் இன்னொரு கையை வீசி வீசி நடந்து வந்துகொண்டிருந்தான். தன்னை அவனுக்குத் தெரி யாது என்று இவன் அறிந்திருந்தான். கூப்பிட்டுப் பழக்கப் பட்ட தோரணையில் கையை நீட்டினான். அவன் கடலை போடாமல், 'பதினைஞ்சு பைசா', 'இருவது பைசா' என்றான். இவன் 'பதினைஞ்சு பைசா' என்றான். கூடையில் கடலை கொஞ்சமே இருந்தது. அவன் அளந்துபோட்டு வழக்கப்படி ஓசிக்கடலையும் போட்டான்.

'மத்தியானம் கரெக்டா அங்கே விக்க வந்திருவீங்க போலிருக்கு.'

அவன் நிமிர்ந்து பார்த்துத் தலையை மட்டும் ஆட்டி னான். இவன் கொடுத்த காசுக்கு மீதிச் சில்லறை எடுத்துக் கொண்டிருந்தான்.

'இதுலே வர்ர காசு போதுதா?' என்றான், இவன். அவன் கேள்வியை வாங்கிக்கொள்ளாதவனாய் மீதிக் காசைக் கொடுத்துவிட்டுக் கையை வீசிவீசி நடந்து போனான்.

அவன் வாழ்க்கையை விசாரிக்க தனக்கு உரிமையில்லை என்பதாக இப்போது அவனுக்குப்பட்டது. பேச்சுக் கொடுத்து தன்னைத் துன்புறுத்துகிற மனிதர்கள் நிறைந்த பூமி இது என்று அந்தக் குள்ளன் தனது அனுபவத்தில் அறிந்திருப்பான்.

பாதிக் கடலைகள் இருக்கும்போது ரயில் வராமல் தின்று முடித்த பிறகே வந்தது. ஏறினான். உட்கார இடமில்லை. ரயில் வேகத்தில் அடித்த காற்று முகத்தில்பட்டது இதமா யிருந்தது.

இறங்கி, மனிதக் கூட்டத்தினூடே நடந்து வந்து பிளாட் பாரம் டிக்கெட் வாங்குமிடத்திற்கு வந்தான். கவுண்ட்டரைச் சுற்றி ஒழுங்கற்று மனிதர்கள் நிற்க, கவுண்டருக்குள் நாலைந்து

கைகள் இருந்தன, சந்தர்ப்பம் கிடைத்த போது கையை உள்ளே நுழைத்த சற்று நேரத்திற்குப் பின் கையிலிருந்து காசு பிடுங்கப்பட்டு டிக்கெட் திணிக்கப்பட்டது. கூட்டத்தி லிருந்து மீண்டு மூன்றாவது பிளாட்பாரந்தானா என்று உறுதிசெய்துகொண்டு மூன்றாவது பிளாட்பாரத்திற்குப் பாலமேறி இறங்கினான்.

ரயில் நிறைய மனிதர்கள் செல்லத் தக்கபடி மிக நீளமாக யிருந்தது. எந்த கோச் என்று அறிந்திராத துரதிருஷ்டமான நிலைக்கு ஆளாகி உள்ளூர ஏற்பட்டிருந்த சிரமம் நிதர்ஸன மாகியது. நீள ரயிலின் பாதி இடத்தில் அவன் நின்றிருந்தான். கண்ணைச் சிரமப்படுத்திப் பார்த்துக்கொண்டே இந்தப்பக்கம் சென்றான். நிறைய மனிதர்கள் இருக்குமிடத்தில் தெரிந்த முகம்கூட அகப்படாமல் போய்விடலாம். ஆள் இல்லை. திரும்பவும் பார்த்துக்கொண்டே கிளம்பிய இடத்திற்கே திரும்பி வந்தான். இனிமேல் இந்தப்பக்கம் வேறு செல்ல வேண்டும். ரயில் ஒரு பர்லாங் நீளம் இருக்கக்கூடும். இந்தப் பக்கமும் கண்ணைச் சிரமப்படுத்திப் பார்த்துக்கொண்டே சென்றான். ஜன்னலூடே சிரமப்பட்டுப் பார்க்கவேண்டும். ஆள் இல்லை. திரும்பவும் பார்த்துக்கொண்டே கிளம்பிய இடத்திற்கே வந்தான். இப்போது பயம் பிடித்துக்கொண்டது. சரியாகப் பார்க்கவில்லையோ என்று நினைத்தான். இன் னொரு தடவை ஒரு பர்லாங் தூரம் கண்ணைச் சிரமப் படுத்திக்கொண்டு நடப்பது பிரமிப்பாக இருந்தது. ஐம்பது ரூபாய்க்காகத்தான் அவனைப் பார்க்க வேண்டியதாயிருக் கிறது. கடன் வாங்க வேறிடமில்லை.

திரும்பவும் விரைவாக முடிந்தவரை லிஸ்ட்டையும் பார்த்துக்கொண்டே இந்தப்பக்கமும் நடந்தான். இல்லை. திரும்பவும் முன்னைக் காட்டிலும் நிதானமாக லிஸ்ட்டையும் பார்த்துக்கொண்டே அங்கிருந்து நடந்து கிளம்பிய இடத்திற்கே வந்து நின்றபோது, பாலப்படியிலிருந்து நிதானமாக ராம நாதன் இறங்கி வந்துகொண்டிருந்தான். இவனைப் பார்த்துக் கையாட்டினான். பணம் இல்லையென்று அவன் சொல்லும் படி இருக்குமோ என்று இந்த நேரம் உடனே அவனுக்குத் தோன்றியது.

அவன் இறங்கி வந்து இவன் நின்றுகொண்டிருந்த இடத்திற்கு அருகிலேயே இந்தப் பக்கம் இருந்த கோச்சிற்கு அடுத்த கோச்சில் ஒட்டப்பட்டிருந்த லிஸ்ட்டில் தனது பெயரைச் சரிபார்த்து ஏறினான். இவனும் கூடவே ஏறினான்.

அவன் தனது ஆபீஸ் அதிகாரிகளைப் பற்றிப் பேசினான். பிறகு அரசியல் பேசினான். அவனாகவே எப்போது பணம்

கொடுப்பான் அல்லது பணம் இல்லையென்பானோ என்கிற விஷயமே இவனுக்குச் சித்தத்தில் மொய்த்துக்கொண்டிருந்தது.

இவன் சிறுத்துப்போனான். இடையிடையே அவனைத் தேடியலைந்ததைச் சொல்லியபோது, அதில் அவன் சுவாரஸ்யப்படுவதாகத் தெரியவில்லை. விசில் சத்தம் கேட்டுப் பரபரப்படைந்த நிலையில் இவன் எழுந்து நிற்க, 'பணம் கேட்டிங்கல்ல' என்று அவன் ஒரு ஐம்பது ரூபாய் நோட்டை எடுத்துக் கொடுத்தான். இவன் 'தேங்க்ஸ்' சொல்லி அனிச்சைச் செயலாக முகத்தில் தெளிவு தோன்ற வாங்கிக் கொண்டான்.

கீழே இறங்கி ஜன்னலோரமாய் நின்றான். அவன் இடம் ஜன்னலுக்கருகில் இல்லை. ஜன்னலுக்கருகே உட்கார்ந்திருந்தவருக்கு அடுத்து உட்கார்ந்திருந்தான். இப்போது அவனுடன் இருப்பதே தேவையற்றதாகத் தோன்றி இந்த இடத்தை விட்டு உடனே போகத் தோன்றியது. இன்னும் இரண்டு நிமிடங்கள் நின்று ரயில் கிளம்பிய பிறகு செல்வது அவனைத் திருப்திப்படுத்தியதாக இருக்கும் என்று தோன்றி நின்றான். மௌனந்தான் நிலவியது. ரயில் கிளம்பியது. ரயிலோடு அவனும் போய்த்தொலைந்தான். பாலமேறி இறங்கி வெளியே வந்து முப்பது பைசா கொடுத்து வாங்கி அப்படியே வைத்திருந்த பிளாட்பார டிக்கட்டைக் கிழித்துக் கீழே போட்டான். பஸ்ஸிற்கு நின்றான். பஸ் உடனே வந்து ஆச்சரியப்படுத்தியது. மனிதர்களுடன் உராய்ந்து நின்றுகொண்டே பிரயாணம் செய்து பிறகு இறங்கி சிகரெட்டைப் பற்ற வைத்து புகையை நுரையீரலுக்குள் விட்டுக்கொண்டே இரண்டு பர்லாங் தூரம் நடந்து தனது அறை இருக்கும் கட்டிடத்தையடைந்தான். அறையை அடைய இன்னும் மூன்றுமாடி தூரம் ஏற வேண்டும். இரண்டாவது மாடியைக் கடக்கும் போது உடல் இற்றுவிட்டாற்போல் இருந்தது. தொடைச்சதை இறுகலாய் பிடித்துக்கொண்டுவிட்டது போலிருந்தது. மூன்றாவது மாடியை அடைந்து அறைக்கதவைத் தட்டி, கதவு திறக்கப் பட்டதும் சக்கையெனக் கட்டிலில் விழுந்தான்.

படிகள் 11, 1981

✶

அலையும் சிறகுகள்

அவனுக்குத் துக்கமாக இருந்தது. அவன் பால்கனியில் நின்றிருந்தான். பால்கனியோடு சேர்ந்த மாடி ரூம் கிடைத்தது அவனுடைய அதிர்ஷ்டந்தான். இருட்டி மனித நடமாட்டம் அற்றுப் போய் இருளடைந்து கிடக்கிற தெருவும், இருட்டில் அமிழ்ந்து சூன்யப்பட்டு இருக்கிற பக்கத்துக் கோயிலும், கம்மியான நட்சத்திரங் களைக் கொண்டிருக்கிற இருண்ட வானமும் அவனது துக்கத்திற்குப் பொருத்தமான சூழலை ஏற்படுத்திக்கொண்டிருந்தன.

இந்த இடம் அபூர்வமான இடமாக அவ னுக்குத் தோன்றுவதுண்டு. விடிகாலை வேளை யிலும், அந்திக்குப் பிறகும் சேரைப் போட்டுக் கொண்டு பால்கனியில் உட்கார்ந்திருப்பான். எதிரே கோயில் மதிற்சுவர். சுவரில் பொந்துகளில் நிறையப் புறாக்கள். புறாக்களுக்கென்றே கட்டி விடப்பட்டவைகளாக இருந்து நாளடைவில் பொந்துகளாக மாறிப்போய்விட்டன என்று தோன்றுகிறது.

விடிகாலை வேளையில் நிறையப் புறாக்கள் மதிற்சுவரில் திரிகிற காட்சி மனதிற்குச் சாந்த மான மகிழ்வைத் தரக்கூடியது. புறாக்களின்

கழுத்துப் பகுதியின் மயில்தோகை நிற மினுமினுப்பு புறாக் களுக்கு அபூர்வமானதொரு அழகைத் தருவது. ஒரு குறிப் பிட்ட இடத்தில் சிருங்காரமாகப் பழகிக்கொள்ளும் ஒரு ஜோடிப் புறாக்களோடு அவன் சிநேகம் கொண்டிருந்தான். புறாக்களை அடையாளம் கண்டுகொள்ள முடிவதில்லை. அந்தக் குறிப்பிட்ட இடமே அந்தப் புறாக்களை அடையாளங் காட்டுவதாக இருக்கிறது.

இரண்டு வீடுகள் தள்ளி உள்ள வீட்டின் முன்புறத்தில் குடிநீர்க் கிணறு உண்டு. காலையில் இந்தத் தெரு, பக்கத்துத் தெருப் பெண்கள் தண்ணீர் எடுத்துப் போவார்கள். பெண்கள் இப்படித் தண்ணீர் எடுத்துச் செல்கிற காட்சி மனதிற்கு இவ்வளவு சந்தோஷத்தை அளிக்கக் கூடியது என்பதை அவன் இதற்கு முன்னால் அறிந்திருக்கவில்லை.

பிரிவு துக்கத்தைத்தான் தருகிறது.

இனிமேல் செங்கல்பட்டிற்கு இங்கிருந்து போகவும் முடியாது. இங்கிருந்து செங்கல்பட்டிற்கு பஸ்ஸில் பிரயாணம் செய்வது மிகுந்த ரசனையுடையது. செங்கல்பட்டில் இருக்கிற அண்ணன் வீட்டிற்குச் சில சனிக்கிழமைகளில் சாயந்திரம் சென்று திங்கட்கிழமை காலையில் ஆபிஸுக்கு நேராக வந்துவிடுவான்.

காலையில் செங்கல்பட்டு பழைய பஸ் ஸ்டான்ட் ஸ்டாப்பில் அவள் ஏறுவாள். அதேபோல் அவசரக் கோலத் தில் சாயந்திரம் ஐந்து மணிக்கு இங்கிருந்து கிளம்பும் பஸ் ஸிற்கு வருவாள். சமீபத்தில் திருமணமாகி புதிதான தடித்த மஞ்சள் சரட்டுடைய கழுத்துடன் சோபிதமான தோற்றத்தில் அவள் வருவாள். பஸ்ஸில் கிராமத்து ஜனங்களே எப்போதும் நிறைந்திருப்பார்கள். அவள் பஸ்ஸில் ஏறியவுடன் பஸ்ஸினுள் ஒரு மங்களகரமான சூழ்நிலை வந்துவிடும். அவன் பஸ்ஸின் இடது பக்கத்தில் நீட்ட வாட்டில் இருக்கும் ஸீட்டில் அதுவும் கடைசியில்தான் உட்காருவான். அங்கிருந்து பஸ் உள் முழுவதையும் பார்க்க முடியும். அவளையும் பார்க்க முடியும்.

அவள் அழகியல்ல. ஆனால் மங்களமான சூழ்நிலையை உண்டாக்குகிறவளாக இருந்தாள். சமீபத்தில் நடந்த திருமண மும், அந்தத் தடித்த மஞ்சள் சரடும் அவளுக்கு இப்படியொரு தகுதியைக் கொடுத்து அவளைச் சோபிதப்படுத்தியிருந்தது. பஸ்ஸின் உட்புறத்தை அவளோடு பார்த்து மங்களமான சூழலின் அனுபவிப்பில் பிரயாணம் செய்வது அவனுக்கு நன்றாக இருந்தது.

அவள் வராத நாட்களில் பஸ்ஸினுள் மங்களம் அற்று சூன்யப்பட்டுப் போவதை அவனைத் தவிர வேறு யாரும் உணருகிறார்களா என்று தெரியவில்லை. அப்படி யாரேனும் இருந்தால் அவர்களிடம் அவனால் சிநேகம் கொள்ள முடியும்.

அவள் எந்த ஆபீஸில் வேலை பார்க்கிறாளென்று தெரிய வில்லை. பஸ்ஸிலிருந்து இறங்கி சாலையில் சற்று இடைவெளி யுடன் அவனுக்கு முன்னால் அவள் நடந்து போகிற நேரம் மிகவும் அபூர்வமானது. சாலையின் மற்ற இயக்கங்களெல்லாம் இந்தக் காட்சியின் முன்னால் தங்களது முக்கியத்துவங்களை இழந்து அல்பமானவைகளாகிவிட்டதாக அவனுக்குத் தோன்றும்.

அவன் வந்து ஈஸி சேரில் சாய்ந்தான். ஒரு பூச்சி – அதற்கு என்ன பெயரென்று தெரியவில்லை – தவ்வித்தவ்வித் திரிந்துகொண்டிருந்தது. அதைப் பார்த்து சுவரிலிருந்த பல்லி உஷாராகியது. இங்கே உட்கார்ந்திருக்கிற வேளையில் பல்லி நிதானமிழந்து அவசரப்பட்டு ஏமாந்து போகிற கணங்களில் மனிதர்களின் எரிச்சல் உணர்வு பல்லிக்கும் ஏற்படுவதாகத் தோன்றும். நிதானத்தை இழக்காத பல்லிதான் தனது சுபாவத்தை இழக்காததாகத் தோன்றும்.

கட்டெறும்புகள் ஆங்காங்கே அலைந்துகொண்டிருந் தன. அவனுக்கு பிள்ளையார் எறும்பும் சிற்றெறும்புகளுந் தான் பிடிக்கும். சிற்றெறும்புகள் மஹா முட்டாள் ஜென்மங் களாயிருக்கின்றன. மூடி சற்று தளர்வாகயிருக்கும் தேங்கா யெண்ணெய் பாட்டிலின் மூடியில் கூட்டங்கூட்டமாக மடிந்திருக்கும். எண்ணெயிலும் கூட்டமாக மடிந்து மிதக்கும். அவன் வெவ்வேறு இடத்தில் பாட்டிலை மாற்றிவைத்தும் அங்கும் அந்த எறும்புகள் தேடி வந்து செத்துக்கொண்டிருந் தன. பிறகு அவன் மூடி இறுக்கமாக இருக்கிற பாட்டிலாகப் பார்த்துக் கடையிலிருந்து வாங்கி வைக்க வேண்டியதாயிற்று.

எழுந்து உலாத்தினான். பால்கனிச் சுவரில் கையூன்றி நின்றான். பக்கத்து வீட்டு ஐயர் வாசலில் ஈஸிசேரில் கைகளை யும் கால்களையும் மடக்கிச் சுருண்டிருந்தார். அவர் இப் படியேதான் தூங்குகிறார். அவன் விளக்கை அணைத்து விட்டுப் படுப்பதற்கே பதினோரு மணியாகும். அதுவரை யிலும் அவர் இப்படியேதான் இருக்கிறார். அதற்குப் பிறகும் எழுந்து உள்ளே போய்ப் படுத்துக் கொள்கிறாரா அல்லது இப்படியே தூங்கி காலையில்தான் எழுந்திருக்கிறாரா என்று தெரியவில்லை. அவரைப் பார்க்கும் போது வாழ்க்கையைப் பெரும் சுமையாகத் தாங்கிக்கொண்டிருப்பவராகத் தோன்றும்.

அவர் வளர்க்கும் ஒரு கிழட்டுப் பெட்டை நாய் மிகுந்த துயரத்தைத் தருவதாக இருந்தது. இறந்து போன பார்வதிப் பாட்டியை ஞாபகத்துக்குக் கொண்டு வரும் படியான சாயலை அந்நாய் கொண்டிருந்தது. இப்போது ரத்தமும் சதையுமாய் பலவித சொந்தங்களோடு திரிகிற மனுஷ, மனுஷிகளின் –அவர்களது கண்ணுக்குத் தெரிந்த – ஆதி சொரூபமாக இருந்தவர் அவனது தாய்வழிப் பார்வதிப்பாட்டி.

அவனுக்கு காந்தி ரோட்டில் முன்புறம் செடிகள் இருக்கும் அந்த அழகிய வீட்டில் இருக்கும் அந்தப் பெண்ணை இந்த ஊரை விட்டுப் போகும் கடைசி நாளான இன்று பார்க்க முடியாமல் போய்விட்டது மனதிற்குக் கஷ்டமாக இருந்தது. அந்த ரோட்டை அடைவதற்கு, தெப்பக்குளம் வழியாகச் சுற்றிப் போவதுதான் அவனுக்கு ரஸமாகயிருக்கும். தெப்பகுளத்தைச் சுற்றி நான்குபுறமும் தெரு. அந்தத் தெருக்கள் அவற்றின் திசைகளோடு புஷ்கரணித்தெரு என்ற அழகான நாமத்தைக் கொண்டிருந்தன.

சாயந்திர நேரம் அந்தத் தெருவழியாகப் போகும் போது சூரியன் நீரில் விழுந்து ஜ்வலிக்கும். சூரியனை நீரில் பார்ப்பது அவனுக்கு எப்போதும் ஆனந்தத்தைத் தரக்கூடியது. அந்த ஆனந்தத்தோடு அந்தி நேரத்தில் அந்த வீட்டின் வழியாகப் போவதுதான் அவனுக்குப் பிடிக்கிறது.

இந்த ஊரிலேயே அழகான பெண்ணாக அவளை அவன் கணித்திருந்தான். இந்த ஊர் அவளுக்கு அந்தத் தகுதியைக் கொடுத்திருந்தது. இந்த வகையில் அவள் இந்த ஊருக்குக் கடமைப்பட்டிருக்கிறவள்.

அவன் அந்த வீட்டு வழியாகப் போகும்போது பலசமயங்களில் வீட்டு வாசலிலும் சில சமயங்களில் மொட்டை மாடியிலும் நின்றுகொண்டிருப்பாள். நீலவானப் பின்னணியில் மொட்டை மாடியில் நிற்பதுதான் அவளுக்குப் பொருத்தமாக இருக்கிறது. ஆனால் அந்த மண்டூகம் அதை அறியாமல் பெரும்பாலான சமயங்களில் கீழேயேதான் நிற்கிறாள். மொட்டை மாடியில் நிற்கும்போது நீலவானமும், அந்தக் கட்டிடமும், அந்தி வேளையும் அவளால் அழகடைந்து போயிருக்கும்.

இனிமேல் அவளைப் பார்க்கவே முடியாது. நாளை காலை ஊரை விட்டு நீங்குகிறான். அப்படியே பார்க்க நேர்ந்தாலும், பழைய மாதிரியே அனுபவம் மனசில் ஏற்படாமல் போகலாம் என்பது அவனுக்குத் துக்கத்தைத்தான் தருகிறது. இவளும் காலப்போக்கில் மூப்படைந்து, அந்தி

வேளைக்கும் கட்டிடத்திற்கும் நீலவானத்திற்கும் அழகை யுண்டுபண்ணுகிற தனது சோபிதத்தை இழந்து போகப் போவதையும் துக்கமில்லாமல் செரித்துக்கொள்ள முடிய வில்லை. உலகில் எல்லாமே மாறிக்கொண்டுதான் இருக்கிறது. நமக்குப் பிடித்தமான இடத்தில் நின்று விடுகிற அளவுக்கு வாழ்க்கை அவ்வளவு வசதியாக இல்லை. நுணுக்கங்கள் நிறைந்த மனசு நுணுக்கங்கள் நிறைந்த துக்கங்களைத் தர வல்லதாக இருக்கிறது.

காந்தி ரோட்டிலேயே ஒருவன் அலைவதுண்டு. நீண்ட தலைமுடியும் தாடியுமாக, கோவணங்கட்டி, பிருஷ்டங்கள் மறைக்கிறபடி அழுக்கான கிழிந்த சட்டை அணிந்தவனாக ரோட்டில் கிடக்கும் சிகரெட்டுகள், பேப்பர்களைச் சேகரித்துக் கொண்டு அலைவான். அவன் யாரிடமும் யாசித்து இவன் பார்த்ததில்லை. இவன் வழக்கமாக சிகரெட் வாங்கும் பெட்டிக்கடையருகே அவன் நின்றுகொண்டிருந்தபோது இவன் அவனுக்கு ஒரு சிகரெட் கொடுத்தான். அவன் வாங்கிக்கொண்டான். அடுத்த நாளும் சிகரெட் கொடுத்த போது அவன் மறுத்து சமிக்ஞையிலேயே காசு கேட்டான். அதற்குப்பிறகு அவனைப் பார்க்கும்போது காசு கொடுப்பான். சில நாட்களில் நாளை தருகிறேன் என்று சொல்வான்.

அவன் பேசிப் பார்த்ததில்லை. ஆனால் அவன் ஊமை யில்லை. இவன் ஒரு தடவை காசு கொடுத்தபோது டீக்குக் காசு வேண்டும் என்று – வெகு நாட்கள் திறக்காமல் துருப் பிடித்த கதவு திறக்கறமாதிரி – நெஞ்சிலிருந்து வந்த காற்றுக்கர கரப்புடன் மெதுவாக சப்தம் வந்தபோது அவன் உச்சரிப்பு இவனுக்குச் சிரமத்துடன் புரிந்தது. இவன் ஒரு ரூபாய் கொடுத்தான். அவன் சலனமில்லாமல் வாங்கிக்கொண்டு போனான்.

அவனுக்கும் வாழ்க்கைக்கும் என்ன பகைமையென்று தெரியவில்லை. அவன் மௌனியாக இப்படி அலைவதற்கு ஏதாவது காரணம் இருந்தாக வேண்டும். வாழ்க்கைக்கும் அவனுக்கும் தீராத விரோதம் இருக்க வேண்டும். இந்த வாழ்க்கையை அவன் சபிக்கத் தகுந்தவன். வாழ்க்கை இத்தகையவர்களைக் கண்டு பயப்படாமலிருக்க முடியாது.

கொஞ்சநாட்கள் கழிந்தபிறகு அவனுக்கு இவன் ஊரில் இல்லாமலிருப்பது தெரியவரும். அந்த நேரத்திலொரு வருத்தம் அவனுக்கு ஏற்படாமலா போகும்?

'மருதமலை மாமணியே' என்ற பாட்டு கேட்டது. சினிமாக் கொட்டகையிலிருந்து ஒலிக்கிறது. முதற்காட்சி

முடிந்து அதற்கு அடையாளமாய் இந்தப் பாட்டு ஒலிக்கும். இந்தப் பாட்டு முடிந்து அடுத்த பாட்டு ஆரம்பிக்கும்போது இந்தப் பகுதியிலிருந்து சினிமாவுக்குப் போயிருந்த ஜனங்கள் இந்த இடத்தைக் கடப்பார்கள்.

அவனுக்கு வசதிகள் நிறைந்த ஏர்கண்டிஷன் தியேட்டரில் படம் பார்ப்பதைவிட டூரிங் தியேட்டரில் படம் பார்ப்பது தான் பிடிக்கிறது. இங்குதான் ஜனங்களோடு அன்யோன்ய மாகிப் படம் பார்ப்பதாக இருக்கிறது.

சினிமாவுக்குப் போயிருந்த, பால்கனிக்கு வடபுறம் இருக்கும் வீட்டில் குடியிருக்கும் ஒரு பள்ளி மாணவியும் – பத்தாவது படிக்க வேண்டும் – அவள் தாயாரும், கண்ணாடி போட்ட தம்பியும் இன்னும் சற்று நேரத்தில் வருவார்கள். அந்தச் சிறுபெண்ணின் வாழ்க்கைச் சூழலின் துயரங்கள் அவள் அகத்தில் படிந்து அகத்திலிருந்து முகத்திற்கும் வந்திருந் தது. அவள் அனுதாபத்திற்குரியவள். வாழ்க்கையில் மூச்சுத் திணறும்படியாகப் பளுசுமந்து இற்றுப்போக வேண்டிய வாழ்க்கை நிலையில் இருக்கிறவள். வரும்போதே அந்தப் பெண் பால்கனியைப் பார்ப்பது தெரிந்தது. அம்மா பூட்டைத் திறந்துகொண்டிருக்கும்போது ஒரு தடவை பார்த்தாள்.

இவன் உள்ளே வந்து தயாராக விரித்து வைக்கப்பட் டிருந்த படுக்கையில் படுத்தான். பிறகு எழுந்து சிகரெட்டைப் பற்றவைத்துக்கொண்டு சுவரில் சாய்ந்து உட்கார்ந்தான். பிறகு விளக்கை அணைத்துவிட்டு சிகரெட் புகைத்துக் கொண்டு உட்கார்ந்திருந்தான்.

அடுத்த நாள் காலை இவன் அந்த ஊரைவிட்டு நீங்கி யிருந்தான்.

கணையாழி

✶

பின்னிணைப்பு

என்னுரை

யதார்த்தம், அக உலகு, புற உலகு ஆகிய சொற்கள், வாசக மனங்களிடையே மிகுந்த சிக்கல்களை உருவாக்கி யிருக்கின்றன. இங்கு உள்ளோர் யதார்த்தம் என்ற சொல்லிற்குக் கொள்ளும் அர்த்தங்களும், பிற தேசங்களி லுள்ளோர் யதார்த்தம் என்ற சொல்லிற்குக் கொள்ளும் அர்த்தங்களும் வெவ்வேறாக இருக்கலாம். உள்ளதை அப்படியே சித்தரிப்பதுதான் யதார்த்தமான எழுத்து முறை என்றால் அந்த யதார்த்தமானது, தற்போது எந்த அர்த்தங்களில் பெருவாரியாக யதார்த்தம் என்ற சொல் உபயோகிக்கப்படுகிறதோ அவற்றை நோக்கிப் பல கேள்விகளை எழுப்பக் கூடியது. பிற மனிதர்களி டமும், பொருட்களிடமும் மனிதன் கொள்ளும் உறவு வெளிப்பார்வையில் தெரியாத உள்கணக்குக்களையும், நுட்பங்களையும், மனம் அறியாத மறைவுப் பிரதேசங் களையும் கொண்டது. இரண்டு நபர்கள் உரையாடும் போது, பழகும்போது வெளிப்படும் வார்த்தைகளும் செயல்களும் இருக்கும் விதத்திலேயே உள்மன இயக்க மும் இருப்பதில்லை. அதன் உரையாடல்களும், கணக்கு களும் வேறு. மனிதனுக்கும் உலகத்திற்குமிடையே உள்ள உறவு பலவிதமான உணர்வுகளை அவ்வப்போது பிரதானமாகவும், கலவையாகவும் சந்தித்து அவற்றை அனுபவிக்கிறது. வெளிப்பார்வையில் தெரியாத மன இயக்கங்களையும், உணர்வுகளின் விநோதங்களையும் குழப்பங்களையும், கலவைகளையும் உணர்த்தக்கூடிய வெளிப்பாடு எழுத்தாகத் தோற்றம் கொள்ளும்போது

வாசகனின் பழக்கமற்ற தன்மை கடினமாகப் பரிசீலனைக்கு உட்பட வேண்டியதாகிறது. நாவல், சிறுகதை, கவிதை என்று அவன் முன்னால் அங்கீகாரம் பெற்று அமர்ந்திருக்கும் எழுத்துகளினால் கட்டுப்பட்டிருக்கும் மனம் விழிப்படையும் போது பழக்கத்தின் தளைகள் தளர்ந்து புதிய எழுத்துகளை நோக்கிச் செல்கிறான்.

காவலர்களினால் தேடப்படும் ஒருவனது மனோ உணர்வுகளின் பீதி, மாயத்தோற்றங்கள் ஆகியவற்றின் பின்னணியில் ஜன்னல் இடுக்குகளில் காவலர் முகம் தெரிவதையும், திறக்கப்படும் குடிநீர் குழாயிலிருந்து காவலர் வெளிவருவதையும், கதவைத் திறக்கும்போதெல்லாம் காவலர் நிற்பதையும் எழுத்து வெளிப்படுத்தும்போது பழக்கத்திற்குக் கட்டுப்பட்ட மனம் இவற்றை யதார்த்தமில்லை என்று தள்ளி விடுகிறது. ஒன்றாவது வகுப்பு படிக்கும் ஒரு சிறுவன், பள்ளி வகுப்பறையில் இருக்கும் போதே சென்னை மெரீனா பீச்சிற்குச் சென்று திரும்பி வந்து டீச்சர் சொல்வதைக் கேட்கிறான். ஓரிடத்தில் ஒருவனுக்காகக் காத்திருக்கும் ஒருவன் உண்மையில் அவன் வருவதற்கு முன், அவன் எனச் சிலரைக் காண்கிறான். ஆனால் இவை யதார்த்தமில்லை என்று சொல்லச் சொல்லிப் பழக்கத்தின் பிடியோ பலரை இறுக்குகிறது.

அகஉலகு, புறஉலகு, ஃபாண்டஸி, குறியீடு, சர்ரியலிசம் மற்றும் இன்னோரன்ன சொற்கள் / கலைச்சொற்கள் வெளிப்பாட்டு முறையை வகைப்படுத்த உருவாக்கப்பட்டவை. இவற்றைச் சார்ந்து எண்ணங்கள் உருவாகப் பழக்கம் ஏற்பட்டு விட்டது. இவற்றை விலக்கிவிட்டு வாசகனோ விமர்சகனோ படைப்பு எழுப்பும் உணர்வுகளையும் விஷயங்களையும் கூற முனையும்போது அவன் அதிகப் பிரயாசை எடுத்துக் கொள்ள நேரிடலாம். அந்தப் பிரயாசை படைப்பை, கலைச்சொற்கள் இறுக்கும் பிடியிலிருந்து விடுவிக்க சாத்தியம் உண்டு. புதிய வெளிப்பாட்டு முறை கலைச்சொற்களுக்குச் சவால் விட்டுக்கொண்டிருக்கிறது.

மனிதனின் வாழ்க்கை, அவன் விருப்பத்தில் இல்லை, அவன் சார்ந்த உறவுகளும், சூழ்நிலைகளும், சமூக, அரசியல், பொருளாதாரச் சக்திகளும் அவனே அறியாதவாறு அவன் மனதை ஆளுமை செய்கின்றன; கட்டமைக்கின்றன; பாதிக்கின்றன. ஏதோ ஒரு சக்தியின் ஏதோ ஒரு கணக்குக்காக அப்பாவி மனிதர்களின் உயிர்கள் பறிக்கப்பட்டு அவர்களின் குடும்பங்கள் சீர்குலைகின்றன. குழந்தைகளின் வாழ்க்கை கேடடைகின்றது.

மனிதனுக்கும், சமூகத்திற்கும் உள்ள உறவில் மர்மங்கள் அலைகின்றன. இந்த இடத்தில் சமூகம் என்பது அரசியல், பொருளாதார மற்றும் இன்னொரன்ன சக்திகளின் களம் என்ற அகண்ட பொருளில் பிரயோகப்படுத்தப்படுகிறது. எனவே சமூகத்தையும், சமூகத்தைக் கடந்து கொண்டிருக்கும் சரித்திரத்தையும், விசாரிக்க வேண்டியதாகிறது. மர்மங்கள் நிறைந்த உறவைப் படைப்பு வெளிப்படுத்தும்போது அவை மர்மங்களை அம்சங்களாகக் கொண்டு உருவாகின்றன.

படிப்பவர்களைப் பொறுத்து பலவிதமாகத் தோற்றம் கொடுத்தாலும், படைப்பவன் உருவாக்கிய படைப்பே அவற்றின் ஆதாரம் என்பதால் படைப்பாளி மரணமடைவதில்லை. காலத்தின் போக்கில் படைப்பின் வலு கூடிக்கொண்டும், தேய்ந்துகொண்டும் போகலாம். படைப்பின் சிருஷ்டிகரம் அறியப்படாமல் தமது விருப்பங்களை, அபிலாஷைகளைப் படைப்பின் மீது வைத்துப் பார்க்கும் அபத்தங்களைப் புதுமைப்பித்தன் ‘சிற்பியின் நரகம்’ சிறுகதையில் அம்பலப் படுத்தியுள்ளார். ‘சிற்பியின் நரகம்’ உள்ளிட்ட புதுமைப்பித்தனின் பல சிறுகதைகள் அறிவார்ந்த தளத்தைக் கருக்களமாகக் கொண்டவையே.

குலவைச் சத்தங்களின் மிகுதியினால் படைப்பின் வலு கூடி விடாது. காலத்திற்கு ஈடு கொடுக்கும் சக்தியே படைப்பின் வலு. மாயத் தோற்றங்கள் அவற்றின் நிலையற்ற தன்மை காரணமாக மறைய நேரிடும். காலத்தின் முன் படைப்பு முகஸ்துதிகள் இழந்து நிற்கிறது. மாலை மரியாதைகள் இழந்து நிற்கிறது. இதில் யாருக்கும் யாரும் போட்டியில்லை. யார் இடத்தையும் யாரும் பிடிக்க முடியாது. அவரவர்களுக்கு நாற்காலி உண்டு. என் சிறுகதைகளுக்கெதிரான விமர்சனங்கள், எனக்கெதிரான சதி ஆகாது. அத்தகைய மனப்பிராந்தி எனக்கு ஏற்படுமானால் என்னை நானே பரிசீலித்துக்கொள்ள வேண்டும். படைப்பில் வலு இருப்பின் அத்தகைய விமர்சனம் பொய்த்துப் போகும்.

அர்த்தங்கள் சார்ந்து வார்த்தைச் சேர்க்கைகள் உருவாகாத நிலையில் வார்த்தைகள் நாசமுற்று உதவாக்கரையாக மாற்றமடைகின்றன. விஷயங்களையும் உணர்வுகளையும் உணர்த்துவதே மொழியின் இயக்கம். அவ்வாறு இயங்காத வார்த்தைச் சேர்க்கைகள், நான் எழுதுவதெல்லாம் என் மேதமை சார்ந்ததல்லாமல் வேறென்ன என்ற அலட்சியப் போக்கையே பிரதிபலிக்கின்றன.

லத்தீன் அமெரிக்க எழுத்துகளைச் சாக்காக வைத்துக் கொண்டு இங்கு உதவாக்கரை எழுத்துக்கள்கூட உருவாகலாம்.

உதவாக்கரை எழுத்துகள் லத்தீன் அமெரிக்காவிலும் இருக்க லாம். எழுத்துகள் உதவாக்கரை எனில் அவற்றிற்குப் படாடோ பங்களும் பிரகடனங்களும் உயிரூட்ட இயலாது. கண்களை மூடிக்கொண்டு பக்திப் பிரவாகம் அடையவும் வேண்டாம். பெக்கட்டையும் போர்ஹேயையும் சர்வதேச க்யூவில் நிறுத்தி வைத்து, காலம் அழிக்கும் முதல் பெயர்களாக நிச்சயிக்கவும் வேண்டாம். சர்வதேச இலக்கியத்தில் உள்ளவர்களின் ஸ்தானம் பற்றி அறிவிக்க அதற்கான காரணங்கள் வேண்டும். அனுமானமே காரணம் எனில் அது மரத்தடி ஜோஸ்யத்திற்கு ஒப்பானதே.

கேளிக்கையோ அதன் அம்சங்களோ, இலக்கியத்தின் தீவிரம் அருகே நெருங்க இயலாது. அழகியலும் இலக்கியம் தரும் ஆனந்தமும் கேளிக்கையாகாது. வாழ்க்கையில் மனிதர் நாடும் உல்லாசம் கேளிக்கை சார்ந்தது. பொழுதுபோக்குப் புனைகதைகள்கூட கேளிக்கையை அம்சமாகக் கொண்டுள்ள னவா என்பது கேள்விக்குறியே.

பார்வைக் கோணங்களுக்கும் வெளிப்பாட்டு முறைக்கும் இணைபிரியாத தொடர்பு உண்டு. என்னைப் பொறுத்தவரை அர்த்தங்கள் சார்ந்த புதிய கோணங்களையும் அவற்றுடன் இணைந்த வெளிப்பாட்டு முறையையுமே நான் எப்போதும் விரும்பிக் கொண்டிருக்கிறேன்.

மதுரை
09.09.93

சுரேஷ்குமார இந்திரஜித்

(மறைந்து திரியும் கிழவன் தொகுப்பின் முன்னுரை)

✶

FCW - #0046 - 061026 - C0 - 216/140/13 - PB - 9788189359164 - Matt Lamination